한 번에 끝!

OPIc
IH-AL
베트남어

합격 노하우!

1. 논리적 서술로 자연스러운 '자기소개' 완벽 대비

2. Background Survey를 전략적으로 선택하기 위한 길잡이

3. 콤보 문제 해결을 위한 IH~AL 등급 모범 답변 수록

4. 롤플레이(Role Play) 한 번에 준비하기

OPIc이란?

OPIc 시험은 컴퓨터를 통해 진행되는 가상 1:1 인터뷰 방식의 응시자 맞춤형 외국어 말하기 평가로서, 실제 생활에서 얼마나 효과적이고 적절하게 외국어를 사용할 수 있는지 측정하는 시험입니다.

OPIc 시험은 개인별 설문 조사를 통해 응시자의 관심 분야에 맞춘 주제에 따라 문항을 출제합니다. 또한, 응시자가 질문의 난이도를 스스로 설정할 수 있는 맞춤형 평가입니다. 문항별 시간제한 없이 전체 시험 시간(40분) 안에만 완료하면 되는 비교적 자유로운 평가입니다. 따라서 응시자가 답변 시간을 조절할 수 있으며, 질문을 듣지 못하면 한 번 더 들을 수도 있습니다. 또한, 시험 중간에 문제 난이도를 재조정할 수 있는 기회가 있는 응시자 편의의 평가입니다.

OPIc 평가 등급 체계

등급(레벨)		내용
Advanced	AL (Advanced Low)	완벽하고 자연스러운 답변이 가능하며, 주제에 대해서 자유롭게 대화 및 토론이 가능하다. 여러 가지 다양한 어휘를 사용하여 부족한 부분들을 말할 수 있고, 익숙하지 않은 복잡한 상황에서도 문제에 대한 설명과 답변이 가능하다.
Intermediate	IH (Intermediate High)	다양한 어휘와 문법들을 사용할 수 있다. 여러 가지 주제들을 적극적으로 이야기할 수 있으며, 보다 논리적으로 서술할 수 있다. 돌발 질문들에도 자연스럽게 답변이 가능하다.
	IM1, IM2, IM3 (Intermediate Mid)	일상적인 소재뿐만 아니라 개인적으로 익숙한 상황에서도 답변이 가능하다. 다양한 어휘 및 문법들을 사용하려고 노력한다.
	IL (Intermediate Low)	일상적인 소재의 질문들을 정리된 문법으로 말할 수 있다. 본인이 선호하는 주제에 대해서는 답변을 할 수 있다.
Novice	NH (Novice High)	개인 정보에 대한 질문들을 답변할 수 있다. 또한, 간단한 일상적인 질문들을 답변할 수 있다.
	NM (Novice Mid)	기본적인 문장의 형태 및 제한적인 몇몇 단어들을 나열할 수 있다.
	NL (Novice Low)	몇몇 단어들만 이야기할 수 있다.

1. 논리적 서술로 자연스러운 '자기소개' 완벽 대비

Q " 논리적인 자기소개 답변은 어떻게 준비해야 할까요? "

A 자기소개는 항상 첫 번째 질문으로 나오는 가장 출제 빈도가 높은 항목입니다. 수험자의 다양성을 고려해서 학생과 직장인의 입장으로 나누어 자기소개를 준비했습니다. 본인의 상황에 맞는 응용 표현을 대입해서 자신만의 자기소개를 준비해 보세요.

2. Background Survey를 전략적으로 선택하기 위한 길잡이

Q " 설문지에서 어떤 항목을 선택하는 게 좋을까요? "

A 설문지를 선택할 때, 연관성 있는 항목을 전략적으로 선택하는 것이 중요합니다. 합리적인 선택을 도와주기 위해 각 주제별 출제 경향 및 고득점 꿀팁을 준비했습니다.

3. 콤보 문제 해결을 위한 IH~AL 등급 모범 답변 수록

Q " 콤보 문제는 어떻게 준비해야 할지 모르겠어요. "

A 어떤 질문이 나와도 당황하지 않고 답변할 수 있도록 출제 빈도 높은 다양한 질문 표현들과 IH~AL 등급의 문법 및 어휘를 활용한 모범 답변을 준비했습니다.

4. 롤플레이(Role Play) 한 번에 준비하기

Q " 롤플레이는 어떻게 준비해야 할지 어려워요. "

A 대부분의 수험자들이 당황하는 파트 중 하나입니다. 롤플레이는 약간의 연기가 필요합니다. 그러므로, 자신감을 가지고 연습할 수 있도록 출제 빈도 높은 문항들과 한 번에 답변할 수 있는 문답 형식의 모범 답변을 준비했습니다.

Q IH 이상 받으려면 꼭 난이도 5단계 이상을 선택해야 하나요?

A 일반적으로 난이도 3~4단계는 중고급 수준인 IH 등급 시험에 적합하며, 5~6단계는 AL 등급에 적합한 문제가 출제됩니다. 그러나 낮은 난이도를 선택했다고 해서 등급이 낮아지는 것은 아닙니다. 낮은 단계를 선택했어도 논리적으로 답변한다면 충분히 높은 등급을 받을 수 있습니다. 단, 1~2단계와 같이 너무 낮은 단계로 IH 등급을 받기는 어렵습니다.

Q 문항별 답변 시간은 어느 정도가 적절한가요?

A 시험 시간은 총 40분이며, 질문 청취 시간을 제외하고 한 문항에 약 1분 30초~2분 내외로 답변하는 것이 좋습니다.

Q 문법과 유창성 중에 무엇이 더 중요한가요?

A 말하기 시험이므로 문법보다 유창성이 더 중요합니다. 답변할 때 베트남어의 억양이나 발음 및 발화 속도에 집중하는 것이 좋습니다. 다만, 문법이 너무 틀리지 않게 주의하세요.

Q OPIc 베트남어 설문조사 항목은 어디서 확인할 수 있나요?

A OPIc 시험 홈페이지(http://www.opic.or.kr → 시험 소개 → OPIc 이란? → 베트남어)에서 설문조사 및 샘플 테스트를 확인할 수 있습니다.

OPIc 고득점 학습 요령

❶ 자신의 답변 녹음하기

매일 실전처럼 자신의 답변을 녹음한 후, 반복해서 들으며 인지하지 못했던 자신의 어색한 발음과 내용 전달력 등을 체크하는 것이 중요합니다.

❷ OPIc 시험의 특징 200% 활용하기

OPIc 시험은 진실성을 평가하는 시험이 아닙니다. 따라서 더 나은 답변을 위해 여러 요소들을 가상으로 만들어 답변해도 충분히 높은 점수를 받을 수 있습니다.

❸ 센스 있게 Background Survey 선택하기

OPIc 시험은 수험자가 선택한 Background Survey를 바탕으로 시험이 나옵니다. 수험자가 시험 범위를 어느 정도 예측할 수 있다는 장점을 활용해서 Background Survey를 전략적으로 선택하는 것이 중요합니다. 콤보 문제를 대비하여 되도록 비슷한 주제를 함께 선택하고 답변을 최대한 중복시켜 준비하는 것이 필요합니다.

❹ 스토리텔링 기법 활용하기

OPIc에서 짜임새 있는 답변의 구성은 기본적으로 필요합니다. 문법이나 발음, 강세 등에서 조금 실수해도 어느 정도 짜임새 있는 스토리 답변을 구성할 수 있다면, IH~AL 등급은 어렵지 않게 받을 수 있습니다. 기본적인 실수는 최소화하면서 짜임새 있는 답변의 스토리를 만드는 연습을 해보세요.

📝 OPIc 문제 유형 파헤치기

OPIc 시험은 총 〈15문제〉로 구성됩니다.

1 자기소개 (1문항)

가장 처음, 그리고 필수적으로 출제되는 문항으로 수험자 자신을 소개하는 문제 유형입니다. 본인이 선택한 Background Survey 항목을 잘 생각해서 일관성 있게 답변하는 것이 유리합니다.

2 설문지 관련 문항 (6~9문항)

수험자가 선택한 Background Survey 항목을 바탕으로 출제되는 문항입니다. 대부분 콤보 형태로 출제되므로, 본인이 선택한 항목에 대해 출제될 수 있는 다양한 문항을 예측하고 답변을 준비하는 것이 중요합니다. 출제되는 문항에 같은 의미를 가진 단어들이 동시에 나오므로 동의어와 유의어를 함께 학습해 두는 것이 좋습니다.

3 롤플레이 (2~3문항)

주어진 상황에 맞게 수험자가 역할극을 하는 문항입니다. 다만, 시험관이 상대 역할을 실제로 해주지 않기 때문에 어느 정도의 감정 표현과 연기력이 요구되는 문항입니다. 시험에 대한 긴장감으로 인해 결코 쉽지 않은 부분이지만, 실제 상황처럼 자연스럽게 답변할 수 있도록 많은 연습이 필요합니다. 문제에서 요구하는 부분을 정확하게 파악한 후, 답변을 한다면 높은 점수를 얻을 수 있습니다.

4 돌발 질문 (3~5문항)

수험자가 선택하지 않은 Background Survey 항목에서 출제되는 문항입니다. 체감 난이도는 높지만, IH~AL 등급을 목표로 한다면, 출제 빈도 높은 주제를 중심으로 핵심 어휘와 표현을 활용하여 짜임새 있는 답변을 하는 것이 좋습니다.

● 오리엔테이션 🕐 20분

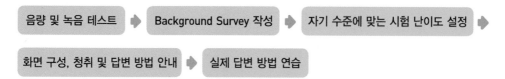

음량 및 녹음 테스트 ➡ Background Survey 작성 ➡ 자기 수준에 맞는 시험 난이도 설정 ➡

화면 구성, 청취 및 답변 방법 안내 ➡ 실제 답변 방법 연습

● 본 시험 🕐 40분

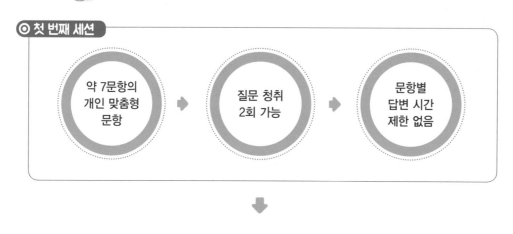

◎ 첫 번째 세션

약 7문항의 개인 맞춤형 문항 ➡ 질문 청취 2회 가능 ➡ 문항별 답변 시간 제한 없음

⬇

난이도 재조정

⬇

◎ 두 번째 세션

약 7문항의 개인 맞춤형 문항 ➡ 질문 청취 2회 가능 ➡ 문항별 답변 시간 제한 없음

* 두 번째 세션에서는 재조정된 난이도를 바탕으로 첫 번째 세션과 동일하게 진행됩니다.

· 3주 완성 학습 계획표 ·

OPIc 베트남어 IH~AL 등급 시험 대비에 이상적인 3주 완성 학습 계획표입니다.

제시된 계획표 대로 차근차근 준비한다면 3주 후, OPIc 베트남어 IH~AL 등급 시험 준비를 마스터할 수 있습니다.
계획표에 맞게 준비하는 것도 좋지만, 나에게 맞는 플랜으로 나누어서 학습하는 방법들도 활용해 보세요.
시간적 여유가 있다면 반복 학습을 통해 돌발 질문들에 대한 답변에 대응해 보세요.

주	날짜		내용	학습 ☑	학습 페이지	복습 ☑	복습 페이지
1주	1일	1. 학교생활	· 자기소개(학생) · 전공과목과 학교 소개	☐ ☐	_____	☐ ☐	_____
	2일		· 교수님 소개 · 등·하교 과정	☐ ☐	_____	☐ ☐	_____
	3일	2. 직장 생활	· 자기소개(직장인) · 직장 업무 및 회사 소개	☐ ☐	_____	☐ ☐	_____
	4일		· 직장 상사 및 동료 소개 · 회사의 양성 프로그램 및 출·퇴근 과정	☐ ☐	_____	☐ ☐	_____
	5일	3. 가족 및 이웃	· 가족과 이웃 소개 · 집안일	☐ ☐	_____	☐ ☐	_____
	6일		· 집 소개 · 동네 소개	☐ ☐	_____	☐ ☐	_____
	7일	4. 여가 활동	· 영화 보기 · 스포츠 관람하기	☐ ☐	_____	☐ ☐	_____
2주	8일		· 해변 가기 · 공원 가기	☐ ☐	_____	☐ ☐	_____
	9일	5. 취미와 관심사	· 음악 감상하기 · 혼자 노래/합창하기	☐ ☐	_____	☐ ☐	_____
	10일		· 요리하기 · 애완동물 기르기		_____		_____
	11일	6. 운동	· 걷기/조깅 · 헬스	☐ ☐	_____	☐ ☐	_____
	12일		· 축구/야구/농구 · 자전거 타기	☐ ☐	_____	☐ ☐	_____
	13일	7. 여행	· 국내 여행 · 해외여행	☐ ☐	_____	☐ ☐	_____
	14일		· 국내/해외 출장 · 집에서 보내는 휴가	☐ ☐	_____	☐ ☐	_____
3주	15일	· 롤플레이 10		☐	_____	☐	_____
	16일	· 돌발 질문 10		☐	_____	☐	_____
	17일	Chương 1~2 복습					
	18일	Chương 3~4 복습					
	19일	Chương 5~7 복습					
	20일	롤플레이, 돌발 질문 복습					
	21일	전체 복습 및 핵심 정리					

초판인쇄	2021년 02월 19일
지 은 이	호앙 티 투이 띠엔
펴 낸 이	임승빈
편집책임	정유항, 최지인
편집진행	이승연
디 자 인	다원기획
마 케 팅	염경용, 임원영, 김소연
펴 낸 곳	ECK북스
주 소	서울시 마포구 창전로2길 27 [04098]
대표전화	02-733-9950
팩 스	02-6394-5801
홈페이지	www.eckbooks.kr
이 메 일	eck@eckedu.com
등록번호	제 2020-000303호
등록일자	2000. 2. 15
I S B N	979-11-91132-69-4
정 가	19,000원

한 번에 끌!

OPIc
IH-AL
베트남어

– 호앙 티 투이 띠엔 지음 –

ECK
Books

이 책의 구성과 특징

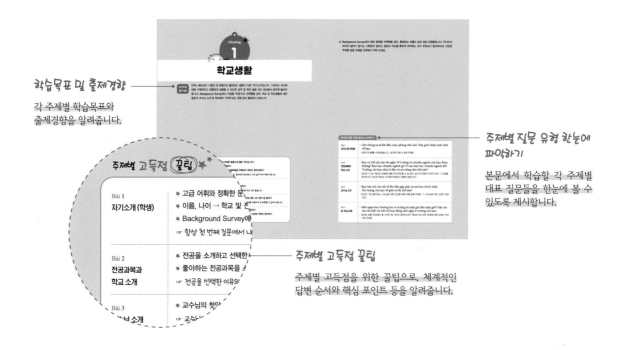

학습목표 및 출제경향

각 주제별 학습목표와
출제경향을 알려줍니다.

주제별 질문 유형 한눈에 파악하기

본문에서 학습할 각 주제별
대표 질문들을 한눈에 볼 수
있도록 제시합니다.

주제별 고득점 꿀팁

주제별 고득점을 위한 꿀팁으로, 체계적인
답변 순서와 핵심 포인트 등을 알려줍니다.

콤보 기초 편

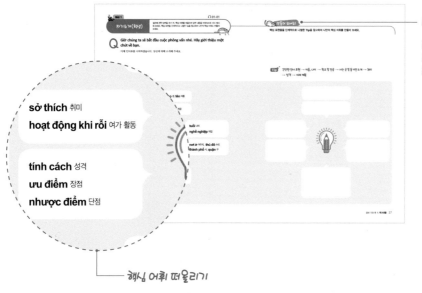

만들어 보세요!

핵심 표현들을 단계적으로
나열한 Tip을 참고하여 나만의
핵심 어휘를 만들어 봅니다.

핵심 어휘 떠올리기

문제를 듣고 답변하기 전, 주제에 관한 핵심 어휘를 떠올려
논리적이고 체계적인 답변을 할 수 있도록 도와줍니다.

다양한 질문 유형

주제에 맞는 다양한 유형의 질문들을 보여줍니다. 질문을 빠르게 파악할수록 당황하지 않고 준비했던 내용을 침착하게 답변할 수 있으므로 원어민이 녹음한 MP3를 반복해서 들어봅니다.

문법 익히기

IH 또는 AL 등급에 어울리는 문법과 구조 형태 등을 학습합니다. 자연스러운 표현과 언어 구사 능력이 올라갑니다.

핵심 구조별 답변

핵심 구조별 답변 순서를 체계적으로 나누어 주고, 대체 가능한 부분을 알려줍니다.

만들어 보세요!

질문에 대한 나만의 스토리를 만들 수 있는 공간으로, 응용 표현을 이용해서 자유롭게 빈칸을 채워 봅니다.

단어

단어와 표현을 반복적으로 제시함으로써 자연스러운 단어 숙지를 도와 줍니다.

응용 표현들

빈칸에 바로 적용할 수 있는 응용 표현을 제시합니다.

유용한 표현사전 IH

주제에 관한 다양하고 유용한 IH 등급의 표현들을 보여줍니다.

유용한 표현사전 AL

주제에 관한 다양하고 유용한 AL 등급의 표현들을 보여줍니다.

이 책의 구성과 특징

콤보 응용 편

모범 답변

중고급 표현의 어휘와 단어들을 활용해서 주제에 맞는 다양한 콤보형 질문에 관한 모범 답변을 보여줍니다.

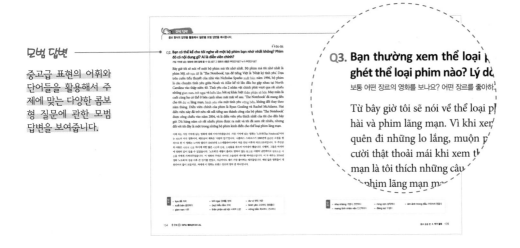

롤플레이 10

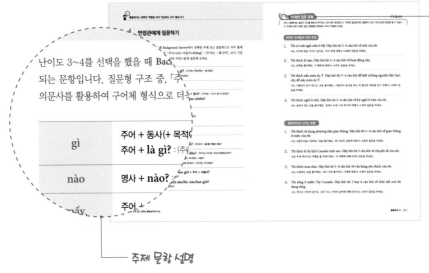

다양한 질문 유형

주제에 관한 다양한 질문 유형들을 반복해서 익히고 학습해 보세요.

주제 문항 설명

출제 빈도가 높은 롤플레이 문항들로 구성되어 있으며, 롤플레이를 위한 핵심 가이드를 제시해 줍니다. 가이드 내용을 참고해서 답변을 구성해 보세요.

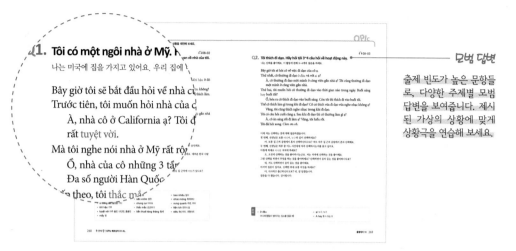

모범 답변

출제 빈도가 높은 문항들로, 다양한 주제별 모범 답변을 보여줍니다. 제시된 가상의 상황에 맞게 상황극을 연습해 보세요.

돌발 질문 10

모범 답변

출제 빈도가 높은 문항들로, 주제와 관계없는 돌발 질문에 대한 다양한 질문의 모범 답변을 보여줍니다. 연관성 없는 질문이라도 당황하지 않도록 미리 준비해 보세요.

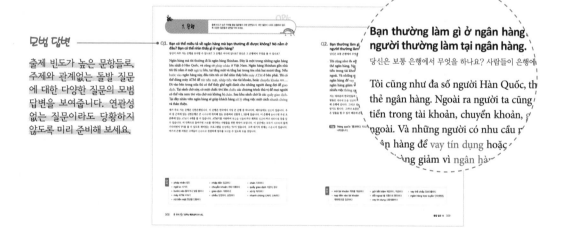

 MP3 다운로드 방법

본 교재의 **MP3** 파일은 www.eckbooks.kr에서 무료로 다운로드 받을 수 있습니다.
QR 코드를 찍으면 다운로드 페이지로 이동합니다.

| Contents |

콤보 응용 편

지은이의 말

한국과 베트남 간의 경제, 문화 교류가 활발해지고 양국 간의 우호적인 협력 관계가 지속되고 있는 상황에서 베트남어를 학습하는 수요가 지속해서 늘어나고 있습니다. 진출 국가의 현지 언어 습득 필요성이 부각되는 글로벌화 과정에서 OPIc 베트남어 시험이 2018년 말에 도입되었습니다.

학습자들은 취업, 진학 등 다양한 목적으로 OPIc 베트남어 시험을 준비하고 있지만 시험이 도입된 지 얼마 되지 않기 때문에 관련 교재 및 자료가 많지 않아서 많은 어려움을 겪고 있습니다. 따라서 중고급 수준의 학습자들이 효과적으로 시험을 준비할 수 있었으면 하는 바람으로, 직접 여러 번 시험에 응시하고 출제되는 문제들을 분석하여 「한 번에 끝! OPIc 베트남어 IH~AL」 교재를 집필하게 되었습니다.

「한 번에 끝! OPIc 베트남어 IH~AL」 교재는 중고급 레벨의 시험을 준비하는 학습자들을 위해, OPIc 베트남어 시험 대비반을 강의하면서 Background Survey를 전략적으로 선택하는 방법 및 주제별 고득점 꿀팁들과 노하우, 그리고 출제 빈도 높은 예상 질문과 모범 답변이 수록되어 있습니다. 원어민이 일상생활에서 많이 사용하는 문법과 표현을 학습하여 본인만의 답변을 준비한다면 좋은 성과가 나올 수 있을 것입니다.

끝으로, 본 교재를 출판하는 기회를 주신 ECK교육 임승빈 대표님께 감사의 인사를 전하고 싶습니다. 그리고 교재 집필 과정에서 늘 제 고민에 귀 기울여 좋은 의견을 주신 이승연 실장님과 한국어 해석에 많은 도움을 주신 김효영 님, 이현주 님, 정다빈 님께도 감사드립니다.

저자 **호앙 티 투이 띠엔**
Hoàng Thị Thủy Tiên
황선화 (대한민국 귀화)

Background Survey

시험 문항 출제를 위한 사전 조사로 응시자가 선택한 주제를 토대로 문항이 출제됩니다. 베트남어의 경우 영어와는 조금 다른 항목들이 있고, 응시자가 선택하지 않은 주제를 바탕으로 출제되는 돌발 질문도 있으므로 유의해야 합니다.

Background Survey 샘플 화면

Background Survey # 샘플 테스트의 서베이 항목과 실제 테스트의 서베이 항목이 다를 수 있습니다.

이 Background Survey 응답을 기초로 개인 맞춤형 문항이 출제가 됩니다.
질문을 자세히 읽고 답변해 주시기 바랍니다.

1 현재 귀하는 어느 분야에 종사하고 계십니까?

○ 사업/회사
○ 재택근무/재택 사업
○ 교사/교육자
○ 일 경험 없음

2 현재 귀하는 학생이십니까?

○ 네
○ 아니오

3 현재 귀하는 어디에 살고 계십니까?

○ 개인주택이나 아파트에 홀로 거주
○ 친구나 룸메이트와 함께 주택이나 아파트에 거주
○ 가족(배우자/자녀/기타 가족 일원)과 함께 주택이나 아파트에 거주
○ 학교 기숙사
○ 군대 막사

– 아래의 4~7번 문항에서 12개 이상을 선택해 주시기 바랍니다.

4 귀하는 여가 활동으로 주로 무엇을 하십니까? (두 개 이상 선택)

○ 영화 보기
○ 클럽/나이트클럽 가기
○ 공연 보기
○ 콘서트 보기
○ 박물관 가기
○ 공원 가기
○ 캠핑하기
○ 해변 가기
○ 스포츠 관람

OPIc 공식 홈페이지에서 제공하는 샘플 테스트입니다. 샘플처럼 처음 시작 전 질문에 해당 답변을 체크하면, 맞춤형 문항으로 출제됩니다.

✽ Background Survey에 제시된 주제들 중 가장 많이 선택하는 주제 List입니다. 자신이 선택할 주제를 체크하고 체크된 중심으로 시험을 준비해 보세요.

Background Survey 주제별 List

Chương 1 학교생활	☐ 자기소개(학생) ☐ 전공과목과 학교 소개	☐ 교수님 소개 ☐ 등·하교 과정
Chương 2 직장 생활	☐ 자기소개(직장인) ☐ 직장 업무 및 회사 소개	☐ 직장 상사 및 동료 소개 ☐ 회사의 양성 프로그램 및 출·퇴근 과정
Chương 3 가족 및 이웃	☐ 가족과 이웃 소개 ☐ 집안일	☐ 집 소개 ☐ 동네 소개
Chương 4 여가 활동	☐ 영화 보기 ☐ 스포츠 관람하기	☐ 해변 가기 ☐ 공원 가기
Chương 5 취미와 관심사	☐ 음악 감상하기 ☐ 혼자 노래/합창하기	☐ 요리하기 ☐ 애완동물 기르기
Chương 6 운동	☐ 걷기/조깅 ☐ 헬스	☐ 축구/야구/농구 ☐ 자전거 타기
Chương 7 여행	☐ 국내 여행 ☐ 해외여행	☐ 국내/해외 출장 ☐ 집에서 보내는 휴가

| 핵심 어휘 떠올리기 | ▶ | 만들어 보세요! | ▶ | 다양한 질문 유형 | ▶ | 문법 익히기 | ▶ |

| 핵심 구조별 답변 | ▶ | 만들어 보세요! | ▶ | 유용한 표현사전 IH, AL |

'콤보 기초 편'은 OPIc 베트남어 IH~AL 등급에서 콤보형 질문들 중 초반에 자주 나오는 출제 빈도가 높은 주제별 질문 유형들입니다. 문제를 듣고 답변하기 전, 핵심 어휘를 먼저 떠올린 후에 단계적으로 답변할 수 있는 연습과 빈칸에 대체 가능한 응용 표현들을 대입시켜서 어떤 질문이 나와도 당황하지 않고 의연하게 답변할 수 있도록 미리 준비해 보세요.

콤보 기초 편

Chương 1

학교생활

학습목표 출제경향

OPIc 베트남어 시험의 첫 문항으로 출제되는 질문이 바로 '자기소개'입니다. 그러므로 자신에 대해 구체적이고 정확하게 설명할 수 있도록 성격 및 취미 등을 미리 정리해서 준비해 놓아야 합니다. Background Survey에서 직업을 '학생'으로 선택했을 경우, 학교 및 학교생활에 대한 질문과 교수님 소개 및 학교에서 기억에 남는 경험 등이 출제되고 있습니다.

주제별 고득점 꿀팁 ★

Bài 1 자기소개 (학생)	✦ 고급 어휘와 정확한 문법 및 또렷한 발음으로 좋은 첫인상 주기 ✦ 이름, 나이 → 학교 및 전공 소개하기 ✦ Background Survey에서 선택한 항목들을 연결해서 취미도 함께 말하기 ☞ 항상 첫 번째 질문에서 나오는 내용이므로, 철저하게 준비하고 자신 있게 이야기해야 합니다.
Bài 2 전공과목과 학교 소개	✦ 전공을 소개하고 선택한 이유 말하기 ✦ 좋아하는 전공과목을 소개하고 좋아하는 이유 말하기 ☞ 전공을 선택한 이유와 미래의 진로를 연결해서 이야기해 주는 것이 좋습니다.
Bài 3 교수님 소개	✦ 교수님의 첫인상, 성격 및 외모, 수업할 때 특징, 교수님에 대한 나의 생각 등 말하기 ☞ 교수님과 만난 시점부터 첫인상과 현재 관계에 대해서 시제를 이용하여 잘 표현할 수 있어야 합니다.
Bài 4 등·하교 과정	✦ 등교 전과 후에 하는 일 → 학교생활에 대한 나의 느낀 점 말하기 ✦ 일과를 이야기하는 경우, 접속사가 겹치는 경우가 많으므로 다양한 어휘로 준비하기

✴ Background Survey에서 해당 항목을 선택했을 경우, 출제되는 빈출도 높은 질문 유형들입니다. 인터뷰식 외국어 말하기 평가는 시험관이 말하는 질문의 의도를 빠르게 파악하는 것이 무엇보다 중요하므로, 다양한 주제별 질문 유형을 반복해서 익혀 보세요.

주제별 질문 유형 한눈에 파악하기

Bài 1 **자기소개 (학생)**	• Giờ chúng ta sẽ bắt đầu cuộc phỏng vấn nhé. Hãy giới thiệu một chút về bạn. – 이제 인터뷰를 시작하겠습니다. 당신에 대해 소개해 주세요.
Bài 2 **전공과목과 학교 소개**	• Bạn có thể nói cho tôi nghe về trường và chuyên ngành của bạn được không? Bạn học chuyên ngành gì? Vì sao bạn học chuyên ngành đó? Trường của bạn nằm ở đâu và nó trông như thế nào? – 당신이 다니는 학교와 전공에 대해 이야기해 줄 수 있나요? 당신의 전공은 무엇인가요? 그 전공을 왜 하나요? 당신의 학교는 어디에 위치하고 어떻게 생겼나요?
Bài 3 **교수님 소개**	• Bạn hãy nói cho tôi về lần đầu gặp giáo sư mà bạn thích nhất. Ấn tượng của bạn về giáo sư ấy thế nào? – 당신이 가장 좋아하는 교수님을 처음 만났을 때에 대해 말해 주세요. 그 교수님에 대한 인상이 어떤가요?
Bài 4 **등·하교 과정**	• Mỗi ngày bạn thường học ở trường từ mấy giờ đến mấy giờ? Hãy nói cho tôi biết chi tiết về hoạt động một ngày ở trường của bạn. – 당신은 보통 학교에서 몇 시부터 몇 시까지 공부하나요? 학교에서의 하루 일과에 대해 상세히 이야기해 주세요.

자기소개 (학생)

질문에 관한 답변을 하기 전, 핵심 어휘를 떠올리며 답변 내용을 머릿속으로 미리 정리해 보세요. 핵심 표현을 단계적으로 나열한 Tip을 참고하여 나만의 핵심 어휘도 만들어 보세요.

Q Giờ chúng ta sẽ bắt đầu cuộc phỏng vấn nhé. Hãy giới thiệu một chút về bạn.

이제 인터뷰를 시작하겠습니다. 당신에 대해 소개해 주세요.

핵심 어휘 떠올리기

họ tên 성명, **họ** 성, **tên** 이름

chuyên ngành 전공

sở thích 취미
hoạt động khi rỗi 여가 활동

tuổi 나이
nghề nghiệp 직업

tính cách 성격
ưu điểm 장점
nhược điểm 단점

nơi ở 거주지, **thủ đô** 수도
thành phố 시, **quận** 구

kế hoạch tương lai 미래 계획
kế hoạch tìm việc 구직 계획

 만들어 보세요!

핵심 표현들을 단계적으로 나열한 **Tip**을 참고하여 나만의 핵심 어휘를 만들어 보세요.

Tip 간단한 인사 표현 → 이름, 나이 → 학교 및 전공 → 사는 곳 및 동거인 소개 → 취미 → 성격 → 미래 계획

OPIc 시험에서는 질문의 의도를 빠르게 파악하는 것이 매우 중요합니다. 익숙한 질문일수록, 당황하지 않고 자연스럽게 답변을 할 수 있습니다. 주제에 관한 다양한 질문 유형들을 반복해서 익히고 학습해 보세요.

1. Hãy nói về bản thân bạn.

자신에 대한 이야기를 해 주세요.

2. Bạn hãy giới thiệu một chút về mình.

자신에 대해 잠깐 소개해 주세요.

3. Bạn có thể tự giới thiệu về mình được không?

자기소개를 해 주실 수 있나요?

IH 또는 AL 등급에 어울리는 베트남어의 문법과 구조 형태 등을 학습하고 답변에 응용해 보세요. 자연스러운 표현과 언어 구사 능력이 올라 갑니다.

● **trở thành + 명사** : (명사)가 되다

「trở thành+명사」 구조는 '~이/가 되다'라는 뜻으로, '새로운 신분이나 지위를 가지다', 또는 '다른 것으로 변하다'라는 의미를 나타냅니다.

> Việt Nam đang trở thành quốc gia thu hút đầu tư nước ngoài.
> 베트남은 외국 투자를 유치하는 국가가 되고 있어요.

> Ước mơ của tôi là trở thành nhân viên ngoại giao.
> 내 꿈은 외교관이 될 것이에요.

● **주어 + 서술어 + được + 기간** : (주어)가 ~한 지 (기간) ~ 되었다

'được'은 '되다'라는 동사로, 뒤에 기간이 오면 '(기간)이 되었다'라는 의미를 나타냅니다.

> Tôi vào đại học được một năm rồi.
> 저는 대학에 입학한 지 1년이 되었습니다.

> Tôi học tiếng Việt được sáu tháng rồi.
> 저는 베트남어를 배운 지 6개월이 되었습니다.

출제 빈도가 높은 인터뷰의 주제별 질문에 맞게 핵심 표현들을 단계적으로 나누어서 답변하는 연습을 해보세요. '응용 표현들'을 활용해서 나에게 맞는 표현들로 나만의 스토리를 만들어 보세요.

간단한 인사 표현	Xin chào cô ạ. Rất vui được gặp cô.
이름, 나이	Tên tôi là Hanna, họ là Kim. Tên tiếng Việt của tôi là Na. Năm nay tôi 24 tuổi.
학교 및 전공	Tôi là sinh viên năm thứ ba của trường Đại học Hàn Quốc. Chuyên ngành của tôi là thiết kế thời trang, và lý do tôi chọn chuyên ngành này là vì tôi yêu thích thiết kế thời trang từ bé và tôi muốn trở thành nhà thiết kế thời trang trong tương lai.
사는 곳 및 동거인 소개	Tôi đang sống ở Seoul. Cô có biết Seoul không ạ? Seoul là thủ đô và cũng là trung tâm văn hóa, kinh tế, chính trị của Hàn Quốc với dân số khoảng 10 triệu người. Tôi sống ở Seoul với bố mẹ và chị gái của tôi được khoảng 10 năm rồi. Nghề nghiệp của bố tôi là doanh nhân, mẹ tôi là nội trợ, còn chị gái của tôi là nhân viên công ty. Bố mẹ tôi hơi nghiêm khắc nhưng rất yêu thương chúng tôi, còn chị gái tôi thì hiền và thông minh.
취미	Sở thích của tôi là xem phim. Khi có thời gian rỗi, tôi thích xem phim cùng bạn bè. Tôi cũng thích đi mua sắm nữa.
성격	Tôi nghĩ ưu điểm trong tính cách của tôi là biết lắng nghe và quan tâm đến người khác. Tuy nhiên tôi hơi nội tâm một chút, nên tôi đang cố gắng để thay đổi.
미래 계획	Kế hoạch của tôi là tốt nghiệp đại học vào năm sau và tìm việc làm ở Việt Nam.

안녕하세요. 만나서 반갑습니다. 제 이름은 '한나'이고 성은 '김'입니다. 베트남 이름은 '나'입니다. 올해 저는 24살입니다. 저는 한국대학교 3학년 학생입니다. 제 전공은 '패션디자인'이며, 이 전공을 선택한 이유는 어렸을 때부터 패션디자인을 좋아해 왔고 앞으로 패션 디자이너가 되고 싶기 때문입니다. 저는 서울에서 살고 있습니다. 혹시 서울을 아십니까? 서울은 약 천만 명의 인구를 가진 한국의 수도이자 문화, 경제, 정치의 중심지입니다. 서울에서 부모님, 그리고 언니와 같이 산 지 약 10년이 되었습니다. 저의 아버지는 사업가이시고 어머니는 주부이시고, 언니는 회사원입니다. 저의 부모님은 좀 엄하시지만 저희를 많이 사랑하시고, 언니는 착하고 똑똑합니다. 제 취미는 영화 보기입니다. 시간이 날 때 친구들과 영화 보는 것을 좋아합니다. 쇼핑도 좋아합니다. 제 성격의 장점은 남의 말을 경청하고 배려해 주는 것이라고 생각합니다. 하지만 저는 조금 내성적이어서 바꾸려고 노력하고 있습니다. 제 계획은 내년에 대학을 졸업하고 베트남에 취직하는 것입니다.

단어
- năm thứ ba 3학년
- thiết kế thời trang 패션디자인
- nhà thiết kế thời trang 패션 디자이너
- tương lai 미래
- thủ đô 수도
- trung tâm 중심
- dân số 인구
- ưu điểm 장점
- lắng nghe 경청하다
- quan tâm 배려하다, 관심 있다
- nội tâm 내성적이다

나만의 스토리를 만들어 보세요.

Xin chào cô ạ. Rất vui được gặp cô. Tên tôi là ___이름___ , họ là ___성___ . Tên tiếng Việt của tôi là ___베트남 이름___ . Năm nay tôi ___나이___ tuổi. Tôi là sinh viên năm thứ ___학년___ của trường Đại học Hàn Quốc. Chuyên ngành của tôi là ① ___전공___ , và lý do tôi chọn chuyên ngành này là vì tôi yêu thích ① ___전공___ từ bé và tôi muốn trở thành ② ___직업___ trong tương lai. Tôi đang sống ở ___사는 지역___ . Cô có biết ___지역___ không ạ?

___사는 지역에 관한 정보 및 소개___

_____ . Tôi sống ở ___사는 지역___ với ③ ___동거인___ của tôi được khoảng ___기간___ năm rồi. Nghề nghiệp của ③ ___동거인___ tôi là ② ___직업___ , ③ ___동거인___ tôi là ② ___직업___ , còn ③ ___동거인___ của tôi là ② ___직업___ . ③ ___동거인___ tôi hơi ④ ___성격___ , còn ③ ___동거인___ tôi thì ④ ___성격___ . Sở thích của tôi là ⑤ ___취미___ . Khi có thời gian rỗi, tôi thích ⑤ ___취미___ cùng bạn bè. Tôi cũng thích ⑤ ___취미___ nữa. Tôi nghĩ ưu điểm trong tính cách của tôi là ④ ___성격 (장점)___ . Tuy nhiên tôi hơi ④___성격 (단점)___ một chút, nên tôi đang cố gắng để thay đổi. Kế hoạch của tôi là tốt nghiệp đại học vào ___졸업 예정일___ và tìm việc làm ở Việt Nam.

안녕하세요. 만나서 반갑습니다. 제 이름은 '___'이고 성은 '___'입니다. 베트남 이름은 '___입니다. 올해 저는 ___살입니다. 저는 한국대학교 ___학년 학생입니다. 제 전공은 ①'___'이며, 이 전공을 선택한 이유는 어렸을 때부터 ①___을 좋아해 왔고 앞으로 ②___가 되고 싶기 때문입니다. 저는 ___에서 살고 있습니다. 혹시 ___을 아십니까? _____. ___에서 ③___와 같이 산 지 약 ___년이 되었습니다. 저의 ③___는 ②___이시고 ③___는 ②___이시고, ③___는 ②___입니다. 저의 ③___은 좀 ④___, ③___는 ④___. 제 취미는 ⑤___입니다. 시간이 날 때 친구들과 ⑤___는 것을 좋아합니다. ⑤___도 좋아합니다. 제 성격의 장점은 ④___생각합니다. 하지만 저는 조금 ④___서 바꾸려고 노력하고 있습니다. 제 계획은 ___에 대학을 졸업하고 베트남에 취직하는 것입니다.

응용 표현들

나에게 맞는 표현을 찾아서 위의 빈칸에 대입시켜 보세요.

① 전공	· kinh doanh 경영 · ngữ văn Anh 영문 · ngữ văn Hàn Quốc 한국어와 문학 · thương mại quốc tế 국제무역 · quảng cáo 광고 · tiếp thị 마케팅 · kỹ thuật cơ khí 기계공학
② 직업	· nhân viên kinh doanh 영업사원 · biên dịch viên 번역사 · thông dịch viên 통역사 · giáo sư 교수 · giáo viên 교사 · kỹ sư 기술자, 엔지니어
③ 동거인	· gia đình 가족 · đồng nghiệp 동료 · bạn 친구 · ông bà 할아버지와 할머니
④ 성격	장점 : · giàu tình cảm 다정다감하다 · chính trực 정직하다 · năng động 활동적이다 단점 : · nhút nhát 소심하다 · khó tính 까칠하다 · lười 게으르다 · thiếu kiên nhẫn 참을성이 없다
⑤ 취미	· nuôi thú cưng 애완동물 기르기 · vẽ tranh 그림 그리기 · tập thể dục 운동하기

유용한 표현사전 IH

주제에 관한 다양하고 유용한 IH 등급의 표현들입니다. 자신에게 맞는 문장을 체크하고 재미있는 스토리를 만들어 보세요. 돌발 질문에도 당황하지 않고 나만의 표현력은 물론, 논리력에도 자신감이 생깁니다.

☐ 제 소개를 시작하겠습니다.

Tôi sẽ bắt đầu phần giới thiệu của mình.

☐ 저는 서로 사랑하고 존중하는 가정에서 태어났습니다.

Tôi được sinh ra trong một gia đình luôn yêu thương và tôn trọng lẫn nhau.

☐ 저는 맏딸/막내딸입니다.

Tôi là con gái đầu lòng/con gái út.

☐ 저의 꿈은 사업가가 되는 것입니다.

Ước mơ của tôi là trở thành doanh nhân.

☐ 저는 졸업 후에 베트남 취업에 대해 알아볼 예정입니다.

Sau khi tốt nghiệp, tôi sẽ tìm hiểu về xin việc ở Việt Nam.

☐ 제 취미는 음악 감상하는 것입니다.

Sở thích của tôi là thưởng thức âm nhạc.

☐ 저는 다정다감하고 소심합니다.

Tôi giàu tình cảm và nhút nhát.

☐ 베트남에 관심이 많습니다.

Tôi quan tâm nhiều đến Việt Nam.

유용한 표현사전 AL

자신에게 맞는 답변을 체크해 보세요. ☑

주제에 관한 다양하고 유용한 AL 등급의 표현들입니다. 자신에게 맞는 문장을 체크하고 재미있는 스토리를 만들어 보세요. 돌발 질문에도 당황하지 않고 나만의 표현력은 물론, 논리력에도 자신감이 생깁니다.

☐ 제 소개를 시작하도록 하겠습니다.

Tôi xin phép bắt đầu phần giới thiệu của mình.

☐ 저는 사랑이 넘치는 가정에서 태어났고, 항상 이것에 자부심을 느낍니다.

Tôi được sinh ra trong một gia đình tràn ngập tình yêu thương và luôn cảm thấy tự hào về điều này.
→ 넘치다 → 사랑 → 자부심을 느끼다

☐ 저는 세 자매 중의 만딸/막내딸입니다.

Tôi là con gái đầu lòng/con gái út trong gia đình có 3 chị em.

☐ 저의 유일하고 열렬한 꿈은 사업가가 되는 것입니다.

Ước mơ duy nhất và cháy bỏng của tôi là trở thành doanh nhân.

☐ 베트남에 관심이 많아서 졸업 후에 베트남 취업에 대해 알아볼 예정입니다.

Sau khi tốt nghiệp, tôi sẽ tìm hiểu về xin việc ở Việt Nam vì tôi quan tâm nhiều đến Việt Nam.

☐ 음악을 들으면 마음이 편안해져서 음악 듣는 것을 좋아합니다.

Nếu nghe nhạc thì tâm hồn của tôi trở nên thanh thản, nên tôi thích nghe nhạc.

☐ 제 성격의 장점은 다정다감한 것이며, 단점은 소심한 것이라고 생각합니다.

Tôi nghĩ ưu điểm trong tính cách của tôi là giàu tình cảm, còn nhược điểm là nhút nhát.

☐ 베트남은 발전 잠재력이 많아서 베트남에 관심이 많습니다.

Vì Việt Nam có nhiều tiềm năng phát triển nên tôi quan tâm nhiều đến Việt Nam.
→ 잠재력 → 발전하다, 발달하다

질문에 관한 답변을 하기 전, 핵심 어휘를 떠올리며 답변 내용을 머릿속으로 미리 정리해 보세요. 핵심 표현을 단계적으로 나열한 Tip을 참고하여 나만의 핵심 어휘도 만들어 보세요.

Q Bạn có thể nói cho tôi nghe về trường và chuyên ngành của bạn được không? Bạn học chuyên ngành gì? Vì sao bạn học chuyên ngành đó? Trường của bạn nằm ở đâu và nó trông như thế nào?

당신이 다니는 학교와 전공에 대해 이야기해 줄 수 있나요? 당신의 전공은 무엇인가요? 그 전공을 왜 하나요? 당신의 학교는 어디에 위치하고 어떻게 생겼나요?

tên trường 학교명
vị trí 위치, **đặc điểm** 특징

suy nghĩ về môn học và chuyên ngành
과목과 전공에 대한 생각
thú vị 재미있다
khó 어렵다
chán 지루하다

chuyên ngành 전공
khoa 학과

lý do chọn chuyên ngành
전공 선택 이유

môn học 과목
môn học yêu thích 좋아하는 과목

 만들어 보세요!

핵심 표현들을 단계적으로 나열한 **Tip**을 참고하여 나만의 핵심 어휘를 만들어 보세요.

Tip 학교에 대한 소개 → 전공에 대한 소개 → 전공을 선택한 이유 → 좋아하는 과목
→ 과목을 좋아하는 이유

OPIc 시험에서는 질문의 의도를 빠르게 파악하는 것이 매우 중요합니다. 익숙한 질문일수록, 당황하지 않고 자연스럽게 답변을 할 수 있습니다. 주제에 관한 다양한 질문 유형들을 반복해서 익히고 학습해 보세요.

1. Bạn đang học chuyên ngành nào? Vì sao bạn đã quyết định chọn chuyên ngành đó? Bạn phải học các môn học nào để tốt nghiệp?

무슨 전공을 하고 있나요? 그 전공을 왜 선택하기로 했나요? 졸업을 하려면 어떤 과목들을 공부해야 하나요?

2. Bạn đã nói trong bảng khảo sát là bạn là sinh viên. Bạn đang học các môn học nào hoặc đã học các môn học nào trước đây? Hãy nói về các môn học của bạn càng chi tiết càng tốt.

당신은 설문조사에서 대학생이라고 했습니다. 당신이 과거에 공부했거나 현재 공부 중인 과목은 무엇인가요? 과목에 대해 가능한 한 자세히 이야기해 주세요.

3. Trong các môn học ở trường đại học bạn thích nhất môn nào? Vì sao bạn thích môn học đó? Giáo sư dạy môn đó thường làm gì trong giờ học? Hãy nói về các hoạt động trong giờ học đó.

대학교에서 듣는 과목 중에 어떤 과목을 가장 좋아하나요? 그 과목을 왜 좋아하나요? 그 과목을 가르치시는 교수님은 수업 시간에 보통 무엇을 하나요? 그 수업 시간의 활동에 대해 말해 주세요.

4. Hãy nói cho tôi nghe về các môn học mà bạn đã học trong học kỳ trước. Tại sao bạn chọn các môn học đó? Bạn đã học gì trong các lớp học đó?

당신이 지난 학기에 들었던 과목에 대해 이야기해 주세요. 왜 그런 과목들을 선택했나요? 당신은 그 수업에서 무엇을 배웠나요?

5. Tôi muốn biết một việc đáng nhớ xảy ra đối với bạn trong lớp học của bạn. Việc gì đã xảy ra? Hãy nói cho tôi nghe từ đầu đến cuối.

수업 시간에 당신에게 일어났던 기억에 남는 일을 알고 싶습니다. 무슨 일이 일어났나요? 처음부터 끝까지 이야기해 주세요.

IH 또는 AL 등급에 어울리는 베트남어의 문법과 구조 형태 등을 학습하고 답변에 응용해 보세요. 자연스러운 표현과 언어 구사 능력이 올라 갑니다.

- **명사/명사구 + thì** : (명사/명사구)은/는

  thì는 '~은/는'의 뜻으로, 앞에 나타나는 명사 또는 명사구를 강조할 때 사용합니다.

  Môn chuyên ngành thì thú vị, môn đại cương thì chán.
  전공과목은 재미있고, 교양과목은 지루해요.

  Các bạn cùng lớp thì nghĩ thầy khó tính nhưng tôi thì rất thích thầy.
  학우들은 교수님이 까다롭다고 생각하지만 저는 교수님을 아주 좋아합니다.

- **Mặc dù + (주어) 서술어** : 비록 ~할지라도

  'mặc dù'는 조건과 결과 사이의 정반대 관계를 나타내며, 주어진 조건에도 불구하고 결과가 일어났다는 것을 강조합니다. 「mặc dù/dù+조건+nhưng+결과」의 구조로 쓰이며, '비록 ~하 지만/할지라도'의 의미로 표현됩니다.

  Mặc dù chuyên ngành của tôi khó nhưng tôi sẽ cố gắng.
  비록 제 전공은 어렵지만 노력하겠습니다.

  Dù giáo sư hơi khó tính một chút nhưng rất ấm áp và cho chúng tôi nhiều lời khuyên bổ ích.
  비록 교수님은 조금 까다롭지만 매우 따뜻하고 우리에게 유익한 조언을 많이 해 줍니다.

콤보 기초 편 1. 학교생활 37

출제 빈도가 높은 인터뷰의 주제별 질문에 맞게 핵심 표현들을 단계적으로 나누어서 답변하는 연습을 해보세요. '응용 표현들'을 활용해서 나에게 맞는 표현들로 나만의 스토리를 만들어 보세요.

학교에 대한 소개	Tôi đang học ở trường đại học Hàn Quốc. Đây là một ngôi trường lâu đời và nổi tiếng, nằm ở trung tâm của thành phố Seoul, thủ đô của Hàn Quốc. Trường tôi có khuôn viên rộng với nhiều cây xanh, thoáng mát quanh năm.
전공에 대한 소개	Và chuyên ngành của tôi là thiết kế thời trang.
전공을 선택한 이유	Lý do mà tôi chọn chuyên ngành này là vì tôi yêu thích thiết kế thời trang từ bé và tôi muốn trở thành nhà thiết kế thời trang trong tương lai.
좋아하는 과목	Từ năm thứ nhất đến năm thứ tư, tôi phải học rất nhiều môn chuyên ngành. Có một số môn rất thú vị và hữu ích, nhưng cũng có một số môn thì hơi chán. Cho đến bây giờ, môn học tôi thích nhất là môn thiết kế màu sắc.
과목을 좋아하는 이유	Vì giáo sư dạy môn chuyên ngành này rất thú vị mặc dù nó không dễ chút nào, và cô làm cho tôi thấy thích chuyên ngành của mình hơn.

저는 한국대학교에서 공부하고 있습니다. 이곳은 한국의 수도인 서울 도심에 위치해 있는 오래되고 유명한 학교입니다. 우리 학교는 푸른 나무가 많아서 일 년 내내 시원한 캠퍼스가 있습니다. 그리고 제 전공은 패션디자인입니다. 제가 이 전공을 선택한 이유는 어렸을 때부터 패션디자인을 좋아해 왔고 앞으로 패션 디자이너가 되고 싶기 때문입니다. 저는 1학년부터 4학년까지 많은 전공과목을 배워야 합니다. 몇몇의 과목은 재미있고 유익하나 몇몇은 조금 지루합니다. 지금까지, 제가 가장 좋아하는 과목은 컬러디자인이라는 과목입니다. 왜냐하면 비록 이 과목은 전혀 쉽지 않으나 교수님이 이 과목을 아주 재미있게 가르치시고 제 전공에 더 흥미를 느끼게 해주셨기 때문입니다.

단어
- lâu đời 오래되다, 오랜 세월을 거치다
- quanh năm 일 년 내내
- hữu ích 유익하다
- khuôn viên 캠퍼스
- môn chuyên ngành 전공과목
- thiết kế màu sắc 컬러디자인
- thoáng mát 시원하고 쾌적하다

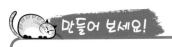

나만의 스토리를 만들어 보세요.

Tôi đang học ở trường đại học Hàn Quốc. Đây là một ngôi trường lâu đời và nổi tiếng, nằm ở trung tâm của thành phố Seoul, thủ đô của Hàn Quốc. Trường tôi có khuôn viên rộng với nhiều cây xanh, thoáng mát quanh năm. Và chuyên ngành của tôi là ① 전공 _____. Lý do mà tôi chọn chuyên ngành này là vì tôi yêu thích ① 전공 từ bé và tôi muốn trở thành ② 직업 trong tương lai. Từ năm thứ nhất đến năm thứ tư, tôi phải học rất nhiều môn chuyên ngành. Có một số môn rất thú vị và hữu ích, nhưng cũng có một số môn thì hơi chán. Cho đến bây giờ, môn học tôi thích nhất là môn ③ 좋아하는 과목. Vì giáo sư dạy môn chuyên ngành này rất thú vị mặc dù nó không dễ chút nào, và ④ 과목이 좋은 이유 _____.

저는 한국대학교에서 공부하고 있습니다. 이곳은 한국의 수도인 서울 도심에 위치해 있는 오래되고 유명한 학교입니다. 우리 학교는 푸른 나무가 많아서 일 년 내내 시원한 큰 캠퍼스가 있습니다. 그리고 제 전공은 ① 입니다. 제가 이 전공을 선택한 이유는 어렸을 때부터 ① 을 좋아해 왔고 앞으로 ② 가 되고 싶기 때문입니다. 저는 1학년부터 4학년까지 많은 전공과목을 배워야 합니다. 몇몇의 과목은 재미있고 유익하나 몇몇은 조금 지루합니다. 지금까지, 제가 가장 좋아하는 과목은 ③ 이라는 과목입니다. 왜냐하면 비록 이 과목은 전혀 쉽지 않으나 교수님이 이 과목을 아주 재미있게 가르치시고 ④ 때문입니다.

응용 표현들

나에게 맞는 표현을 찾아서 위의 빈칸에 대입시켜 보세요.

① 전공	• giáo dục 교육(학) • tiếp viên hàng không 승무원(학과) • điện tử 전자(학) • kiến trúc 건축(학) • tự động hóa 자동화(학) • quản lý khách sạn 호텔 경영(학) • lịch sử Hàn Quốc 한국 역사(학) • khoa học vũ trụ 우주과학(학과) ＊ 베트남어는 전공을 말할 때 '학/학과' 없이 이야기합니다.
② 직업	• giáo viên 교사 • tiếp viên hàng không 승무원 • kỹ sư 기술자, 엔지니어 • nhân viên bán hàng 판매원 • doanh nhân 사업가 • kỹ sư công nghệ thông tin IT 엔지니어 • kỹ sư xây dựng 건설 기사 • đầu bếp 요리사 • kỹ sư điện 전기 기사
③ 좋아하는 과목	• kinh doanh quốc tế 국제 경영 • thương mại quốc tế 국제 무역 • quản lý phân phối 유통 관리 • chăm sóc khách hàng 고객 관리 • kỹ thuật số 디지털 • trí tuệ nhân tạo 인공지능
④ 과목이 좋은 이유	• môn học này giúp ích cho việc tìm việc 이 과목은 취업에 도움이 되다 • có thể áp dụng kiến thức đã học được vào thực tế 배운 지식을 실제로 적용할 수 있다

유용한 표현사전 IH

자신에게 맞는 답변을 체크해 보세요. ☑

주제에 관한 다양하고 유용한 IH 등급의 표현들입니다. 자신에게 맞는 문장을 체크하고 재미있는 스토리를 만들어 보세요. 돌발 질문에도 당황하지 않고 나만의 표현력은 물론, 논리력에도 자신감이 생깁니다.

☐ 우리 학교에는 책과 참고 자료가 많은 현대적인 도서관이 있습니다.

Trường tôi có thư viện hiện đại với nhiều sách và tài liệu tham khảo.
(현대적인 / 자료 / 참고하다)

☐ 우리 학교는 2개의 캠퍼스가 있는데, 하나는 서울에 있고 하나는 다른 도시에 있습니다.

Trường của tôi có hai cơ sở, một ở Seoul và một ở thành phố khác.

☐ 저는 졸업시험을 준비하고 있어서 요즘 많이 바쁩니다.

Tôi đang chuẩn bị thi tốt nghiệp nên dạo này rất bận.

☐ 저는 총 80학점을 이수해야 합니다.

Tôi phải hoàn thành tất cả 80 tín chỉ.

☐ 저는 공학을 전공해서, 우리 반에는 여학생이 별로 없습니다.

Tôi học chuyên ngành kỹ thuật, nên ở lớp của tôi không có nhiều sinh viên nữ.

☐ 3학년을 마치고 베트남에 교환학생으로 갈 수 있습니다.

Sau khi học xong năm thứ 3, tôi có thể đi Việt Nam theo diện sinh viên trao đổi.

☐ 그 과목의 교수님은 항상 우리가 창의력을 발휘하는 데 도움을 주십니다.

Giáo sư môn học đó luôn giúp chúng tôi phát huy tính sáng tạo.
(발휘하다 / 창의력)

☐ 저와 학우들이 그 교수님의 수업에는 매우 집중해서 공부합니다.

Tôi và các bạn cùng lớp rất tập trung học trong giờ của giáo sư đó.

유용한 표현사전 AL

주제에 관한 다양하고 유용한 AL 등급의 표현들입니다. 자신에게 맞는 문장을 체크하고 재미있는 스토리를 만들어 보세요. 돌발 질문에도 당황하지 않고 나만의 표현력은 물론, 논리력에도 자신감이 생깁니다.

☐ 우리 학교는 한국에 있는 대학교 중에 가장 많은 책과 참고 자료를 가진 현대적인 도서관이 있습니다.
Trường tôi có thư viện hiện đại với nhiều sách và tài liệu tham khảo nhất trong các trường đại học ở Hàn Quốc.

☐ 우리 학교는 2개의 캠퍼스가 있는데, 문과 캠퍼스는 서울에 있고 공과 캠퍼스는 다른 도시에 있습니다.
Trường của tôi có hai cơ sở, một cơ sở cho ngành xã hội ở Seoul và một cơ sở cho ngành kỹ thuật ở thành phố khác.

☐ 저는 졸업 논문을 쓰고 있어서 요즘 늘 아주 바쁘고 스트레스를 받습니다.
Tôi đang viết luận văn tốt nghiệp nên dạo này luôn rất bận và căng thẳng.

☐ 저는 총 80학점을 이수해야 하는데, 그중에서 교양과목이 30학점이고 전공과목이 50학점입니다.
Tôi phải hoàn thành tất cả 80 tín chỉ, trong đó có 30 tín chỉ môn đại cương và 50 tín chỉ môn chuyên ngành.

☐ 저는 공학을 전공하는데, 여성들이 이 전공을 좋아하지 않아서 우리 반에는 여학생이 별로 없습니다.
Tôi học chuyên ngành kỹ thuật, mà các bạn nữ không thích chuyên ngành này nên ở lớp của tôi không có nhiều sinh viên nữ.

☐ 3학년을 마치고 베트남에 1년 동안 교환학생으로 갈 수 있습니다.
Sau khi học xong năm thứ 3, tôi có thể đi Việt Nam theo diện sinh viên trao đổi trong một năm.

☐ 그 과목의 교수님은 항상 우리가 창의력을 발휘하고 독창적으로 생각하는 데 도움을 주십니다.
Giáo sư môn học đó luôn giúp chúng tôi phát huy tính sáng tạo và suy nghĩ đột phá.

☐ 그 교수님의 수업은 매력적이어서 저와 학우들이 매우 집중해서 공부합니다.
Tôi và các bạn cùng lớp rất tập trung học trong giờ của giáo sư đó vì giờ học của thầy có sức lôi cuốn.

질문에 관한 답변을 하기 전, 핵심 어휘를 떠올리며 답변 내용을 머릿속으로 미리 정리해 보세요. 핵심 표현을 단계적으로 나열한 Tip을 참고하여 나만의 핵심 어휘도 만들어 보세요.

 교수님 소개

Q Bạn hãy nói cho tôi về lần đầu gặp giáo sư mà bạn thích nhất. Ấn tượng của bạn về giáo sư ấy thế nào?

당신이 가장 좋아하는 교수님을 처음 만났을 때에 대해 말해 주세요. 그 교수님에 대한 인상이 어떤가요?

 핵심 어휘 떠올리기

giáo sư người Hàn Quốc
한국인 교수님
không nhiều tuổi 나이가 많지 않다

tính cách 성격
thân thiện 친절하다
nghiêm túc 진지하다
nghiêm khắc 엄격하다
chu đáo 자상하다
đáng sợ 무섭다

ấn tượng đầu tiên 첫인상
giáo sư 교수님
giáo sư nam 남자 교수님
giáo sư nữ 여자 교수님

ngoại hình 외모, **gầy** 몸이 말랐다
béo 뚱뚱하다, **cao** 키가 크다, **thấp** 키가 작다
mắt to 눈이 크다, **mắt hai mí** 쌍꺼풀
tóc dài 머리가 길다, **tóc xoăn** 곱슬머리

 **만들어 보세요!**

핵심 표현들을 단계적으로 나열한 **Tip**을 참고하여 나만의 핵심 어휘를 만들어 보세요.

Tip 좋아하는 교수님 소개 → 교수님의 첫인상 → 교수님의 성격 → 교수님의 외모
→ 교수님에 대한 나의 생각

OPIc 시험에서는 질문의 의도를 빠르게 파악하는 것이 매우 중요합니다. 익숙한 질문일수록, 당황하지 않고 자연스럽게 답변을 할 수 있습니다. 주제에 관한 다양한 질문 유형들을 반복해서 익히고 학습해 보세요.

1. Giáo sư dạy môn học mà bạn thích nhất là người thế nào? Giáo sư đó thường làm gì trong giờ học? Bạn hãy nói về các hoạt động trong lớp học của giáo sư đó.

당신이 가장 좋아하는 과목을 가르치는 교수님은 어떤 분이신가요? 그 교수님은 보통 수업 시간에 무엇을 하시나요? 그 교수님의 수업 활동에 대해 말해 주세요.

---

2. Bạn hãy giới thiệu về giáo sư mà bạn thích nhất. Giáo sư đó là người thế nào? Giáo sư đó dạy môn gì? Hãy nói cho tôi nghe về giáo sư của bạn càng chi tiết càng tốt.

당신이 가장 좋아하는 교수님에 대해 소개해 보세요. 그 교수님은 어떤 분이신가요? 그 교수님은 무슨 과목을 가르치시나요? 당신의 교수님에 대해 가능한 한 자세히 이야기해 주세요.

---

3. Bạn hãy nói về giáo sư dạy môn học mà bạn thích nhất và ấn tượng đầu tiên của bạn về giáo sư đó.

당신이 가장 좋아하는 과목을 가르치시는 교수님과 그분에 대한 첫인상을 말해 주세요.

---

4. Bạn thường gặp giáo sư mà bạn thích nhất mấy lần một tuần? Tiết học của giáo sư đó thế nào? Hãy nói cho tôi nghe về giáo sư và lớp học của giáo sư đó.

당신이 가장 좋아하는 교수님은 일주일에 몇 번 만나나요? 그 교수님의 수업은 어떤가요? 교수님과 교수님의 수업에 대해 말해 주세요.

---

5. Bạn có kỷ niệm nào đáng nhớ với giáo sư mà bạn thích nhất không? Nếu có, chuyện gì đã xảy ra? Hãy nói cho tôi nghe chi tiết.

당신이 가장 좋아하는 교수님과 기억에 남는 추억이 있나요? 있다면 무슨 일이었나요? 자세히 말해 주세요.

IH 또는 AL 등급에 어울리는 베트남어의 문법과 구조 형태 등을 학습하고 답변에 응용해 보세요. 자연스러운 표현과 언어 구사 능력이 올라갑니다.

● **명사 + nào cũng ~ : (명사)든 다 ~**

'nào cũng'은 '~든 역시/다 ~, 모든 ~ 역시/다 ~'라는 의미로, 명사 뒤에 위치합니다. 일상생활에서는 '때'를 나타내는 'lúc'과 함께 쓰여 '항상'이란 뜻으로 자주 사용됩니다.

Học sinh nào trong lớp em cũng thích giáo sư ấy.

우리 반의 어느 학생이든 다 그 교수님을 좋아해요.

Trông giáo sư lúc nào cũng bận rộn.

교수님은 항상 바빠 보이세요.

● **Nhờ (có) ~ mà : ~ 덕분에**

'nhờ'는 '~ 덕분에/덕택에'라는 접속사로, '~덕분에/덕택에 ~하다'라는 의미로 사용합니다.

Nhờ giáo sư mà năng lực tiếng Anh của tôi đã tiến bộ nhiều.

교수님 덕분에 제 영어 실력이 많이 진보했습니다.

Nhờ gặp giáo sư mà tôi nhận ra mình cần cố gắng hơn nữa.

교수님을 만난 덕택에 저는 더 노력해야 한다는 것을 깨달았어요.

출제 빈도가 높은 인터뷰의 주제별 질문에 맞게 핵심 표현들을 단계적으로 나누어서 답변하는 연습을 해보세요. '응용 표현들'을 활용해서 나에게 맞는 표현들로 나만의 스토리를 만들어 보세요.

좋아하는 교수님 소개	Bây giờ tôi sẽ giới thiệu về giáo sư mà tôi thích. Tên của giáo sư là Lee Seulgi và cô là người Hàn Quốc. Cô dạy môn nhập môn quản trị kinh doanh. Cô khoảng 40 tuổi.
교수님의 첫인상	Tôi đã gặp cô lần đầu tiên vào 2 năm trước, khi tôi là sinh viên năm thứ nhất. Ấn tượng đầu tiên của tôi về cô là trông cô khó tính nhưng thật ra cô là người thân thiện và ấm áp. Và lúc nào cô cũng tràn đầy năng lượng, nên khi gặp cô tôi cảm thấy như có thêm sức mạnh.
교수님의 성격	Cô là một người kỹ tính nên cô luôn yêu cầu chúng tôi cố gắng hết sức để hoàn thành bài tập một cách hoàn hảo. Ngoài ra cô khá vui tính nên giờ học của cô luôn luôn tràn ngập tiếng cười.
교수님의 외모	Mặc dù đã hơn 40 tuổi, nhưng trông cô rất trẻ. Cô có da trắng, tóc dài đến vai, đen và xoăn. Giọng nói của cô rất nhẹ nhàng.
교수님에 대한 나의 생각	Trong suy nghĩ của tôi, cô là mẫu người phụ nữ hiện đại, và tôi rất ngưỡng mộ cô. Và nhờ có cô mà tôi thích chuyên ngành của tôi hơn.

이제 저는 좋아하는 교수님을 소개하겠습니다. 교수님의 이름은 이슬기이며 한국 사람입니다. 교수님은 경영학 입문이라는 과목을 가르칩니다. 교수님의 나이는 40세 정도입니다. 저는 2년 전 1학년 때 교수님을 처음 봤습니다. 교수님의 첫인상은 어려워 보였지만 실제로는 친절하고 마음이 따뜻한 분이셨습니다. 그리고 항상 에너지가 넘쳐서 교수님을 보면 힘이 더 납니다. 교수님은 매우 꼼꼼한 사람이어서 항상 우리에게 최선을 다해서 과제를 완벽하게 완성하라고 요구합니다. 그 밖에 교수님은 꽤 재미있어서 교수님의 수업은 항상 웃음소리가 가득합니다. 교수님은 40세가 넘었지만 매우 젊어 보입니다. 교수님은 피부가 하얗고, 머리는 어깨까지 길고, 검고 곱슬곱슬합니다. 목소리는 매우 상냥합니다. 제 생각에 교수님은 현대 여성의 타입이고, 저는 교수님을 매우 존경합니다. 그리고 교수님 덕분에 제가 제 전공을 더 좋아하게 됐습니다.

단어		
▫ **nhập môn** 입문	▫ **kỹ tính** 꼼꼼하다	▫ **ngoài ra** 그 밖에, 또한, 게다가
▫ **quản trị kinh doanh** 경영학	▫ **yêu cầu** 요구하다, 요청하다	▫ **tiếng cười** 웃음소리
▫ **ấn tượng đầu tiên** 첫인상	▫ **cố gắng hết sức** 최선을 다하다	▫ **da** 피부
▫ **tràn đầy** 넘치다, 가득하다	▫ **hoàn thành** 완성하다	▫ **xoăn** 곱슬곱슬하다
▫ **năng lượng** 에너지	▫ **một cách tốt nhất** 가장 잘, 가장 완벽하게	▫ **nhẹ nhàng** 가볍다, 상냥하다
▫ **có thêm sức mạnh** 힘이 더 나다		▫ **ngưỡng mộ** 흠모하다, 존경하다

나만의 스토리를 만들어 보세요.

Bây giờ tôi sẽ giới thiệu về giáo sư mà tôi thích. Tên của giáo sư là 〔교수님 이름〕 và cô là người ① 〔국가〕. Cô dạy môn ② 〔과목〕. Cô khoảng 〔나이〕 tuổi. Tôi đã gặp cô lần đầu tiên vào 〔몇년〕 năm trước, khi tôi là sinh viên năm thứ 〔학년〕. Ấn tượng đầu tiên của tôi về cô là trông cô ③ 〔첫인상〕 nhưng thật ra cô là người thân thiện và ấm áp. Và lúc nào cô cũng tràn đầy năng lượng, nên khi gặp cô tôi cảm thấy như có thêm sức mạnh. Cô là một người kỹ tính nên cô luôn yêu cầu chúng tôi cố gắng hết sức để hoàn thành bài tập một cách hoàn hảo. Ngoài ra cô khá vui tính nên giờ học của cô luôn luôn tràn ngập tiếng cười. Mặc dù đã hơn 〔나이〕 tuổi, nhưng trông cô rất trẻ. Cô có ④ 〔외모〕, ⑤ 〔헤어스타일〕. Giọng nói của cô rất nhẹ nhàng. Trong suy nghĩ của tôi, cô là mẫu người phụ nữ hiện đại, và tôi rất ngưỡng mộ cô. Và nhờ có cô mà tôi thích chuyên ngành của tôi hơn.

이제 저는 좋아하는 교수님을 소개하겠습니다. 교수님의 이름은 ____이며 ① ____사람입니다. 교수님은 ② ____이 라는 과목을 가르칩니다. 교수님의 나이는 ____세 정도입니다. 저는 ____년 전 ____학년 때 교수님을 처음 봤습니다. 교수님의 첫 인상은 ③ ____보였지만 실제로는 친절하고 마음이 따뜻한 분이셨습니다. 그리고 항상 에너지가 넘쳐서 교수님을 보면 힘이 더 납니다. 교수님은 매우 꼼꼼한 사람이어서 항상 우리에게 최선을 다해서 과제를 완벽하게 완성하라고 요구합니다. 그 밖에 교수님은 꽤 재미있어서 교수님의 수업은 항상 웃음소리가 가득합니다. 교수님은 ____세가 넘었지만 매우 젊어 보 입니다. 교수님은 ④ ____, ⑤ ____. 목소리는 매우 상냥합니다. 제 생각에 교수님은 현대 여성의 타입이고, 저는 교수님을 매우 존경합니다. 그리고 교수님 덕분에 제가 제 전공을 더 좋아하게 됐습 니다.

응용 표현들

나에게 맞는 표현을 찾아서 위의 빈칸에 대입시켜 보세요.

① 국가	· Hàn Quốc 한국 · Việt Nam 베트남 · Mỹ 미국 · Canada 캐나다 · Úc 호주 · Anh 영국 · Trung Quốc 중국 · Nhật Bản 일본 · Ấn Độ 인도		
② 과목	· tiếp thị 마케팅 · xuất nhập khẩu 수출입 · nhập môn kinh tế học 경제학 입문 · văn học Anh 영국 문학 · kế toán cơ bản 기초 회계 · quản lý sản xuất 생산 관리 · hệ thống thông tin quản trị kinh doanh 경영정보시스템 · quản lý cơ sở dữ liệu 데이터베이스 관리 · quản lý chuỗi cung cấp 공급망 관리		
③ 첫인상	· nghiêm túc 진지하다 · nghiêm khắc 엄격하다 · nghiêm nghị 근엄하다 · đáng sợ 무섭다		
④ 외모	얼굴 : · mặt tròn 얼굴이 둥글다 · mặt góc cạnh 턱 선이 드러나다 눈 : · mắt hai mí 쌍꺼풀 · mắt một mí 외꺼풀 코 : · mũi cao 코가 오뚝하다 · mũi thấp 코가 낮다 입 : · môi dày 입술이 두껍다 · môi mỏng 입술이 얇다		
⑤ 헤어스타일	· tóc tự nhiên 생머리 · tóc ngang vai 단발머리 · tóc dài 긴 머리 · tóc xoăn 곱슬머리 · tóc uốn 파마머리 · tóc nhuộm 염색 머리		

주제에 관한 다양하고 유용한 IH 등급의 표현들입니다. 자신에게 맞는 문장을 체크하고 재미있는 스토리를 만들어 보세요. 돌발 질문에도 당황하지 않고 나만의 표현력은 물론, 논리력에도 자신감이 생깁니다.

☐ 교수님의 수업은 재미있고 현실성이 있습니다.

Lớp học của giáo sư rất hay và có tính thực tế.

☐ 교수님은 항상 수업 시간에 적극적으로 참여하는 학생에게 가점을 줍니다.

Giáo sư cho điểm cộng cho sinh viên luôn tham gia tích cực trong giờ học.

☐ 모든 학생이 교수님의 수업을 듣고 싶어 하기 때문에 교수님의 과목을 수강신청하는 것은 매우 어렵습니다.

Việc đăng ký môn học của giáo sư rất khó vì sinh viên nào cũng muốn học lớp của giáo sư.

☐ 교수님의 수업은 일주일에 2번입니다.

Lớp học của giáo sư là hai buổi một tuần.

☐ 교수님은 아주 상냥하고 우리의 말을 늘 경청해 줍니다.

Giáo sư rất hiền và luôn lắng nghe chúng tôi.

☐ 교수님을 롤 모델로 생각합니다.

Tôi xem giáo sư là hình mẫu của mình.

☐ 교수님은 날씬하고 키가 약간 큰 체형입니다.

Giáo sư có dáng người mảnh mai và hơi cao.

☐ 교수님의 머리는 길고 곱슬곱슬하며 흰머리가 조금 있습니다.

Tóc của giáo sư dài, xoăn, và có một ít tóc bạc.

주제에 관한 다양하고 유용한 AL 등급의 표현들입니다. 자신에게 맞는 문장을 체크하고 재미있는 스토리를 만들어 보세요. 돌발 질문에도 당황하지 않고 나만의 표현력은 물론, 논리력에도 자신감이 생깁니다.

☐ 교수님의 수업은 저에게 늘 재미있고 유익한 시간입니다.

Lớp học của giáo sư luôn luôn là thời gian thú vị và hữu ích đối với tôi.

☐ 교수님은 항상 노력하고 수업 시간에 적극적으로 참여하는 학생에게 가점을 줍니다.

Giáo sư cho điểm cộng cho sinh viên luôn nỗ lực và tham gia tích cực trong giờ học.

☐ 교수님의 수업은 인기가 많기 때문에 교수님의 과목을 수강신청하는 것은 매우 어렵습니다.

Việc đăng ký môn học của giáo sư rất khó vì lớp học của thầy rất được yêu thích.

☐ 교수님의 수업은 일주일에 2번이며, 월요일과 수요일에 있습니다.

Lớp học của giáo sư là hai buổi một tuần, vào thứ Hai và thứ Tư.

☐ 교수님은 아주 상냥하고 우리를 이해하기 위해 우리의 말을 늘 경청해 줍니다.

Giáo sư rất hiền và luôn lắng nghe để thấu hiểu chúng tôi.

☐ 저는 늘 교수님을 존경하고 교수님을 롤 모델로 생각합니다.

Tôi luôn kính trọng và xem giáo sư là hình mẫu của mình.

☐ 교수님은 날씬한 체형이지만 아주 건강해 보입니다.

Giáo sư có dáng người mảnh mai nhưng trông rất mạnh khỏe.

☐ 교수님의 머리는 찰랑찰랑하고, 조금 곱슬곱슬하며, 흰머리가 조금 있습니다.

Tóc của giáo sư dài thướt tha, xoăn nhẹ, và có một ít tóc bạc.

🎧 01-10

등·하교 과정

질문에 관한 답변을 하기 전, 핵심 어휘를 떠올리며 답변 내용을 머릿속으로 미리 정리해 보세요. 핵심 표현을 단계적으로 나열한 Tip을 참고하여 나만의 핵심 어휘도 만들어 보세요.

Q Mỗi ngày bạn thường học ở trường từ mấy giờ đến mấy giờ? Hãy nói cho tôi biết chi tiết về hoạt động một ngày ở trường của bạn.

당신은 보통 학교에서 몇 시부터 몇 시까지 공부하나요? 학교에서의 하루 일과에 대해 상세히 이야기해 주세요.

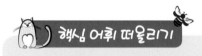

핵심 어휘 떠올리기

thức dậy 일어나다
ăn sáng 아침을 먹다

làm thêm
아르바이트하다
ôn tập và làm bài tập ở thư viện
도서관에서 복습하고 과제하다

đi đến trường
학교에 가다
lớp học buổi sáng
오전 수업
lớp học buổi chiều
오후 수업

ăn trưa một mình hoặc với bạn
혼자 또는 친구와 같이 점심을 먹다

 **만들어 보세요!**

핵심 표현들을 단계적으로 나열한 **Tip**을 참고하여 나만의 핵심 어휘를 만들어 보세요.

Tip 등교 전에 하는 일 → 등교 후에 하는 일 → 학교에서 하는 일 → 하교 후에 하는 일
→ 일과에 대한 나의 생각

🎧 01-11

OPIc 시험에서는 질문의 의도를 빠르게 파악하는 것이 매우 중요합니다. 익숙한 질문일수록, 당황하지 않고 자연스럽게 답변을 할 수 있습니다. 주제에 관한 다양한 질문 유형들을 반복해서 익히고 학습해 보세요.

1. Tôi muốn nghe về một ngày bình thường ở trường của bạn. Bạn thường làm gì khi không có tiết học? Bạn thường học ở đâu? Hãy nói cho tôi nghe chi tiết.

당신의 평범한 학교에서의 하루에 대해 듣고 싶어요. 수업이 없을 때 주로 무엇을 하나요? 보통 어디서 공부하나요? 자세히 이야기해 주세요.

---

2. Bạn thường đi đến trường bằng gì? Đó có phải là phương pháp nhanh nhất không? Vì sao bạn chọn phương tiện giao thông đó?

당신은 보통 무엇을 타고 학교에 가나요? 그것은 가장 빠른 방법인가요? 그 교통수단을 왜 선택하나요?

---

3. Hãy nói cho tôi biết mỗi ngày bạn đi từ nhà đến trường bằng gì. Đồng thời hãy nói cho tôi biết bạn thường mất bao nhiêu thời gian để đi đến trường vào các ngày trong tuần.

당신이 매일 집에서 학교까지 어떻게 가는지 이야기해 주세요. 또한 평일에 학교까지 가는 데 시간이 얼마나 걸리는지도 이야기해 주세요.

---

4. Hãy nói cho tôi nghe về ngày đầu tiên bạn đi đến trường đại học của bạn. Việc đó đã xảy ra khi nào và ấn tượng đầu tiên về trường của bạn là gì?

대학교 첫날에 대해 이야기해 주세요. 그것은 언제였고 학교에 대한 당신의 첫인상은 어땠나요?

---

5. Buổi giới thiệu dành cho sinh viên năm nhất của trường bạn thế nào? Thường có mấy phần? Nội dung của các phần là gì? Hãy nói cho tôi nghe chi tiết.

당신의 대학교는 신입생을 위한 오리엔테이션이 어떤가요? 보통 몇 섹션이 있나요? 섹션 각각의 내용은 무엇인가요? 자세히 이야기해 주세요.

IH 또는 AL 등급에 어울리는 베트남어의 문법과 구조 형태 등을 학습하고 답변에 응용해 보세요. 자연스러운 표현과 언어 구사 능력이 올라 갑니다.

● 동사 + luôn : 바로 ~을/를 하다

「동사+luôn」은 행동이나 상태를 중간에 끊기지 않고 계속 이어서 하거나 어떤 행동을 즉시 진행함을 의미합니다.

> Hôm nay tôi không đi làm thêm mà đi về nhà luôn.
> 오늘은 아르바이트를 안 하고 바로 집에 갑니다.

> Hôm nay tôi không nghỉ trưa mà đi thư viện học luôn.
> 오늘은 점심시간에 안 쉬고 바로 도서관에 가서 공부합니다.

● cùng + 명사 : (명사)와/과 함께

'cùng'은 '~와/과 함께, 같이'라는 말로, 2가지의 형식으로 쓸 수 있습니다.
① 주어+cùng+동사 : (주어)가 같이 ~하다
② 주어+동사+cùng+명사/대명사 : (주어)가 (명사/대명사)와 함께 ~하다
　　　　　　　　　　　　　　　(주어)가 (~와/과) 같은 (명사)에 ~하다

> Buổi tối tôi cùng đi làm thêm với các bạn.
> 저녁에 친구들과 같이 아르바이트를 하러 갑니다.

> Tôi thường ăn cơm ở căn tin của trường cùng các bạn.
> 저는 보통 학교 식당에서 친구들과 함께 밥을 먹어요.

> Chúng tôi học cùng trung tâm tiếng Anh.
> 우리는 같은 영어학원에 다닙니다.

> Bạn ấy đã học cùng trường phổ thông với tôi.
> 그 친구는 저와 같은 고등학교에 다녔습니다.

출제 빈도가 높은 인터뷰의 주제별 질문에 맞게 핵심 표현들을 단계적으로 나누어서 답변하는 연습을 해보세요. '응용 표현들'을 활용해서 나에게 맞는 표현들로 나만의 스토리를 만들어 보세요.

등교 전에 하는 일	Tôi thường thức dậy lúc 6 giờ sáng mỗi ngày, sau đó chạy bộ khoảng một giờ rồi chuẩn bị đi đến trường.
등교 후에 하는 일	Từ nhà tôi đến trường mất khoảng 30 phút bằng tàu điện ngầm. Sau khi đến trường tôi bắt đầu lớp học luôn từ 9 giờ sáng.
학교에서 하는 일	Lớp học buổi sáng của tôi kết thúc lúc 11 giờ 50 phút. Tôi có một giờ để nghỉ trưa. Trong thời gian nghỉ trưa, tôi thường ăn trưa cùng các bạn ở nhà ăn của trường, sau đó uống cà phê ở cửa hàng tiện lợi bên cạnh nhà ăn. Lớp học buổi chiều của tôi bắt đầu từ 1 giờ chiều và kết thúc lúc 4 giờ chiều. Sau khi tất cả lớp học kết thúc, tôi đi thư viện để ôn tập nội dung đã học, làm bài tập và xem trước nội dung học của ngày hôm sau. Sau đó tôi rời trường lúc khoảng 6 giờ.
하교 후에 하는 일	Tôi không về nhà ngay mà phải làm thêm ở quán cà phê trong 4 giờ từ thứ 2 đến thứ 6.
일과에 대한 나의 생각	Một ngày của tôi bận rộn với nhiều việc, nhưng tôi cảm thấy cuộc sống như thế này rất có ý nghĩa và tôi đang cố gắng từng ngày.

저는 보통 매일 아침 6시에 일어나서 한 시간 정도 조깅하고 나서 학교 갈 준비를 합니다. 집에서 학교까지는 지하철로 30분 정도 걸립니다. 학교에 도착한 후 보통 오전 9시부터 바로 수업을 듣기 시작합니다. 아침 수업은 11시 50분에 끝납니다. 점심시간은 1시간입니다. 점심시간에는, 주로 학교 식당에서 친구들과 함께 점심을 먹고 나서, 학교 식당 옆에 있는 편의점에서 커피를 마십니다. 오후 수업은 오후 1시에 시작해서 4시에 끝납니다. 모든 수업이 끝난 후, 도서관에 가서 배운 내용을 복습하고, 과제를 하고, 다음날에 배울 내용을 예습합니다. 그리고 6시쯤 학교를 떠납니다. 집에 바로 가지 않고 월요일부터 금요일까지 4시간 동안 카페에서 아르바이트를 해야 합니다. 저의 하루는 여러 가지 일로 바쁘지만, 나는 이런 삶이 매우 보람이 있다고 생각하고 매일 노력하고 있습니다.

 단어

- chạy bộ 조깅하다
- chuẩn bị 준비하다
- tàu điện ngầm 지하철
- kết thúc 마치다, 끝나다

- nhà ăn (학교, 회사 등의) 식당
- cửa hàng tiện lợi 편의점
- ôn tập 복습하다
- rời 떠나다

- bận rộn 바쁘다
- có ý nghĩa 의미가 있다, 보람이 있다
- cố gắng 노력하다

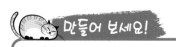

나만의 스토리를 만들어 보세요.

Tôi thường thức dậy lúc 6 giờ sáng mỗi ngày, sau đó ① 등교 전 하는 일 khoảng một giờ rồi chuẩn bị đi đến trường. Từ nhà tôi đến trường mất khoảng 30 phút bằng tàu điện ngầm. Sau khi đến trường tôi ② 등교 후 하는 일 từ 9 giờ sáng. Lớp học buổi sáng của tôi kết thúc lúc 11 giờ 50 phút. Tôi có một giờ để nghỉ trưa. Trong thời gian nghỉ trưa, tôi thường ③ 학교에서 하는 일 , sau đó ③ 학교에서 하는 일 . Lớp học buổi chiều của tôi bắt đầu từ 1 giờ chiều và kết thúc lúc 4 giờ chiều. Sau khi tất cả lớp học kết thúc, tôi ③ 학교에서 하는 일 . Sau đó tôi rời trường lúc khoảng 6 giờ. Tôi không về nhà ngay mà phải ④ 아르바이트 종류 trong 4 giờ từ thứ 2 đến thứ 6. Một ngày của tôi bận rộn với nhiều việc, nhưng tôi cảm thấy cuộc sống như thế này rất có ý nghĩa và tôi đang cố gắng từng ngày.

저는 보통 매일 아침 6시에 일어나서 한 시간 정도 ① ___ 고 나서 학교 갈 준비를 합니다. 집에서 학교까지는 지하철로 30분 정도 걸립니다. 학교에 도착한 후 보통 오전 9시부터 ② ___ . 아침 수업은 11시 50분에 끝납니다. 점심시간은 1시간입니다. 점심시간에는, 주로 ③ ___ 고 나서, ③ ___ . 오후 수업은 오후 1시에 시작해서 4시에 끝납니다. 모든 수업이 끝난 후, ③ ___ . 그리고 6시쯤 학교를 떠납니다. 집에 바로 가지 않고 월요일부터 금요일까지 4시간 동안 ④ ___ . 저의 하루는 여러 가지 일로 바쁘지만, 나는 이런 삶이 매우 보람이 있다고 생각하고 매일 노력하고 있습니다.

나에게 맞는 표현을 찾아서 위의 빈칸에 대입시켜 보세요.

① 등교 전 하는 일	• tập thể dục 운동하다 • đi dạo 산책하다 • dắt chó đi dạo 강아지 산책을 시키다 • tập yoga 요가를 하다 • ăn sáng 아침을 먹다 • tắm 샤워하다
② 등교 후 하는 일	• học nhóm với bạn học 학우와 스터디를 하다 • chuẩn bị bài học 수업을 준비하다 • uống cà phê 커피를 마시다
③ 학교에서 하는 일	• hoạt động câu lạc bộ 동아리 활동을 하다 • tự học ở thư viện 도서관에서 자율학습을 하다 • làm dự án 프로젝트를 하다
④ 아르바이트 종류	• dạy kèm 과외를 하다 • phục vụ trong quán ăn 음식점에서 서빙을 하다 • làm thêm ở cửa hàng tiện lợi 편의점에서 아르바이트를 하다 • làm trợ giảng 조교 일을 하다

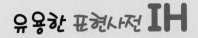

자신에게 맞는 답변을 체크해 보세요. ☑

주제에 관한 다양하고 유용한 IH 등급의 표현들입니다. 자신에게 맞는 문장을 체크하고 재미있는 스토리를 만들어 보세요. 돌발 질문에도 당황하지 않고 나만의 표현력은 물론, 논리력에도 자신감이 생깁니다.

☐ 저는 매일 아침에 학교에 갈 준비를 하느라 분주합니다.

Mỗi buổi sáng tôi luôn tất bật chuẩn bị để đi đến trường.

☐ 학교에서 공부하는 시간은 저에게 힘들지만 재미있는 시간입니다.

Thời gian học ở trường là thời gian vất vả nhưng thú vị đối với tôi.

☐ 매일 학교에서 오전부터 저녁까지 있습니다.

Mỗi ngày tôi đều ở trường từ sáng đến tối.

☐ 수업이 없을 때 친한 친구와 함께 음악 동아리 활동을 합니다.

Khi không có tiết học, tôi cùng bạn thân tham gia câu lạc bộ âm nhạc.

☐ 점심 식사 후, 캠퍼스 안에 있는 벤치에 앉아서 커피 마시는 것을 좋아합니다.

Sau khi ăn trưa, tôi thích ngồi trên băng ghế trong khuôn viên trường uống cà phê.

☐ 우리 학교 도서관은 자율학습하기에 이상적인 장소입니다.

Thư viện trường tôi là nơi lý tưởng để tự học.

☐ 보통 학교에서 과제를 다 해야 비로소 집에 갑니다.

Tôi thường làm xong bài tập ở trường rồi mới về nhà.

☐ 용돈을 벌기 위해서 아르바이트를 합니다.

Tôi làm thêm để kiếm tiền tiêu vặt.

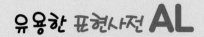
주제에 관한 다양하고 유용한 AL 등급의 표현들입니다. 자신에게 맞는 문장을 체크하고 재미있는 스토리를 만들어 보세요. 돌발 질문에도 당황하지 않고 나만의 표현력은 물론, 논리력에도 자신감이 생깁니다.

☐ 저는 매일 아침에 복습하고 학교에 갈 준비를 하느라 분주합니다.

Mỗi buổi sáng tôi luôn tất bật ôn tập và chuẩn bị để đi đến trường.

☐ 학교에서 공부하는 시간은 늘 신나고 새로운 것을 많이 배우는 시간입니다.

Thời gian học ở trường luôn là thời gian hứng khởi và học được nhiều cái mới.

☐ 매일 학교에서 최소 8시간을 보냅니다.

Mỗi ngày tôi đều dành ít nhất 8 tiếng ở trường.

☐ 저와 친한 친구가 음악을 매우 좋아하기 때문에 수업이 없을 때 같이 음악 동아리 활동을 합니다.

Khi không có tiết học, tôi cùng bạn thân tham gia câu lạc bộ âm nhạc vì hai chúng tôi đều rất thích âm nhạc.

☐ 점심 식사 후, 캠퍼스 안에 있는 벤치에 앉아서 커피를 마시며 행인 보는 것을 좋아합니다.

Sau khi ăn trưa, tôi thích ngồi trên băng ghế trong khuôn viên trường vừa uống cà phê vừa ngắm người qua lại.

☐ 우리 학교 도서관은 조용하고 쾌적하기 때문에 자율학습하기에 이상적인 장소입니다.

Thư viện trường tôi là nơi lý tưởng để tự học vì rất yên tĩnh và thoáng mát.

☐ 집에서는 공부에 집중이 되지 않아서 보통 학교에서 과제를 다 해야 비로소 집에 갑니다.

Tôi thường làm xong bài tập ở trường rồi mới về nhà vì ở nhà thì tôi không thể tập trung học được.

☐ 용돈을 벌고 경험을 쌓기 위해서 아르바이트를 열심히 합니다.

Tôi làm thêm chăm chỉ để kiếm tiền tiêu vặt và tích lũy kinh nghiệm.

Chương 2

직장 생활

Background survey에서 '직업/회사', '직업 있음'으로 선택했을 경우에는 직장인의 신분으로 직업과 업무 소개 등으로 자기소개를 하면 됩니다. 출제 빈도가 높은 질문으로는 회사 사무실에 대한 묘사와 출근 첫날에 관련된 질문 등이 있습니다. 추가적으로 직장에서의 경험 및 프로젝트 경험 등은 과정에서 결과까지 자세하게 준비하는 것도 좋습니다.

주제별 고득점 꿀팁 ★

Bài 1 자기소개 (직장인)	✱ 고급 어휘와 정확한 문법 및 또렷한 발음으로 좋은 첫인상 주기 ✱ 이름, 나이 → 직업 및 업무 → 가족에 관한 간단한 소개하기 ✱ Background Survey에서 선택한 항목들을 연결해서 취미도 함께 말하기 ☞ 항상 첫 번째 질문에서 나오는 내용이므로, 철저하게 준비하고 자신 있게 이야기해야 합니다.
Bài 2 직장 업무 및 회사 소개	✱ 회사, 직급, 업무 등 정보 제공의 느낌으로 간결하게 소개하기 ☞ 회사의 특징과 업무에 대해 느낀 점을 함께 이야기하는 것이 좋습니다.
Bài 3 직장 상사 및 동료 소개	✱ 자기소개 패턴을 활용하여 직장 상사 및 동료들 소개하기 ✱ 직장 상사 및 동료와 나와의 관계 → 상사 및 동료에 대한 나의 생각
Bài 4 회사의 양성 프로그램 및 출·퇴근 과정	✱ 교육 내용과 교육 기간 등 회사의 양성 프로그램 소개하기 → 회사의 양성 프로그램에 대한 나의 생각 말하기 ✱ 시제 및 시점을 사용하여 출·퇴근 과정 설명하기 ☞ 출·퇴근 이동 중, 습관이나 기분 등도 함께 표현해 주는 것이 좋습니다.

✦ Background Survey에서 해당 항목을 선택했을 경우, 출제되는 빈출도 높은 질문 유형들입니다. 인터뷰식 외국어 말하기 평가는 시험관이 말하는 질문의 의도를 빠르게 파악하는 것이 무엇보다 중요하므로, 다양한 주제별 질문 유형을 반복해서 익혀 보세요.

주제별 질문 유형 한눈에 파악하기

Bài 1 자기소개 (직장인)	• Giờ chúng ta sẽ bắt đầu cuộc phỏng vấn nhé. Hãy giới thiệu một chút về bạn. — 이제 인터뷰를 시작하겠습니다. 당신에 대해 소개해 주세요.
Bài 2 직장 업무 및 회사 소개	• Bạn đã nói trong bảng khảo sát là bạn có việc làm. Hãy nói cho tôi nghe về công ty của bạn. Công ty của bạn được thành lập khi nào? Công ty bạn cung cấp sản phẩm hay dịch vụ nào? Hãy nói cho tôi biết càng chi tiết càng tốt về công ty của bạn. — 당신은 설문조사에서 직업을 가지고 있다고 말했습니다. 당신의 회사에 대해 이야기해 주세요. 당신의 회사는 언제 설립되었나요? 당신의 회사는 어떤 제품이나 서비스를 제공하나요? 당신의 회사에 대해 가능한 한 자세히 이야기해 주세요.
Bài 3 직장 상사 및 동료 소개	• Hãy nói cho tôi nghe về đồng nghiệp hoặc cấp trên của bạn. Cô ấy hoặc anh ấy trông như thế nào? Tính cách của anh ấy/cô ấy thế nào? Bạn thường làm việc gì với anh ấy/cô ấy? — 당신의 동료나 상사에 대해 이야기해 주세요. 그분은 어떻게 생겼나요? 성격이 어떤가요? 당신은 그분과 보통 어떤 일을 하나요?
Bài 4 회사의 양성 프로그램 및 출·퇴근 과정	• Ở công ty của bạn có chương trình đào tạo nào cho nhân viên? Hãy giới thiệu các chương trình đào tạo đó. Có bộ phận nào tham gia chương trình đào tạo đó? — 당신의 회사에는 직원을 위한 어떤 교육 프로그램이 있나요? 그 프로그램에 대해 소개해 주세요. 어떤 부서가 그 교육 프로그램에 참여하나요?

자기소개 (직장인)

질문에 관한 답변을 하기 전, 핵심 어휘를 떠올리며 답변 내용을 머릿속으로 미리 정리해 보세요. 핵심 표현을 단계적으로 나열한 Tip을 참고하여 나만의 핵심 어휘도 만들어 보세요.

Q Giờ chúng ta sẽ bắt đầu cuộc phỏng vấn nhé. Hãy giới thiệu một chút về bạn.

이제 인터뷰를 시작하겠습니다. 당신에 대해 소개해 주세요.

 핵심 어휘 떠올리기

họ tên 성명
họ 성, **tên** 이름

sở thích 취미
hoạt động khi rỗi 여가 활동
tính cách 성격
ưu điểm 장점
nhược điểm 단점

tuổi 나이, **nghề nghiệp** 직업
kết hôn 결혼하다
bộ phận 부서, **nơi ở** 거주지
thủ đô 수도, **thành phố** 시
quận 구

kế hoạch tương lai 미래 계획
thăng chức 승진하다
chuyển bộ phận 부서 이동

 만들어 보세요!

핵심 표현들을 단계적으로 나열한 **Tip**을 참고하여 나만의 핵심 어휘를 만들어 보세요.

Tip 간단한 인사 표현 → 이름, 나이 → 직업 및 업무 소개와 근무 기간 → 사는 곳과 가족 소개
→ 취미 → 성격 → 미래 계획

OPIc 시험에서는 질문의 의도를 빠르게 파악하는 것이 매우 중요합니다. 익숙한 질문일수록, 당황하지 않고 자연스럽게 답변을 할 수 있습니다. 주제에 관한 다양한 질문 유형들을 반복해서 익히고 학습해 보세요.

1. Hãy nói về bản thân bạn.

자신에 대한 이야기를 해 주세요.

----

2. Bạn hãy giới thiệu một chút về mình.

자신에 대해 잠깐 소개해 주세요.

----

3. Bạn có thể tự giới thiệu về mình được không?

자기소개를 해 주실 수 있나요?

 문법 익히기

IH 또는 AL 등급에 어울리는 베트남어의 문법과 구조 형태 등을 학습하고 답변에 응용해 보세요. 자연스러운 표현과 언어 구사 능력이 올라갑니다.

● **một trong những + 명사** : (명사)들 중 하나

'một'은 '하나', 'trong'은 '~안에', 'những'은 '~들'이라는 뜻으로, '~들 중의 하나'라는 의미를 나타냅니다.

Công ty tôi là một trong những công ty đang đầu tư nhiều ở Việt Nam.

우리 회사는 베트남에서 많이 투자하는 회사들 중 하나입니다.

Câu cá là một trong những sở thích của tôi.

낚시는 제 취미들 중 하나입니다.

● **Hễ ~ thì ~ / Hễ ~ là ~** : 만약 ~하면 ~, ~할 때마다 ~

「hễ+조건+thì+결과」는 조건과 결과에 대해 말할 때 사용합니다. 앞에서 현상/사물이 오면 반드시 뒤에 결과가 위치합니다.

Hễ có thời gian thì tôi xem phim cùng vợ tôi.

시간이 있으면 아내와 같이 영화를 봅니다.

Hễ được nghỉ là tôi dành thời gian tập thể dục.

쉴 때마다 운동을 하며 시간을 보냅니다.

출제 빈도가 높은 인터뷰의 주제별 질문에 맞게 핵심 표현들을 단계적으로 나누어서 답변하는 연습을 해보세요. '응용 표현들'을 활용해서 나에게 맞는 표현들로 나만의 스토리를 만들어 보세요.

간단한 인사 표현	Xin chào cô. Rất vui được gặp cô. Tôi xin tự giới thiệu về mình.
이름, 나이	Tên tôi là Minseok, họ là Kim. Tên tiếng Việt của tôi là Minh. Năm nay tôi 45 tuổi.
직업 및 업무 소개와 근무 기간	Tôi đang làm việc ở công ty điện tử. Đây là một trong những công ty lớn ở Hàn Quốc và tôi đã cống hiến cho công ty này được khoảng 15 năm rồi. Tôi là trưởng phòng của bộ phận quản lý sản xuất. Công việc của tôi là quản lý dây chuyền sản xuất để đạt sản lượng quy định trong một ngày. Tôi rất yêu công việc của tôi.
사는 곳과 가족 소개	Tôi đang sống ở Seoul. Cô có biết Seoul không ạ? Seoul là thủ đô và cũng là trung tâm văn hóa, kinh tế, chính trị của Hàn Quốc với dân số khoảng 10 triệu người. Tôi sống ở Seoul với vợ và 2 con trai. Vợ tôi là nội trợ, còn 2 con trai của tôi là học sinh. Gia đình chúng tôi rất hòa thuận và hạnh phúc.
취미	Sở thích của tôi là đi dạo. Hễ có thời gian rỗi thì tôi đi dạo cùng vợ tôi.
성격	Ưu điểm trong tính cách của tôi là luôn thích thử những cái mới, và không sợ sự thay đổi.
미래 계획	Tôi dự định sẽ nghỉ hưu vào năm 60 tuổi và sẽ về quê sinh sống cùng vợ tôi vì tôi thích cuộc sống thanh bình ở quê.

안녕하세요. 만나서 반갑습니다. 자기소개를 하겠습니다. 제 이름은 '민석'이고 성은 '김'입니다. 베트남 이름은 '밍'입니다. 올해 45살입니다. 저는 전자회사에서 일합니다. 이 회사는 한국의 대기업 중 하나이고 저는 이 회사에 약 15년 동안 헌신해왔습니다. 저는 생산관리의 팀장입니다. 제 일은 하루 만에 정해진 생산량에 도달하기 위해 생산 라인을 관리하는 것입니다. 저는 제 일을 매우 사랑합니다. 저는 서울에 삽니다. 선생님은 서울이라는 도시를 아시나요? 서울은 약 천만 명의 인구를 가진 한국의 수도이자 문화, 경제, 정치의 중심지입니다. 저는 아내와 두 아들과 함께 서울에 삽니다. 아내는 주부, 두 아들은 학생입니다. 우리 가족은 매우 화목하고 행복합니다. 저의 취미는 산책하는 것입니다. 저는 시간이 날 때마다 아내와 산책을 합니다. 제 성격의 장점은 변화를 두려워하지 않고 항상 새로운 시도를 좋아하는 것입니다. 시골에서의 평화로운 생활을 좋아하기 때문에 60세에 정년 퇴직하고 아내와 함께 귀촌해서 살 계획입니다.

 단어

- điện tử 전자
- cống hiến 헌신하다
- trưởng phòng 팀장
- quản lý 관리하다
- sản xuất 생산하다
- dây chuyền sản xuất 생산 라인

- đạt 도달하다
- sản lượng 생산량
- quy định 정하다, 규정하다
- thủ đô 수도
- dân số 인구
- hòa thuận 화목하다

- hạnh phúc 행복하다
- thử 도전하다, 시도하다
- sự thay đổi 변화
- nghỉ hưu 은퇴하다, 정년퇴직하다
- thanh bình 평화롭다, 태평스럽다

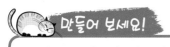

만들어 보세요!

나만의 스토리를 만들어 보세요.

Xin chào cô. Rất vui được gặp cô. Tôi xin tự giới thiệu về mình. Tên tôi là 이름 , họ là 성 . Tên tiếng Việt của tôi là 베트남 이름 . Năm nay tôi 나이 tuổi. Tôi đang làm việc ở ① 회사 종류 . Đây là một trong những công ty lớn ở Hàn Quốc và tôi đã cống hiến cho công ty này được khoảng 기간 năm rồi. Tôi là ② 직위 của ③ 부서 . Công việc của tôi là 업무 내용 . Tôi rất yêu công việc của tôi. Tôi đang sống ở 사는 지역 . Cô có biết 지역 không ạ? 사는 지역에 관한 정보 및 소개 . Tôi sống ở 지역 với 동거인 và 동거인 . 동거인 tôi là 직업 , còn 동거인 của tôi là 직업 . Gia đình chúng tôi rất hòa thuận và hạnh phúc. Sở thích của tôi là ④ 취미 . Hễ có thời gian rỗi thì tôi ④ 취미 cùng 동거인 . Ưu điểm trong tính cách của tôi là ⑤ 성격 장점 . Tôi dự định sẽ nghỉ hưu vào năm 60 tuổi và sẽ về quê sinh sống cùng vợ tôi vì tôi thích cuộc sống thanh bình ở quê.

안녕하세요. 만나서 반갑습니다. 자기소개를 하겠습니다. 제 이름은 ' '이고 성은 ' '입니다. 베트남 이름은 ' '입니다. 올해 살입니다. 저는 ① 에서 일합니다. 이 회사는 한국의 대기업 중 하나이고 저는 이 회사에 약 년 동안 헌신해왔습니다. 저는 ③ 의 ② 입니다. 제 일은 . 저는 제 일을 매우 사랑합니다. 저는 에 삽니다. 선생님은 이라는 도시를 아시나요? . 저는 와 과 함께 에 삽니다. 는 , 은 입니다. 우리 가족은 매우 화목하고 행복합니다. 저의 취미는 ④ 하는 것입니다. 저는 시간이 날 때 마다 와 ④ . 제 성격의 장점은 ⑤ 입니다. 시골에 서의 평화로운 생활을 좋아하기 때문에 60세에 정년퇴직하고 아내와 함께 귀촌해서 살 계획입니다.

응용 표현들

나에게 맞는 표현을 찾아서 위의 빈칸에 대입시켜 보세요.

① 회사 종류	• công ty thương mại 무역회사 • công ty thực phẩm 식품회사 • công ty chứng khoán 증권사 • công ty dược phẩm 제약회사 • công ty may mặc 봉제회사
② 직위	• nhân viên 사원 • trợ lý 대리 • trưởng bộ phận 부장 • phó trưởng bộ phận 차장 • giám đốc nhà máy 공장장 • thư ký 비서
③ 부서	• bộ phận nhân sự 인사부 • bộ phận hành chính tổng hợp 총무부 • bộ phận kế toán 회계부 • bộ phận nghiên cứu và phát triển sản phẩm 연구개발부
④ 취미	• cắm trại 캠핑하다 • đi dã ngoại 소풍을 가다 • đi biển 해변에 가다 • đi bảo tàng 박물관에 가다 • đi xem biểu diễn 공연을 보러 가다 • xem phim 영화를 보다
⑤ 성격 장점	• năng động 활동적이다 • sáng tạo 창의적이다 • hoạt bát 활발하다 • quyết đoán 결단력이 있다

유용한 표현사전 IH

주제에 관한 다양하고 유용한 IH 등급의 표현들입니다. 자신에게 맞는 문장을 체크하고 재미있는 스토리를 만들어 보세요. 돌발 질문에도 당황하지 않고 나만의 표현력은 물론, 논리력에도 자신감이 생깁니다.

☐ 제 소개를 시작하겠습니다.

Tôi sẽ bắt đầu phần giới thiệu của mình.

☐ 저는 자유로운 삶을 좋아하기 때문에 아직 결혼을 안 했습니다.

Tôi vẫn chưa kết hôn vì tôi yêu cuộc sống tự do.

☐ 저는 결혼한 지 10년이 되었고 두 아이가 있습니다.

Tôi đã kết hôn được 10 năm và có 2 con.

☐ 저는 3남매 중 장남입니다.

Tôi là con trai cả trong 3 anh chị em.

☐ 저는 현재 일이 저와 잘 맞기 때문에 좋아합니다.

Tôi thích công việc hiện tại vì nó hợp với tôi.

☐ 오랫동안 회사에 헌신하고 싶습니다.

Tôi muốn cống hiến ở công ty trong thời gian dài.

☐ 내년에 이직할 계획이 있습니다.

Tôi có kế hoạch chuyển việc vào năm sau.

☐ 40세에 캐나다에 이민 갈 계획이 있습니다.

Tôi có kế hoạch đi định cư ở Canada vào năm 40 tuổi.

자신에게 맞는 답변을 체크해 보세요. ☑

주제에 관한 다양하고 유용한 AL 등급의 표현들입니다. 자신에게 맞는 문장을 체크하고 재미있는 스토리를 만들어 보세요. 돌발 질문에도 당황하지 않고 나만의 표현력은 물론, 논리력에도 자신감이 생깁니다.

☐ 제 소개를 시작하도록 하겠습니다.

  Tôi xin phép bắt đầu phần giới thiệu của mình.

☐ 저는 자기 계발과 커리어를 우선시하고 싶어서 아직 결혼하지 않았습니다.

  Tôi vẫn chưa kết hôn vì muốn ưu tiên phát triển bản thân và sự nghiệp.
  → 우선시하다 → 자기 계발 → 커리어

☐ 저는 결혼한 지 10년이 되었고 가정적인 사람입니다.

  Tôi đã kết hôn được 10 năm rồi và tôi là mẫu người của gia đình.

☐ 저는 3남매 중 장남이어서 늘 가족에 대한 책임감을 느낍니다.

  Tôi là con trai cả trong 3 anh chị em nên tôi luôn cảm thấy phải có trách nhiệm với gia đình.

☐ 저는 현재 일이 저와 잘 맞고 이 일을 할 때 늘 행복하기 때문에 좋아합니다.

  Tôi thích công việc hiện tại vì nó hợp với tôi và tôi luôn cảm thấy hạnh phúc khi làm việc này.

☐ 저는 더 할 수 없을 때까지 회사에 헌신하고 싶습니다.

  Tôi muốn cống hiến ở công ty đến khi không thể làm được nữa.

☐ 저는 새로운 환경에서 도전하고 싶어서 내년에 이직할 계획이 있습니다.

  Tôi có kế hoạch chuyển việc vào năm sau vì tôi muốn thử sức ở môi trường mới.

☐ 외국에서 생활하고 싶어서 40세에 캐나다에 이민 갈 계획이 있습니다.

  Tôi có kế hoạch đi định cư ở Canada vào năm 40 tuổi vì tôi muốn sống ở nước ngoài.

직장 업무 및 회사 소개

질문에 관한 답변을 하기 전, 핵심 어휘를 떠올리며 답변 내용을 머릿속으로 미리 정리
해 보세요. 핵심 표현을 단계적으로 나열한 Tip을 참고하여 나만의 핵심 어휘도 만들어
보세요.

Q Bạn đã nói trong bảng khảo sát là bạn có việc làm. Hãy nói cho tôi nghe về công ty của bạn. Công ty của bạn được thành lập khi nào? Công ty bạn cung cấp sản phẩm hay dịch vụ nào? Hãy nói cho tôi biết càng chi tiết càng tốt về công ty của bạn.

당신은 설문조사에서 직업을 가지고 있다고 말했습니다. 당신의 회사에 대해 이야기해 주세요. 당신의
회사는 언제 설립되었나요? 당신의 회사는 어떤 제품이나 서비스를 제공하나요? 당신의 회사에 대해
가능한 한 자세히 이야기해 주세요.

 핵심 어휘 떠올리기

tên công ty 회사명

số lượng nhân viên
직원 수
tầm nhìn 비전
chiến lược 전략

thành lập 설립하다
năm thành lập 설립연도

sản xuất 생산하다
phân phối 유통하다
bán hàng 영업하다

suy nghĩ về công ty 회사에 대한 생각
muốn làm việc lâu dài ở công ty
회사에서 오래 일하고 싶다

 만들어 보세요!

핵심 표현들을 단계적으로 나열한 **Tip**을 참고하여 나만의 핵심 어휘를 만들어 보세요.

Tip 회사명, 위치 소개 → 회사의 설립연도, 규모, 비전 등 소개 → 회사의 상품, 서비스 소개
→ 회사에 대한 나의 생각

OPIc 시험에서는 질문의 의도를 빠르게 파악하는 것이 매우 중요합니다. 익숙한 질문일수록, 당황하지 않고 자연스럽게 답변을 할 수 있습니다. 주제에 관한 다양한 질문 유형들을 반복해서 익히고 학습해 보세요.

1. Bạn đã cho biết bạn có việc làm. Hãy mô tả văn phòng hoặc nơi làm việc của bạn càng chi tiết càng tốt.

당신은 직업을 가지고 있다고 말했습니다. 당신의 사무실이나 직장에 대해 가능한 한 자세히 묘사하세요.

2. Bạn làm loại việc gì ở nơi làm việc? Bạn có thể gặp khó khăn hoặc vấn đề trong khi làm việc. Hãy nói cho tôi nghe về một vấn đề bạn đang gặp trong công việc. Tại sao việc đó làm phiền bạn và bạn đã làm gì để giải quyết vấn đề?

직장에서 어떤 일을 하나요? 일하는 동안 어려움이나 문제를 겪을 수 있습니다. 직장에서 겪고 있는 문제 한 가지를 이야기해 주세요. 왜 그것이 당신을 귀찮게 하고 그 문제를 해결하기 위해 당신은 무엇을 했나요?

3. Hãy chọn một sản phẩm tốt nhất mà công ty của bạn đã sản xuất. Nó là gì? Nó trông như thế nào? Nó được dùng để làm gì? Nó có các điểm đặc trưng nào?

당신의 회사에서 생산하는 제품들 중에 최고의 제품 하나를 선택하세요. 그것은 무엇인가요? 어떻게 생겼나요? 무엇을 위해 사용되나요? 어떤 특징을 가지고 있나요?

4. Kể cho tôi về ngày đầu tiên làm việc ở công ty hoặc văn phòng hiện nay. Đó là khi nào? Bạn đã làm gì để dọn đến và sắp xếp nơi làm việc để có thể làm việc ở đó. Cho tôi biết tất cả chi tiết về ngày đầu làm việc của bạn.

현재 회사나 사무실에서 일한 첫날에 대해 이야기해 주세요. 그것은 언제였나요? 거기서 일하기 위해 이사하고 정리하는 데 무엇을 했나요? 당신의 첫 출근에 대해 자세히 알려 주세요.

5. Kể cho tôi biết chi tiết về một lần bạn cần thay đổi vài thứ tại nơi làm việc của mình. Có thể là bạn cần sửa chữa hoặc thay đổi thứ gì đó. Hãy giải thích tình huống và tất cả những việc cần làm để thay đổi thứ đó. Nhớ kể cho tôi biết có gì khó khăn hoặc đáng nhớ về lần đó.

직장에서 몇 가지 변화가 필요했던 시기에 대해 이야기해 주세요. 무언가를 고치거나 바꿔야 할 필요가 있었을 수 있습니다. 그것을 바꾸기 위해 해야 할 일, 그리고 상황을 설명해 주세요. 그때의 어려움 혹은 기억에 남는 일에 대해서도 이야기해 주세요.

IH 또는 AL 등급에 어울리는 베트남어의 문법과 구조 형태 등을 학습하고 답변에 응용해 보세요. 자연스러운 표현과 언어 구사 능력이 올라갑니다.

● **trở nên + 형용사** : (형용사)아/어지다

「trở nên+형용사」는 '~해지다'라는 뜻으로 '상태, 성격, 상황, 모양' 등이 조금씩 변화한다는 의미를 나타냅니다.

Tôi trở nên tích cực hơn sau khi bắt đầu làm việc ở công ty này.

저는 이 회사에 입사한 후 더 적극적 이어졌어요.

Công ty tôi dần trở nên nổi tiếng hơn trong lĩnh vực chất bán dẫn.

우리 회사는 반도체 영역에서 점차 유명해졌어요.

● **không phải chỉ vì ~ mà còn vì ~** : ~뿐만 아니라 ~ 때문이다 / ~뿐만 아니라 ~ 위해서

「không phải chỉ vì ~ mà còn vì ~」는 'không những vì ~ mà còn vì ~'와 비슷한 의미를 가지며, 이유를 설명할 때 강조의 의미를 나타냅니다.

Công ty tôi ngày càng lớn mạnh không phải chỉ vì tầm nhìn của công ty mà còn vì nhân viên nỗ lực hết mình.

우리 회사는 회사의 비전뿐만 아니라 직원들이 최선을 다하기 때문에 더 커졌어요.

Tôi cố gắng không phải chỉ vì tôi mà còn vì gia đình tôi.

저뿐만 아니라 가족을 위해서 노력합니다.

출제 빈도가 높은 인터뷰의 주제별 질문에 맞게 핵심 표현들을 단계적으로 나누어서 답변하는 연습을 해보세요. '응용 표현들'을 활용해서 나에게 맞는 표현들로 나만의 스토리를 만들어 보세요.

회사명, 위치 소개	Tôi đang làm việc ở công ty thương mại **tên là** ABC. Công ty tôi nằm ở tầng 7 và 8 trong một tòa nhà 20 tầng ở trung tâm thành phố Seoul.
회사의 설립연도, 규모, 비전 등 소개	Công ty tôi được thành lập vào năm 1980 bởi chủ tịch hội đồng quản trị hiện nay. Lúc đầu, công ty tôi là một công ty rất nhỏ chỉ có 3 nhân viên, nhưng sau 40 năm thì công ty chúng tôi đã **trở nên** lớn mạnh hơn và hiện nay có trên 500 nhân viên. Mục tiêu của công ty chúng tôi là chiếm khoảng 30% thị trường phân phối của Hàn Quốc.
회사의 상품, 서비스 소개	Công ty chúng tôi chuyên phân phối thực phẩm vào hệ thống siêu thị lớn như Emart, Lotte, Homeplus v.v... và các cửa hàng bán lẻ ở Hàn Quốc.
회사에 대한 나의 생각	Tôi thấy công ty của tôi không to lắm nhưng chế độ phúc lợi tốt, và điều quan trọng nhất là bầu không khí ở công ty tôi rất tuyệt vời. Tôi muốn làm việc ở đây lâu dài, **không phải chỉ vì** lương **mà còn vì** tiềm năng của công ty và mối quan hệ tốt với cấp trên và đồng nghiệp.

저는 ABC라는 무역 회사에서 일합니다. 우리 회사는 서울 도심에 있는 20층짜리 건물 7, 8층에 위치해 있습니다. 우리 회사는 1980년에 현 이사장에 의해 설립되었습니다. 처음에는 직원이 3명밖에 없는 아주 작은 회사였지만 40년 만에 더 커졌고 지금은 500명이 넘는 직원이 있습니다. 회사의 목표는 한국 유통시장의 약 30%를 점유하는 것입니다. 우리 회사는 한국에서 이마트, 롯데, 홈플러스 등 대형마트와 소매점에 식품을 전문적으로 유통하고 있습니다. 회사가 그렇게 크지는 않지만 복지제도가 좋고, 가장 중요한 것은 회사 분위기가 아주 좋다는 것입니다. 저는 급여뿐만 아니라 회사의 잠재력 그리고 상사와 동료들과의 좋은 관계 때문에 이곳에서 오래 일하고 싶습니다.

단어		
▫ được thành lập 설립되다	▫ thị trường 시장	▫ tuyệt vời 멋지다, 훌륭하다, 좋다
▫ (동사) bởi (명사/대명사) ~에 의해	▫ phân phối 유통하다	▫ tiềm năng 잠재력
▫ chủ tịch hội đồng quản trị 이사장	▫ cửa hàng bán lẻ 소매점	▫ mối quan hệ 관계
▫ lớn mạnh 강성하다, 크다, 크고 탄탄하다	▫ chế độ 제도	▫ cấp trên 상사
▫ mục tiêu 목표	▫ phúc lợi 복지	▫ đồng nghiệp 동료
▫ chiếm 차지하다, 점유하다	▫ bầu không khí 분위기	

나만의 스토리를 만들어 보세요.

Tôi đang làm việc ở [회사 업종] tên là [회사명]. Công ty tôi nằm ở ①
[회사 위치]
. Công ty tôi được thành lập
vào năm [연도] bởi chủ tịch hội đồng quản trị hiện nay. Lúc đầu, công ty tôi là một công
ty rất nhỏ chỉ có [직원 수] nhân viên, nhưng sau [기간] năm thì công ty chúng tôi đã trở nên
lớn mạnh hơn và hiện nay có trên [직원 수] nhân viên. Mục tiêu của công ty chúng tôi là
② [회사의 목표/비전] . Công ty chúng tôi ③
[회사의 상품 및 서비스]
. Tôi thấy công ty của tôi không to lắm nhưng chế độ phúc
lợi tốt, và điều quan trọng nhất là bầu không khí ở công ty tôi rất tuyệt vời. Tôi ④
[회사에 대한 생각]
.

저는 ___라는 ___에서 일합니다. 우리 회사는 ① ___에 위치해 있습니다. 우리
회사는 ___년에 현 이사장에 의해 설립되었습니다. 처음에는 직원이 ___명밖에 없는 아주 작은 회사였지만 ___년 만에 더
커졌고 지금은 ___명이 넘는 직원이 있습니다. 회사의 목표는 ② ___것입니다. 우리 회사
는 ③ ___. 회사가 그렇게 크
지는 않지만 복지제도가 좋고, 가장 중요한 것은 회사 분위기가 아주 좋다는 것입니다. 저는 ④
___.

응용 표현들

나에게 맞는 표현을 찾아서 위의 빈칸에 대입시켜 보세요.

① 회사 위치	· ngoại ô Seoul 서울 외곽 · thành phố vệ tinh của Seoul 서울의 위성도시 · tỉnh 지방
② 회사의 목표/비전	· đạt doanh số trên 10 triệu đô la 천만 달러 이상의 매출에 도달하다 · tăng doanh số gấp đôi sau 5 năm 매출이 5년 뒤에 2배로 증가하다 · trở thành doanh nghiệp thân thiện với môi trường 친환경 기업이 되다
③ 회사의 상품 및 서비스	· sản xuất linh kiện điện thoại 전화기 부품을 생산하다 · phân phối linh kiện xe ô tô 자동차 부품을 유통하다 · sản xuất lưới chống côn trùng 방충망을 생산한다 · thiết kế trang web 웹 디자인을 하다 · phân phối thủy hải sản 수산물을 유통하다
④ 회사에 대한 생각	· cảm thấy tự hào về công ty 회사에 대한 자부심이 있다 · muốn cống hiến lâu dài ở công ty 회사에서 오랫동안 헌신하고 싶다

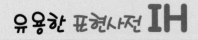

유용한 표현사전 IH

자신에게 맞는 답변을 체크해 보세요. ☑

주제에 관한 다양하고 유용한 IH 등급의 표현들입니다. 자신에게 맞는 문장을 체크하고 재미있는 스토리를 만들어 보세요. 돌발 질문에도 당황하지 않고 나만의 표현력은 물론, 논리력에도 자신감이 생깁니다.

☐ 출근 첫날은 매우 긴장하고 낯설었습니다.

　Ngày đầu tiên làm việc ở công ty tôi đã rất hồi hộp và bỡ ngỡ.

☐ 우리 회사는 더 새롭고 큰 건물로 막 이사 왔습니다.

　Công ty tôi vừa chuyển đến tòa nhà mới và to hơn.

☐ 우리 회사에는 직원을 위한 휴식공간이 있습니다.

　Trong công ty tôi có không gian nghỉ ngơi cho nhân viên.

☐ 우리 회사 1층에 직원 전용 식당이 있습니다.

　Ở tầng một của công ty tôi có nhà ăn cho nhân viên.

☐ 우리 회사의 가장 대표 제품은 건면 라면입니다.

　Sản phẩm nổi bật nhất của công ty chúng tôi là mì ăn liền không chiên.

☐ 최근에 저는 10층에서 12층으로 자리를 옮겨야 했습니다.

　Gần đây tôi phải chuyển chỗ ngồi từ tầng 10 lên tầng 12.

☐ 저는 원료구매를 담당합니다.

　Tôi phụ trách mua nguyên liệu.

☐ 최근에 저와 동료 사이에 갈등이 있었습니다.

　Gần đây giữa tôi và đồng nghiệp đã có bất đồng.

자신에게 맞는 답변을 체크해 보세요. ☑

주제에 관한 다양하고 유용한 AL 등급의 표현들입니다. 자신에게 맞는 문장을 체크하고 재미있는 스토리를 만들어 보세요. 돌발 질문에도 당황하지 않고 나만의 표현력은 물론, 논리력에도 자신감이 생깁니다.

☐ 이 회사는 저의 첫 직장이기 때문에 출근 첫날은 매우 긴장하고 낯설었습니다.

Ngày đầu tiên làm việc ở công ty tôi đã rất hồi hộp và bỡ ngỡ vì đây là nơi làm việc đầu tiên của tôi.

☐ 우리 회사의 규모가 확장되었기 때문에 더 큰 건물로 막 이사 왔습니다.

Công ty tôi vừa chuyển đến tòa nhà to hơn do quy mô công ty được mở rộng.

☐ 우리 회사는 업무시간에 받은 스트레스를 해소할 수 있는 휴식공간이 있습니다.

Công ty tôi có không gian nghỉ ngơi để có thể giải tỏa căng thẳng trong giờ làm việc.

☐ 우리 회사 1층에 직원 전용 식당이 있어서 매우 편리합니다.

Ở tầng một của công ty tôi có nhà ăn cho nhân viên nên rất tiện lợi.

☐ 우리 회사의 가장 대표 제품은 건면 라면이며, 이 제품의 매출이 연속적으로 가장 높습니다.

Sản phẩm nổi bật nhất của công ty chúng tôi là mì ăn liền không chiên và sản phẩm này liên tục có doanh số cao nhất.
연속적으로 → liên tục   매출 → doanh số

☐ 최근에 저는 부서 이동 때문에 10층에서 12층으로 자리를 옮겨야 했습니다.

Gần đây tôi phải chuyển chỗ ngồi từ tầng 10 lên tầng 12 do luân chuyển bộ phận.

☐ 저는 원료구매를 담당하기 때문에 생산공장을 자주 방문해야 합니다.

Tôi phụ trách mua nguyên liệu nên thường phải đi thăm nhà máy sản xuất.

☐ 최근에 서로 이해하지 못해서 저와 동료 사이에 갈등이 있었습니다.

Gần đây vì không hiểu ý nhau mà giữa tôi và đồng nghiệp đã có bất đồng.

직장 상사 및 동료 소개

질문에 관한 답변을 하기 전, 핵심 어휘를 떠올리며 답변 내용을 머릿속으로 미리 정리해 보세요. 핵심 표현을 단계적으로 나열한 Tip을 참고하여 나만의 핵심 어휘도 만들어 보세요.

Q Hãy nói cho tôi nghe về đồng nghiệp hoặc cấp trên của bạn. Cô ấy hoặc anh ấy trông như thế nào? Tính cách của anh ấy/cô ấy thế nào? Bạn thường làm việc gì với anh ấy/cô ấy?

당신의 동료나 상사에 대해 이야기해 주세요. 그분은 어떻게 생겼나요? 성격이 어떤가요?
당신은 그분과 보통 어떤 일을 하나요?

 핵심 어휘 떠올리기

đồng nghiệp 동료
cấp trên 상사

ngưỡng mộ cấp trên
상사를 존경하다
cảm thấy biết ơn
감사하게 생각하다
hòa hợp với đồng nghiệp
동료들과 사이좋게 지내다

tính cách 성격
gọn gàng 깔끔하다
sáng tạo 창의적이다
quyết đoán 결단력이 있다
cần mẫn 근면하다

ngoại hình 외모
cao 키가 크다, **thấp** 키가 작다

핵심 표현들을 단계적으로 나열한 **Tip**을 참고하여 나만의 핵심 어휘를 만들어 보세요.

Tip* 이름, 직위, 나이 → 처음 만난 계기 → 외모 → 첫인상 → 성격
→ 상사/동료에 대한 나의 생각

OPIc 시험에서는 질문의 의도를 빠르게 파악하는 것이 매우 중요합니다. 익숙한 질문일수록, 당황하지 않고 자연스럽게 답변을 할 수 있습니다. 주제에 관한 다양한 질문 유형들을 반복해서 익히고 학습해 보세요.

1. Bạn hãy miêu tả về cấp trên của bạn. Cấp trên của bạn như thế nào?

   당신의 상사에 대해 묘사해 주세요. 당신의 상사는 어떤가요?

2. Khi làm việc trong nhóm đôi khi có khó khăn, bạn có thể nói về một khó khăn đã xảy ra khi bạn làm việc nhóm không? Khi đó, nhóm của bạn đã làm gì? Hãy kể cho tôi nghe chi tiết về khó khăn đó.

   조별로 일할 때 종종 어려움이 있는데, 조별로 일할 때 일어났던 어려움에 대해 이야기해 줄 수 있나요? 그때 당신의 조는 무엇을 했나요? 그 어려움에 대해 자세히 이야기해 주세요.

3. Bạn có thể nói cho tôi nghe về một lần bạn gặp vấn đề với đồng nghiệp hay cấp trên được không? Đã có chuyện gì xảy ra? Bạn đã giải quyết thế nào? Kết quả thế nào? Hãy nói cho tôi nghe chi tiết.

   동료나 상사와 문제가 있었던 때에 대해 이야기해 줄 수 있나요? 무슨 일이 일어났나요? 당신은 어떻게 해결했나요? 결과는 어땠나요? 자세히 이야기해 주세요.

4. Lần đầu tiên bạn gặp cấp trên của bạn là khi nào? Ấn tượng đầu tiên của bạn về cấp trên thế nào? Hãy nói cho tôi nghe chi tiết về việc đó.

   당신이 상사를 처음 만난 것은 언제였나요? 상사에 대한 첫인상은 어땠나요? 상세히 이야기해 주세요.

5. Trong các đồng nghiệp của bạn, bạn thân nhất hoặc thích ai nhất? Anh ấy/cô ấy là người thế nào? Hãy nói chi tiết về đồng nghiệp thân nhất hoặc đồng nghiệp mà bạn thích nhất.

   당신의 동료 중 가장 친하거나 좋아하는 사람은 누구인가요? 그 사람은 어떤 사람인가요? 가장 친한 동료나 당신이 가장 좋아하는 동료에 대해 자세히 이야기해 주세요.

IH 또는 AL 등급에 어울리는 베트남어의 문법과 구조 형태 등을 학습하고 답변에 응용해 보세요. 자연스러운 표현과 언어 구사 능력이 올라 갑니다.

● **có thể là do + 동사/명사/구** : ~ 때문일 수도 있다

'có thể là do ~'는 화자가 어떤 일, 현상의 원인, 이유를 추측할 때 쓰는 표현입니다. 'có thể' 는 '~ㄹ 수 있다', 'là'는 '이다', 'do'는 '~때문에'라는 뜻으로, '~ 때문일 수가 있다 / 아마 ~때 문일 것이다/때문인 것 같다'라는 의미로 표현할 수 있습니다.

Có thể là do tôi ngại nói chuyện với người lạ mà chúng tôi cảm thấy không tự nhiên.
우리가 어색한 건 아마 내 낯가림 때문일 수 있어요.

Chúng ta trở nên thân nhau có thể là do tính cách hoạt bát của anh.
우리가 친해진 건 아마 당신의 활발한 성격 때문일 거예요.

● **không thể không + 동사/형용사** : ~하지 않을 수가 없다

「không thể không+동사/형용사」는 '~하지 않을 수 없다 / 어쩔 수 없이 ~하다'라는 의미를 나타냅니다.

Tôi không thể không sợ anh ấy.
나는 그를 무서워하지 않을 수가 없어요.

Anh ấy rất giỏi, tôi không thể không ngưỡng mộ anh ấy.
그는 너무 대단해서 내가 그를 동경하지 않을 수가 없어요.

출제 빈도가 높은 인터뷰의 주제별 질문에 맞게 핵심 표현들을 단계적으로 나누어서 답변하는 연습을 해보세요. '응용 표현들'을 활용해서 나에게 맞는 표현들로 나만의 스토리를 만들어 보세요.

이름, 직위, 나이	Từ bây giờ tôi sẽ giới thiệu về cấp trên của tôi. Cấp trên trực tiếp của tôi tên là Lee Sang-yi, 45 tuổi. Anh ấy là trưởng bộ phận bán hàng của chúng tôi.
처음 만난 계기	Tôi gặp anh Lee lần đầu vào 10 năm trước, anh ấy là cấp trên đầu tiên của tôi.
외모	Cấp trên của tôi khá cao, khoảng 1,75 m, da trắng, khuôn mặt tròn và tóc hoa râm.
첫인상	Lần đầu gặp anh ấy, tôi đã cảm thấy sợ. Có thể là do anh ấy toát ra vẻ đanh thép, và trông rất khó tính.
성격	Nhưng sau khi làm việc chung với anh ấy một thời gian, suy nghĩ của tôi về anh ấy đã thay đổi. Mặc dù là người đanh thép, nhưng anh ấy cũng rất tình cảm, và luôn lắng nghe ý kiến của nhân viên cấp dưới.
상사/동료에 대한 나의 생각	Cấp trên của tôi luôn giúp tôi rất nhiều. Những lần tôi bị căng thẳng vì phải suy nghĩ chiến lược cho công việc, tôi tìm đến nhờ anh ấy cho lời khuyên. Anh ấy luôn nghe ý kiến của tôi trước, sau đó cho tôi những ý tưởng rất sáng tạo và độc đáo. Tôi nghĩ anh ấy là một người lãnh đạo giỏi, do đó tôi không thể không kính trọng.

지금부터 제 상사를 소개하겠습니다. 제 직속 상사의 이름은 이상이이며, 나이는 45세입니다. 그는 우리 영업부장입니다. 10년 전에 상사를 처음 만났는데, 그분이 저의 첫 상사였습니다. 저의 상사는 키가 꽤 크고, 약 1.75m 정도이며, 피부가 하얗고, 얼굴이 둥글고 머리가 성성합니다. 그분을 처음 만났을 때, 저는 그분이 무서웠습니다. 아마도 카리스마를 내뿜고 매우 깐깐해 보였기 때문일 것입니다. 하지만 그분과 한동안 같이 일한 후 그에 대한 제 생각은 달라졌습니다. 카리스마가 넘치지만 정이 많고, 늘 부하직원들의 의견에 귀를 기울여 주는 사람입니다. 제 상사는 항상 저를 많이 도와줍니다. 업무 전략을 고민해야 해서 스트레스를 받을 때, 저는 그분에게 조언을 구하려고 그분을 찾아갑니다. 그분은 항상 제 의견을 먼저 듣고 나서 매우 창의적이고 독특한 아이디어를 줍니다. 저는 그분이 좋은 리더라고 생각하기 때문에 존경하지 않을 수 없습니다.

 단어

- cấp trên trực tiếp 직속 상사
- bộ phận bán hàng 영업부
- tóc hoa râm 성성한 머리
- toát ra 발산하다, 내뿜다
- vẻ đanh thép 카리스마

- khó tính 성격이 어렵다, 까칠하다
- tình cảm 정, 정이 많다
- lắng nghe 경청하다, 귀를 기울이다
- chiến lược 전략
- lời khuyên 조언

- ý tưởng 아이디어
- sáng tạo 창의적이다
- độc đáo 독특하다
- người lãnh đạo 리더, 지도자

나만의 스토리를 만들어 보세요.

Từ bây giờ tôi sẽ giới thiệu về cấp trên của tôi. Cấp trên trực tiếp của tôi tên là ⬚이름⬚ , ⬚나이⬚ tuổi. Anh ấy là ⬚상사의 직위⬚ của chúng tôi. Tôi gặp anh Lee lần đầu vào ⬚기간⬚ năm trước, anh ấy là cấp trên đầu tiên của tôi. Cấp trên của tôi ⬚외모⬚ . Lần đầu gặp anh ấy, tôi đã cảm thấy ① ⬚처음 감정⬚ . Có thể là do anh ấy ② ⬚첫인상⬚ , và ② ⬚첫인상⬚ . Nhưng sau khi làm việc chung với anh ấy một thời gian, suy nghĩ của tôi về anh ấy đã thay đổi. ⬚생각이 달라진 이유⬚ . Cấp trên của tôi luôn giúp tôi rất nhiều. Những lần tôi bị căng thẳng vì phải suy nghĩ chiến lược cho công việc, tôi tìm đến nhờ anh ấy cho lời khuyên. Anh ấy luôn nghe ý kiến của tôi trước, sau đó cho tôi những góp ý rất sáng tạo và độc đáo. Tôi nghĩ anh ấy là một người lãnh đạo giỏi, do đó tôi không thể không ③ ⬚상사 대한 나의 생각⬚ .

지금부터 제 상사를 소개하겠습니다. 제 직속 상사의 이름은 ⬚⬚ 이며, 나이는 ⬚⬚ 세입니다. 그는 우리 ⬚⬚ 입니다. ⬚⬚ 년 전에 상사를 처음 만났는데, 그분이 저의 첫 상사였습니다. 저의 상사는 ⬚⬚ . 그분을 처음 만났을 때, 저는 ① ⬚⬚ . 아마도 ② ⬚⬚ 고 ② ⬚⬚ 기 때문일 것입니다. 하지만 그분과 한동안 같이 일한 후 그에 대한 제 생각은 달라졌습니다. ⬚⬚ . 제 상사는 항상 저를 많이 도와줍니다. 업무 전략을 고민해야 해서 스트레스를 받을 때, 저는 그분에게 조언을 구하려고 그분을 찾아갑니다. 그분은 항상 제 의견을 먼저 듣고 나서 매우 창의적이고 독특한 아이디어를 줍니다. 저는 그분이 좋은 리더라고 생각하기 때문에 ③ ⬚⬚ 지 않을 수 없습니다.

응용 표현들

나에게 맞는 표현을 찾아서 위의 빈칸에 대입시켜 보세요.

① 처음 감정	• không thoải mái 불편하다 • khó khăn 어렵다 • thân thiết 친근하다
② 첫인상	• lạnh lùng 냉담하다, 차갑다 • nóng nảy 성질이 급하다 • niềm nở 따뜻하다, 친절하다 • điềm đạm (성격이) 조용하다, 얌전하다
③ 상사에 대한 나의 생각	• xem anh ấy là hình mẫu lý tưởng 그를 본보기상(롤 모델)으로 여기다 • học hỏi từ anh ấy 그 사람에게 배우다 • muốn trở nên thân thiết với anh ấy 그와 친해지고 싶다

자신에게 맞는 답변을 체크해 보세요. ☑

주제에 관한 다양하고 유용한 IH 등급의 표현들입니다. 자신에게 맞는 문장을 체크하고 재미있는 스토리를 만들어 보세요. 돌발 질문에도 당황하지 않고 나만의 표현력은 물론, 논리력에도 자신감이 생깁니다.

☐ 제 상사는 훌륭한 리더십을 가진 사람입니다.

Cấp trên của tôi là người có năng lực lãnh đạo xuất sắc.

☐ 제 동료는 대중 연설에 재능이 있는 사람입니다.

Đồng nghiệp của tôi là người có tài nói trước đám đông.

☐ 그녀는 세련되고 스타일리시해 보입니다.

Trông cô ấy sành điệu và phong cách.

☐ 비록 우리는 별로 친하지 않지만 저는 그를 많이 좋아합니다.

Tuy chúng tôi không thân nhau lắm nhưng tôi rất thích anh ấy.

☐ 그의 말은 항상 설득력이 있습니다.

Lời nói của anh ấy luôn có sức thuyết phục.

☐ 그러한 상사와 함께 일을 할 수 있어서 저는 제가 운이 좋은 사람이라고 생각합니다.

Tôi nghĩ mình là người may mắn khi được làm việc với cấp trên như thế.

☐ 저는 그 사람처럼 능력자가 되도록 노력할 겁니다.

Tôi sẽ cố gắng để trở thành người có năng lực như anh ấy.

☐ 우리가 서로 더 친해질 기회가 있기를 희망합니다.

Tôi hy vọng chúng tôi sẽ có cơ hội thân nhau hơn.

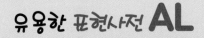
주제에 관한 다양하고 유용한 AL 등급의 표현들입니다. 자신에게 맞는 문장을 체크하고 재미있는 스토리를 만들어 보세요. 돌발 질문에도 당황하지 않고 나만의 표현력은 물론, 논리력에도 자신감이 생깁니다.

☐ 제 상사는 훌륭한 리더십과 선견지명이 있는 사람입니다.

Cấp trên của tôi là người có năng lực lãnh đạo xuất sắc và có tầm nhìn xa.

☐ 제 동료는 말재주가 좋고 대중 연설에 재능이 있는 사람입니다.

Đồng nghiệp của tôi là người hoạt ngôn và có tài nói trước đám đông .

☐ 그녀는 비록 꽤 심플한 옷을 입었지만 세련되고 스타일리시해 보입니다.

Trông cô ấy sành điệu và phong cách dù cô ấy mặc quần áo khá đơn giản.

☐ 비록 우리는 별로 친하지 않지만 저는 그를 많이 좋아하고 아낍니다.

Tuy chúng tôi không thân nhau lắm nhưng tôi rất thích và quý anh ấy.

☐ 그의 말은 항상 설득력이 있기 때문에 우리는 그의 의견을 거의 반대하지 않습니다.

Lời nói của anh ấy luôn có sức thuyết phục nên ít khi chúng tôi phản đối ⤴ 반대하다
ý kiến của anh ấy.
↗ 의견

☐ 그러한 능력이 있고 심혈을 기울이는 상사와 함께 일을 할 수 있어서 저는 제가 운이 좋은 사람이라고 생각합니다.

Tôi nghĩ mình là người may mắn khi được làm việc với cấp trên có năng lực và tâm huyết như thế.

☐ 저는 그처럼 능력이 있고 신뢰를 받는 사람이 되도록 노력할 겁니다.

Tôi sẽ cố gắng để trở thành người có năng lực và được tin cậy như anh ấy.

☐ 우리가 오랫동안 같이 일을 하고 서로 더 친해질 기회가 있기를 희망합니다.

Tôi hy vọng chúng tôi sẽ có cơ hội làm việc chung lâu dài và thân thiết với nhau hơn.

회사의 양성 프로그램 및 출·퇴근 과정

질문에 관한 답변을 하기 전, 핵심 어휘를 떠올리며 답변 내용을 머릿속으로 미리 정리해 보세요. 핵심 표현을 단계적으로 나열한 Tip을 참고하여 나만의 핵심 어휘도 만들어 보세요.

Q Ở công ty của bạn có chương trình đào tạo nào cho nhân viên? Hãy giới thiệu các chương trình đào tạo đó. Có bộ phận nào tham gia chương trình đào tạo đó?

당신의 회사에는 직원을 위한 어떤 교육 프로그램이 있나요? 그 프로그램에 대해 소개해 주세요. 어떤 부서가 그 교육 프로그램에 참여하나요?

 핵심 어휘 떠올리기

chương trình đào tạo cho nhân viên mới
신입 사원 교육 프로그램

diễn ra trong 2 ngày
이틀 동안 진행되다

học tập trung tại cơ sở đào tạo
교육 시설에서 합숙하며 교육을 받다

chương trình đào tạo nhân tài toàn cầu
글로벌 인재 양성 프로그램

chương trình đào tạo nghiệp vụ
직무교육 프로그램

chương trình đào tạo nhân viên thường trú ở nước ngoài
해외 주재원 양성 프로그램

만들어 보세요!

핵심 표현들을 단계적으로 나열한 Tip을 참고하여 나만의 핵심 어휘를 만들어 보세요.

Tip 회사의 양성/교육 프로그램 소개 → 양성/교육 프로그램 기간 → 양성/교육 대상의 내용
→ 프로그램에 대한 나의 생각

OPIc 시험에서는 질문의 의도를 빠르게 파악하는 것이 매우 중요합니다. 익숙한 질문일수록, 당황하지 않고 자연스럽게 답변을 할 수 있습니다. 주제에 관한 다양한 질문 유형들을 반복해서 익히고 학습해 보세요.

1. Hãy nói càng chi tiết càng tốt về chương trình đào tạo mà bạn đã tham gia ở công ty.

회사에서 참여했던 양성 프로그램에 대해 가능한 한 자세히 이야기해 주세요.

---

2. Hãy nói về kinh nghiệm đi đào tạo khi bạn mới vào công ty. Đó là chương trình đào tạo gì? Thời gian đào tạo là khi nào? Có gì đáng nhớ trong chương trình đào tạo đó?

처음 회사에 입사했을 때 양성 프로그램에 참여했던 경험에 대해 이야기해 주세요. 그것은 무슨 양성 프로그램이었나요? 언제였나요? 그 양성 프로그램에서 기억할 만한 것이 있나요?

---

3. Mỗi ngày bạn đi làm và về nhà bằng phương tiện giao thông nào? Bạn thường làm gì trước và sau khi đến công ty? Hãy nói cho tôi nghe về một ngày làm việc của bạn.

당신은 매일 어떤 교통수단으로 출·퇴근을 하나요? 회사에 가기 전과 회사에 도착한 후 보통 무엇을 하나요? 당신의 업무 일과에 대해 이야기해 주세요.

---

4. Mỗi ngày bạn thường làm việc ở công ty trong mấy giờ? Bạn thường ăn trưa ở đâu, với ai? Hãy nói cho tôi biết chi tiết.

하루에 보통 회사에서 몇 시간 동안 일을 하나요? 점심을 주로 어디서, 누구와 같이 먹나요? 상세히 알려 주세요.

---

5. Công ty của bạn bắt đầu làm việc từ mấy giờ? Sau khi đến công ty bạn làm việc gì đầu tiên? Hãy nói cho tôi nghe chi tiết về các việc bạn làm sau khi đến công ty.

당신의 회사는 몇 시부터 일하기 시작하나요? 회사에 도착하면 무엇을 가장 먼저 하나요? 회사에 온 후에 하는 일에 대해 자세히 이야기해 주세요.

IH 또는 AL 등급에 어울리는 베트남어의 문법과 구조 형태 등을 학습하고 답변에 응용해 보세요. 자연스러운 표현과 언어 구사 능력이 올라 갑니다.

● **tận + 명사(시간/수량/거리)** : 무려 ~(이)나

'tận' 뒤에는 주로 '시간/수량/거리'를 가리키는 명사가 위치하며, 예상보다 '상당히 늦다/많다/멀다' 등의 부정적인 의미를 강조하는 부사가 오면서 '무려 ~(이)나, ~까지'라는 의미를 나타냅니다.

> **Chương trình đào tạo nhân viên mới kéo dài tận 5 ngày.**
> 신입 사원 교육 프로그램은 무려 5일이나 진행됩니다.

> **Tôi vừa tham gia chương trình đào tạo trong tận 10 tuần.**
> 저는 무려 10주나 이어지는 교육 프로그램에 막 참여했습니다.

● **Tất cả/Toàn bộ + 명사** : 모든 ~

'tất cả/toàn bộ'는 '모두, 전체'라는 뜻으로 전체의 그룹 또는 그룹 내의 모든 구성원을 나타냅니다. 종종 'các(~들), những(~들), đều(~다)'와 결합하여 사용되기도 합니다.

> **Tất cả nhân viên xuất sắc sẽ được đi kiến tập ở Mỹ.**
> 모든 우수직원은 미국에 견학을 가게 될 것입니다.

> **Toàn bộ nhân viên mới sẽ được đào tạo trong 3 ngày.**
> 모든 신입 사원이 3일 동안 교육 받을 것입니다.

출제 빈도가 높은 인터뷰의 주제별 질문에 맞게 핵심 표현들을 단계적으로 나누어서 답변하는 연습을 해보세요. '응용 표현들'을 활용해서 나에게 맞는 표현들로 나만의 스토리를 만들어 보세요.

회사의 양성/교육 프로그램 소개	Bây giờ tôi sẽ nói về chương trình đào tạo của công ty tôi. Công ty tôi có nhiều chương trình đào tạo trong một năm. Ví dụ như chương trình đào tạo cho nhân viên mới, chương trình đạo tào cho nhân viên xuất sắc, chương trình đào tạo nghiệp vụ, chương trình đào tạo nhân viên thường trú ở nước ngoài.
양성/교육 프로그램 기간	Mỗi chương trình có thời gian đào tạo khác nhau, ngắn nhất là chương trình đào tạo cho nhân viên mới được tổ chức chỉ trong 3 ngày, và dài nhất là chương trình đào tạo nhân viên thường trú ở nước ngoài kéo dài tận 5 tuần.
양성/교육 대상의 내용	Chương trình đào tạo cho nhân viên mới dành cho tất cả nhân viên mới được tuyển dụng. Thông qua chương trình này, nhân viên mới sẽ được học về quy định nội bộ của công ty, chế độ phúc lợi, đánh giá nhân viên v.v…. Chương trình đào tạo nhân viên thường trú thì dành cho những nhân viên được chọn đi làm ở nước ngoài trong 3 năm. Thông qua chương trình này họ sẽ được học tiếng Anh, và văn hóa, kinh tế của nước sở tại.
프로그램에 대한 나의 생각	Tôi nghĩ toàn bộ chương trình đào tạo của công ty tôi bổ ích cho nhân viên. Tôi đã từng tham gia chương trình đào tạo nhân viên mới và tôi nghĩ đây là cơ hội để tôi biết rõ thêm về công ty cũng như có thể làm quen các đồng nghiệp vào công ty cùng đợt với tôi.

이제 우리 회사의 교육 프로그램에 대해 이야기하겠습니다. 우리 회사는 1년 동안 진행하는 교육 프로그램이 많습니다. 예를 들어 신입 사원 교육 프로그램, 우수직원 교육 프로그램, 직무교육 프로그램, 해외 주재원 양성 프로그램 등이 있습니다. 각 프로그램의 교육 기간이 다 다른데, 가장 짧은 것은 단 3일간 진행되는 신입 사원 교육 프로그램이며, 가장 긴 것은 무려 5주 동안이나 진행되는 해외 주재원 양성 프로그램입니다. 신입 사원 교육 프로그램은 신규 채용되는 모든 직원을 위한 것입니다. 이 프로그램을 통해 신규 직원들은 사내 규정과 복리 후생 제도, 직원 평가 등의 교육을 받습니다. 해외 주재원 양성 프로그램은 3년 동안 해외에서 일할 직원으로 선발되는 사람을 대상으로 합니다. 이 프로그램을 통해 그들은 영어와 현지 국가의 문화, 경제를 배우게 될 것입니다. 제 생각에는 우리 회사의 모든 교육 프로그램이 직원들에게 유익합니다. 신입 사원 교육 프로그램에 참여한 적이 있는데 회사에 대해 더 잘 알고 동시에 입사 동기들을 더 잘 알아갈 수 있는 기회라고 생각합니다.

 단어

- tổ chức 개최하다, 진행하다
- tuyển dụng 채용하다
- quy định 규정
- nội bộ 내부
- chế độ phúc lợi 복리 후생 제도
- đánh giá nhân viên 직원을 평가하다
- chọn 선택하다, 고르다, 선발하다
- nước sở tại 현지 국가
- bổ ích 유익하다
- cùng đợt 동기

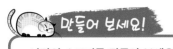

나만의 스토리를 만들어 보세요.

Bây giờ tôi sẽ nói về chương trình đào tạo của công ty tôi. Công ty tôi có nhiều chương trình đào tạo trong một năm. Ví dụ như ① ＿＿＿＿＿＿＿＿ 교육 프로그램 ＿＿＿＿＿＿＿＿

＿＿＿＿＿＿＿＿＿＿＿＿＿＿＿＿＿＿＿＿. Mỗi chương trình có thời gian đào tạo khác nhau, ngắn nhất là chương trình đào tạo cho nhân viên mới được tổ chức chỉ trong ② 교육 기간 , và dài nhất là chương trình đào tạo nhân viên thường trú ở nước ngoài kéo dài tận ② 교육 기간 . Chương trình đào tạo cho nhân viên mới dành cho tất cả nhân viên mới được tuyển dụng. Thông qua chương trình này, nhân viên mới sẽ được học về ③ ＿＿＿＿＿＿ 교육 내용 ＿＿＿＿＿＿ v.v…. Chương trình đào tạo nhân viên thường trú thì dành cho những nhân viên được chọn đi làm ở nước ngoài trong 3 năm. Thông qua chương trình này họ sẽ được học ③ 교육 내용 , và ③ ＿＿＿＿＿ 교육 내용 ＿＿＿＿＿ . Tôi nghĩ toàn bộ chương trình đào tạo của công ty tôi ④ ＿＿＿ 나의 생각 ＿＿＿ . Tôi đã từng tham gia chương trình đào tạo nhân viên mới và tôi nghĩ đây là cơ hội để tôi biết rõ thêm về công ty cũng như có thể làm quen các đồng nghiệp vào công ty cùng đợt với tôi.

이제 우리 회사의 교육 프로그램에 대해 이야기하겠습니다. 우리 회사는 1년 동안 진행하는 교육 프로그램이 많습니다. 예를 들어 ① ＿＿＿＿＿＿＿＿＿＿＿＿＿＿＿＿＿＿＿＿ 등이 있습니다. 각 프로그램의 교육 기간이 다 다른데, 가장 짧은 것은 단 ② ＿＿＿ 간 진행되는 신입 사원 교육 프로그램이며, 가장 긴 것은 무려 ② ＿＿＿ 동안이나 진행되는 해외 주재원 양성 프로그램입니다. 신입 사원 교육 프로그램은 신규 채용되는 모든 직원을 위한 것입니다. 이 프로그램을 통해 신규 직원들은 ③ ＿＿＿＿＿＿＿＿＿ 등의 교육을 받습니다. 해외 주재원 양성 프로그램은 3년 동안 해외에서 일할 직원으로 선발되는 사람을 대상으로 합니다. 이 프로그램을 통해 그들은 ③ ＿＿＿ 와 ③ ＿＿＿＿＿＿＿＿＿ 를 배우게 될 것입니다. 제 생각에는 우리 회사의 모든 교육 프로그램이 ④ ＿＿＿＿＿＿＿. 신입 사원 교육 프로그램에 참여한 적이 있는데 회사에 대해 더 잘 알고 동시에 입사 동기들을 더 잘 알아갈 수 있는 기회라고 생각합니다.

응용 표현들

나에게 맞는 표현을 찾아서 위의 빈칸에 대입시켜 보세요.

① 교육 프로그램	· đào tạo kỹ năng thuyết trình 프레젠테이션 기술 양성 · quản lý thời gian 시간 관리 · giáo dục phòng ngừa quấy rối tại nơi làm việc 직장 내 성희롱 예방교육	
② 교육 기간	· một tuần 일주일 · một ngày 하루 · một tháng 한 달	
③ 교육 내용	· quy định pháp luật 법규 · luật lao động 노동법 · cách ứng xử tại nơi làm việc 직장 내 에티켓	
④ 나의 생각	· giúp ích cho công việc 업무에 도움이 되다 · giúp nâng cao khả năng xử lý công việc 업무처리 능력을 향상시키는 데 도움이 되다	

주제에 관한 다양하고 유용한 IH 등급의 표현들입니다. 자신에게 맞는 문장을 체크하고 재미있는 스토리를 만들어 보세요. 돌발 질문에도 당황하지 않고 나만의 표현력은 물론, 논리력에도 자신감이 생깁니다.

☐ 우리 회사에는 교육 프로그램이 거의 없습니다.

Công ty của tôi hầu như không có chương trình đào tạo.

☐ 교육 기간에도 업무처리를 해야 합니다.

Trong thời gian đào tạo tôi cũng phải xử lý công việc.

☐ 우리 회사는 매일 8시부터 일을 하기 시작합니다.

Mỗi ngày công ty của tôi bắt đầu làm việc từ 8 giờ sáng.

☐ 점심 휴식시간은 12시부터 1시까지입니다.

Thời gian nghỉ trưa là từ 12 giờ đến 1 giờ.

☐ 보통 회사의 구내식당에서 동료와 같이 점심을 먹습니다.

Tôi thường ăn trưa với đồng nghiệp ở nhà ăn của công ty.

☐ 집에서 회사까지 버스로 약 30분 걸립니다.

Đi xe buýt từ nhà tôi đến công ty mất khoảng 30 phút.

☐ 퇴근시간은 6시지만 저는 자주 야근을 해야 합니다.

Thời gian tan sở là 6 giờ chiều nhưng tôi thường phải làm thêm giờ.

☐ 회사에 도착한 후 보통 이메일을 가장 먼저 확인합니다.

Sau khi đến công ty tôi thường kiểm tra email trước tiên.

주제에 관한 다양하고 유용한 AL 등급의 표현들입니다. 자신에게 맞는 문장을 체크하고 재미있는 스토리를 만들어 보세요. 돌발 질문에도 당황하지 않고 나만의 표현력은 물론, 논리력에도 자신감이 생깁니다.

☐ 우리 회사는 작은 회사이기 때문에 교육 프로그램이 거의 없습니다.

Công ty của tôi là công ty nhỏ nên hầu như không có chương trình đào tạo.

☐ 교육 기간에도 업무처리를 해야 하기 때문에 교육 프로그램에 참여하는 것은 별로 좋지 않습니다.

Trong thời gian đào tạo tôi cũng phải xử lý công việc nên tôi không thích tham gia chương trình đào tạo lắm.

☐ 우리 회사는 매일 8시부터 일을 시작하기 때문에 저는 보통 7시 45분부터 회사에 있습니다.

Mỗi ngày công ty của tôi bắt đầu làm việc từ 8 giờ sáng nên tôi thường có mặt ở công ty từ 7 giờ 45 phút.

☐ 점심 휴식시간은 12시부터 1시까지이기 때문에 저는 보통 낮잠을 자는 시간이 거의 없습니다.

Thời gian nghỉ trưa là từ 12 giờ đến 1 giờ nên tôi hầu như không có thời gian ngủ trưa.

☐ 저는 보통 동료와 함께 점심을 먹으면서 삶과 일에 대해 이야기합니다.

Tôi thường vừa ăn trưa vừa nói chuyện về cuộc sống và công việc với đồng nghiệp.

☐ 집에서 회사까지 버스나 지하철로 갈 수 있는데 저는 보통 지하철로 갑니다.

Từ nhà tôi đến công ty có thể đi bằng xe buýt hoặc tàu điện ngầm nhưng tôi thường đi bằng tàu điện ngầm.

☐ 퇴근시간은 6시지만 저는 일이 아주 많기 때문에 자주 야근을 해야 합니다.

Thời gian tan sở là 6 giờ chiều nhưng tôi thường phải làm thêm giờ vì việc của tôi rất nhiều.

☐ 회사에 도착한 후 보통 이메일을 가장 먼저 확인하고 그다음에 그날의 업무를 계획합니다.

Sau khi đến công ty tôi thường kiểm tra email trước tiên rồi lên kế hoạch làm việc cho ngày đó.

가족 및 이웃

가족 및 집 소개에 관한 질문은 자주 출제되는 문항입니다. 본인의 거주지와 가족들 그리고 이웃에 대한 묘사를 세분화하고 이웃과 기억에 남는 에피소드 등의 재미있는 스토리를 준비하는 것이 좋습니다. 혼자 사는 경우에는 혼자 사는 이유와 계기, 느낀 점 등을 함께 준비해야 합니다.

주제별 고득점 꿀팁 ★

Bài 1 가족과 이웃 소개	✱ 나이, 직업, 성격 등 가족 구성원 소개하기 ✱ 나와 가족 구성원의 관계 및 가장 가깝게 지내는 가족 구성원 → 전체적인 가족 분위기 말하기 ✱ 이웃과 있었던 기억에 남는 일 말하기
Bài 2 집안일	✱ 집안일 분담에 관한 내용 말하기 ✱ 집안일에 대한 좋은 점 또는 느낀 점 말하기
Bài 3 집 소개	✱ 집 위치, 거주 형태, 집 구조 등 소개하기 ✱ 내가 가장 좋아하는 공간과 집에 대해 느낀 점 말하기
Bài 4 동네 소개	✱ 살고 있는 동네 위치를 간략하게 설명하기 ✱ 주변 편의시설 및 분위기 자세히 묘사하기 ✱ 좋은 점 및 안 좋은 점과 이유 말하기

✦ Background Survey에서 해당 항목을 선택했을 경우, 출제되는 빈출도 높은 질문 유형들입니다. 인터뷰식 외국어 말하기 평가는 시험관이 말하는 질문의 의도를 빠르게 파악하는 것이 무엇보다 중요하므로, 다양한 주제별 질문 유형을 반복해서 익혀 보세요.

주제별 질문 유형 한눈에 파악하기

Bài 1 가족과 이웃 소개	• Bạn hãy giới thiệu về gia đình của bạn. Gia đình của bạn có mấy người? Tính cách của các thành viên trong gia đình bạn thế nào? Hãy nói về tính cách của từng người. – 당신의 가족을 소개해 주세요. 당신의 가족은 몇 명이 있나요? 가족 구성원들의 성격이 어떤가요? 각각의 성격에 대해 이야기해 주세요.
Bài 2 집안일	• Hãy nói cho tôi biết bạn làm thế nào để giữ cho nhà của bạn sạch sẽ và thoải mái. Bạn thường làm những việc nhà nào? – 당신은 집을 어떻게 깨끗하고 편안하게 유지하는지 알려 주세요. 주로 어떤 집안일을 하나요?
Bài 3 집 소개	• Bây giờ tôi muốn nói về nơi bạn đang sinh sống. Hãy nói về căn phòng mà bạn thích nhất trong nhà của bạn. Nó trông như thế nào? – 지금 당신이 사는 곳에 대해 이야기하고 싶습니다. 당신의 집에서 당신이 가장 좋아하는 방에 대해 이야기해 주세요. 그 방은 어떻게 생겼나요?
Bài 4 동네 소개	• Khu vực bạn đang ở như thế nào? Nó nằm ở đâu? Có tiện ích nào trong khu vực? Hãy nói cho tôi nghe chi tiết về khu vực xung quanh nhà bạn. – 당신이 사는 동네는 어떤가요? 그 동네는 어디에 있나요? 동네에 어떤 시설이 있나요? 당신의 집 주변에 대해 자세히 이야기해 주세요.

Bài 1

🎧 **03-01**

 가족과 이웃 소개

질문에 관한 답변을 하기 전, 핵심 어휘를 떠올리며 답변 내용을 머릿속으로 미리 정리해 보세요. 핵심 표현을 단계적으로 나열한 Tip을 참고하여 나만의 핵심 어휘도 만들어 보세요.

Q **Bạn hãy giới thiệu về gia đình của bạn. Gia đình của bạn có mấy người? Tính cách của các thành viên trong gia đình bạn thế nào? Hãy nói về tính cách của từng người.**

당신의 가족을 소개해 주세요. 당신의 가족은 몇 명이 있나요? 가족 구성원들의 성격이 어떤가요? 각각의 성격에 대해 이야기해 주세요.

 **핵심 어휘 떠올리기**

ông 할아버지, **bà** 할머니, **bố** 아버지, **mẹ** 어머니
chị gái 언니/누나, **anh trai** 오빠/형
em gái 여동생, **em trai** 남동생

bầu không khí gia đình
가정 분위기
hòa thuận 화목하다
tràn ngập tiếng cười
웃음이 가득하다

nghề nghiệp 직업
làm kinh doanh 사업을 하다
nội trợ 주부, **sinh viên** 대학생
học sinh 학생
nhân viên công ty 회사원
người đang chuẩn bị tìm việc 취업 준비생

tính cách 성격
giàu tình cảm 정이 많다
nghiêm khắc 엄격하다, **dịu dàng** 상냥하다

 만들어 보세요!

핵심 표현들을 단계적으로 나열한 **Tip**을 참고하여 나만의 핵심 어휘를 만들어 보세요.

Tip 가족 구성원 소개 → 가족들의 나이, 직업 및 성격 → 가족 활동, 분위기

OPIc 시험에서는 질문의 의도를 빠르게 파악하는 것이 매우 중요합니다. 익숙한 질문일수록, 당황하지 않고 자연스럽게 답변을 할 수 있습니다. 주제에 관한 다양한 질문 유형들을 반복해서 익히고 학습해 보세요.

1. Bạn thân với ai nhất trong gia đình bạn? Lý do mà bạn thân nhất với người đó là gì? Hãy nói cho tôi nghe chi tiết về người đó.

당신은 가족 중에서 누구와 가장 친한가요? 그 사람과 친한 이유는 무엇인가요? 그 사람에 대해 자세히 이야기해 주세요.

----

2. Hãy nói về một kỷ niệm mà bạn nhớ nhất với các thành viên trong gia đình của bạn. Khi đó bạn và gia đình của bạn đã làm gì? Vì sao việc đó đáng nhớ đối với bạn?

가족들과 함께 한 가장 기억에 남는 일에 대해 이야기해 주세요. 그때 당신과 가족들은 무엇을 했나요? 그 일은 왜 당신의 기억에 남나요?

----

3. Bây giờ hãy giới thiệu về hàng xóm của bạn. Hàng xóm của bạn là người thế nào? Mối quan hệ giữa bạn và hàng xóm có tốt không?

지금 당신의 이웃을 소개해 보세요. 당신의 이웃은 어떤 사람인가요? 당신과 이웃 간의 사이는 좋은가요?

----

4. Gần đây bạn có gặp hàng xóm không? Nếu có, bạn đã nói chuyện gì với họ?

당신은 최근에 이웃을 만났나요? 만났다면 그들과 무슨 이야기를 했나요?

----

5. Có thể có những bất đồng hoặc khó khăn trong mối quan hệ với hàng xóm. Bạn hãy kể cho tôi nghe về những khó khăn mà bạn đã gặp trong mối quan hệ với hàng xóm. Việc gì đã xảy ra? Bạn đã giải quyết như thế nào?

이웃과의 관계에 갈등이나 어려움이 있을 수 있습니다. 이웃과의 관계에서 당신이 겪은 어려움에 대해 이야기해 주세요. 무슨 일이 일어났나요? 당신은 어떻게 해결했나요?

IH 또는 AL 등급에 어울리는 베트남어의 문법과 구조 형태 등을 학습하고 답변에 응용해 보세요. 자연스러운 표현과 언어 구사 능력이 올라갑니다.

- **đã + 형용사/동사 + lại còn + 형용사/동사** : ~(한) 데다가 ~까지 하다

「đã+형용사/동사+lại còn+형용사/동사」는 복문에서 보완과 연대를 나타내는 부사로서 '~(한) 데다가 ~하다, ~(한) 데 ~까지 하다'라는 의미를 가지며 한 가지뿐만 아니라 다른 요소도 있다는 말을 강조할 때 많이 쓰이는 표현입니다.

> **Em gái tôi đã xinh đẹp lại còn nhiều tài năng.**
> 저의 여동생은 예쁜 데 재주까지 많습니다.

> **Chị gái của tôi đã xinh đẹp lại còn thông minh.**
> 저의 언니는 예쁜 데다가 똑똑하기까지 합니다.

- **không thể tránh khỏi + (bị) 동사/명사** : 피하지 못하고 ~하게 되다, ~을/를 피할 수 없다

'tránh'은 '피하다'라는 뜻으로, 피치 못할 사정 또는 어쩔 수 없이 겪게 되는 어떠한 상황을 의미하는 표현입니다. 'không tránh khỏi'는 'không thể tránh khỏi'와 같은 의미로, 'không (thể) tránh khỏi' 뒤에 피치 못할 상황을 넣어서 「không (thể) tránh khỏi+việc+주어+동사」의 구조로 표현할 수 있습니다. 이때 việc은 '것, 일'이라는 의미를 나타냅니다.

> **Tuy không tránh khỏi bất đồng ý kiến nhưng quan hệ giữa chúng tôi rất tốt.**
> 비록 의견 불일치를 피할 수 없지만 우리의 사이는 매우 좋습니다.

> **Thị trường ngày càng cạnh tranh khắc nghiệt nên không thể tránh khỏi việc doanh số bị giảm.**
> 시장의 경쟁이 갈수록 치열해지고 있어서 매출이 감소되는 것은 피할 수 없습니다.

출제 빈도가 높은 인터뷰의 주제별 질문에 맞게 핵심 표현들을 단계적으로 나누어서 답변하는 연습을 해보세요. '응용 표현들'을 활용해서 나에게 맞는 표현들로 나만의 스토리를 만들어 보세요.

가족 구성원 소개	Từ bây giờ tôi sẽ giới thiệu về gia đình của tôi. Gia đình tôi có 4 người, bố, mẹ, anh trai và tôi.
가족들의 나이, 직업 및 성격	Bố tôi năm nay 55 tuổi, đang kinh doanh cửa hàng điện thoại di động nên thường rất bận và không có nhiều thời gian dành cho gia đình. Bố tôi hơi nghiêm khắc và bảo thủ. Còn mẹ tôi là nội trợ. Mẹ thì kém bố 1 tuổi, là người rất dịu dàng, giàu tình cảm và luôn luôn chăm sóc tốt cho bố và hai anh em tôi. Anh trai tôi năm nay 28 tuổi, là nhân viên công ty. Anh trai đã thông minh, tốt bụng lại còn rất đẹp trai nên rất nhiều người thích.
가족 활동, 분위기	Gia đình tôi cố gắng dành thời gian cho nhau vào mỗi chủ nhật. Vào ngày này chúng tôi sẽ không đi chơi, hẹn với bạn bè, mà sẽ cùng nhau ăn cơm ở bên ngoài, uống cà phê và trò chuyện. Tuy có những xung đột không thể tránh khỏi do tính cách khác nhau, nhưng gia đình tôi hòa thuận và yêu thương nhau. Tôi rất hạnh phúc vì được sinh ra trong gia đình thế này.

지금부터 제 가족을 소개하겠습니다. 우리 가족은 4명이 있으며, 아버지, 어머니, 형 그리고 저입니다. 아버지는 55세이며, 휴대폰 가게를 운영하셔서 자주 바쁘고 가족과 함께 보낼 시간도 많이 없습니다. 아버지는 좀 엄격하고 보수적입니다. 그리고 어머니는 주부입니다. 어머니는 아버지보다 한 살 어리고, 성격이 매우 부드럽고, 정이 많으며 아버지와 우리 두 형제를 항상 잘 돌봐줍니다. 형은 28살이고, 회사원입니다. 형은 똑똑하고 마음씨가 착한 데다가 매우 잘 생기기까지 해서 인기가 많습니다. 우리 가족은 일요일마다 함께 시간을 보내려고 노력합니다. 이 날에는 우리 모두 친구들과 놀러 가거나 약속을 잡지 않고, 우리 가족끼리 외식하고, 커피를 마시며 대화를 합니다. 성격이 달라서 피치 못할 갈등도 있지만 우리 가족은 화목하고 서로 사랑합니다. 저는 이러한 가정에서 태어나서 매우 행복합니다.

 단어
- cửa hàng 가게
- điện thoại di động 휴대폰
- bảo thủ 보수적이다
- chăm sóc 돌보다
- thông minh 똑똑하다
- tốt bụng 마음씨가 착하다, 마음씨가 곱다
- đẹp trai 잘 생겼다
- trò chuyện 대화하다
- không thể tránh khỏi 어찌할 수 없는(피치 못할)
- xung đột 갈등
- được sinh ra 태어나다

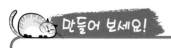

만들어 보세요!

나만의 스토리를 만들어 보세요.

Từ bây giờ tôi sẽ giới thiệu về gia đình của tôi. Gia đình tôi có `가족 수` người, `가족 구성`
và tôi. `가족` năm nay `나이` tuổi, đang `직업`
nên thường rất bận và không có nhiều thời gian dành cho gia đình. `가족` hơi `성격`
. Còn `가족` là `직업` . `가족` thì `나이` tuổi, là người rất `성격`
và luôn luôn chăm sóc tốt cho `가족` . `가족` năm
nay `나이` tuổi, là `직업` . `가족` `성격`
nên rất nhiều người thích. Gia đình tôi cố gắng dành thời gian cho nhau vào mỗi
chủ nhật. Vào ngày này chúng tôi sẽ không đi chơi, hẹn với bạn bè, mà sẽ cùng nhau
① `가족 활동` . Tuy có những xung đột không thể
tránh khỏi do tính cách khác nhau, nhưng gia đình tôi ② `가족 분위기` .
Tôi rất hạnh phúc vì được sinh ra trong gia đình thế này.

지금부터 제 가족을 소개하겠습니다. 우리 가족은 명이 있으며, 그리고 저입니다. 는 세이
며, 하셔서 자주 바쁘고 가족과 함께 보낼 시간도 많이 없습니다. 는 좀 입니다.
그리고 는 입니다. 는 고, 성격이 매우 으며
를 항상 잘 돌봐줍니다. 은 살이고, 입니다. 은 까지 해서 인기
가 많습니다. 우리 가족은 일요일마다 함께 시간을 보내려고 노력합니다. 이 날에는 우리 모두 친구들과 놀러 가거나 약속
을 잡지 않고, 우리 가족끼리 ① . 성격이 달라서 피치 못할 갈등도 있지만 우리 가
족은 ② . 저는 이러한 가정에서 태어나서 매우 행복합니다.

응용 표현들

나에게 맞는 표현을 찾아서 위의 빈칸에 대입시켜 보세요.

① 가족 활동	· câu cá 낚시하다 · cắm trại 캠핑하다 · bơi 수영하다 · đạp xe đạp 자전거를 타다 · đi phòng tắm hơi 목욕탕을 가다 · đi thư viện 도서관을 가다 · lái xe đi dạo 드라이브하다 · đi cà phê sách 북 카페를 가다 · đi xem phim 영화를 보러 가다 · đi leo núi 등산하러 가다
② 가족 분위기	· thân thiết với nhau 서로 친하다 · thường tâm sự tất cả mọi việc với nhau 서로 모든 일을 털어놓다 · chia sẻ niềm vui nỗi buồn với nhau 기쁨과 슬픔을 함께 나누다 · tin tưởng lẫn nhau 서로 신뢰하다

주제에 관한 다양하고 유용한 IH 등급의 표현들입니다. 자신에게 맞는 문장을 체크하고 재미있는 스토리를 만들어 보세요. 돌발 질문에도 당황하지 않고 나만의 표현력은 물론, 논리력에도 자신감이 생깁니다.

☐ 우리 가족은 저, 아내, 아들, 이렇게 3명이 있습니다.

Gia đình nhỏ của tôi có 3 người, là tôi, vợ tôi và con trai.

☐ 우리 가족은 강아지 한 마리를 키우고 있는데, 강아지도 우리 가족으로 여깁니다.

Gia đình tôi nuôi một chú chó, và nó cũng được xem là thành viên trong gia đình tôi.

☐ 아내는 제 최고의 동반자입니다.

Vợ tôi là người bạn đồng hành tuyệt vời nhất của tôi.

☐ 우리 부부는 항상 매일 저녁에 시간을 내서 대화합니다.

Vợ chồng tôi luôn dành thời gian trò chuyện vào mỗi buổi tối.

☐ 딸이 아직 어리기 때문에 저는 딸 옆에서 많은 시간을 보내고 싶습니다.

Con gái của tôi còn nhỏ nên tôi muốn dành nhiều thời gian ở bên cạnh con gái.

☐ 부모님은 우리가 본받아야 할 거울입니다.

Bố mẹ tôi là tấm gương cho chúng tôi noi theo.
거울 / 본받다

☐ 저와 언니의 성격은 꽤 비슷하기 때문에 서로 친합니다.

Tính cách của tôi và chị gái khá giống nhau nên chúng tôi thân nhau.

☐ 형은 항상 저에게 유익한 조언을 해줍니다.

Anh trai luôn cho tôi những lời khuyên bổ ích.
조언 / 유익하다

주제에 관한 다양하고 유용한 AL 등급의 표현들입니다. 자신에게 맞는 문장을 체크하고 재미있는 스토리를 만들어 보세요. 돌발 질문에도 당황하지 않고 나만의 표현력은 물론, 논리력에도 자신감이 생깁니다.

☐ 행복한 우리 가족은 저, 아내, 아들, 이렇게 3명이 있습니다.

Gia đình nhỏ hạnh phúc của tôi có 3 người, là tôi, vợ tôi và con trai.

☐ 우리 가족은 오랫동안 강아지 한 마리를 키우고 있는데, 강아지도 우리 가족처럼 생각합니다.

Gia đình tôi nuôi một chú chó đã được nhiều năm, và nó cũng được xem là thành viên trong gia đình tôi.

☐ 아내는 저의 유일한 단짝 친구이자 동반자입니다.

Vợ tôi là người bạn thân duy nhất và cũng là bạn đồng hành của tôi.

☐ 우리 부부는 서로 더 알아가기 위해 항상 매일 저녁에 시간을 내서 대화합니다.

Vợ chồng tôi luôn dành thời gian trò chuyện vào mỗi buổi tối để hiểu nhau hơn.

☐ 제 딸은 아직 어리기 때문에 저는 딸의 성장 과정에서 많은 시간을 같이 보내려고 합니다.

Con gái của tôi còn nhỏ nên tôi muốn dành nhiều thời gian cùng con trong quá trình phát triển của con.

☐ 부모님은 매우 포용력 있고 자애로우며, 우리가 본받아야 할 모범입니다.

Bố mẹ tôi rất bao dung và nhân ái, là tấm gương cho chúng tôi noi theo.

☐ 저와 언니의 성격은 꽤 비슷하기 때문에 어렸을 때부터 서로 친합니다.

Tính cách của tôi và chị gái khá giống nhau nên chúng tôi thân nhau từ bé.

☐ 형은 저보다 나이가 훨씬 많고 인생 경험이 풍부하기 때문에 항상 저에게 유익한 조언을 해줍니다.

Anh trai luôn cho tôi những lời khuyên bổ ích vì anh ấy lớn tuổi hơn tôi nhiều và có kinh nghiệm sống phong phú.

집안일

질문에 관한 답변을 하기 전, 핵심 어휘를 떠올리며 답변 내용을 머릿속으로 미리 정리해 보세요. 핵심 표현을 단계적으로 나열한 Tip을 참고하여 나만의 핵심 어휘도 만들어 보세요.

Q **Hãy nói cho tôi biết bạn làm thế nào để giữ cho nhà của bạn sạch sẽ và thoải mái. Bạn thường làm những việc nhà nào?**

당신은 집을 어떻게 깨끗하고 편안하게 유지하는지 알려 주세요. 주로 어떤 집안일을 하나요?

 핵심 어휘 떠올리기

việc nhà 집안일
dọn dẹp 청소하다, **rửa bát** 설거지하다
phân loại rác 분리수거를 하다

cùng nhau làm 같이 하다
thay phiên nhau làm
번갈아 가며 하다

giặt quần áo 빨래를 하다
là quần áo 다리미질을 하다
nấu ăn 요리하다

mỗi ngày 매일
hai lần một tuần 일주일에 2번
mỗi cuối tuần 주말마다

 만들어 보세요!

핵심 표현들을 단계적으로 나열한 **Tip**을 참고하여 나만의 핵심 어휘를 만들어 보세요.

Tip 집을 깨끗하게 유지하는 방법 → 구성원의 집안일 → 함께 하는 집안일
→ 집안일에 대한 나의 생각

OPIc 시험에서는 질문의 의도를 빠르게 파악하는 것이 매우 중요합니다. 익숙한 질문일수록, 당황하지 않고 자연스럽게 답변을 할 수 있습니다. 주제에 관한 다양한 질문 유형들을 반복해서 익히고 학습해 보세요.

1. Bạn có từng không thể làm việc nhà không? Khi đó vì sao bạn không thể làm việc nhà? Bạn đã xử lý như thế nào? Hãy nói cụ thể về việc đó.

당신은 집안일을 못 한 적이 있나요? 그때 왜 집안일을 못했나요? 어떻게 해결했나요? 구체적으로 이야기해 주세요.

---

2. Có những loại việc nhà nào gia đình bạn phải làm? Mỗi người được phân công làm những việc nhà nào?

당신의 가족은 보통 어떤 집안일을 해야 하나요? 각자에게 분담되는 집안일은 무엇인가요?

---

3. Mỗi ngày bạn thường làm những việc nhà nào? Hãy nói cho tôi nghe chi tiết về việc nhà bạn làm mỗi ngày.

당신은 매일 어떤 집안일을 하나요? 매일 하는 집안일에 대해 자세히 이야기해 주세요.

---

4. Khi bạn còn nhỏ thì bạn đã từng phụ trách những việc nhà nào? Bạn phải làm gì? Hãy nói cho tôi nghe chi tiết.

당신은 어렸을 때 어떤 집안일을 담당했나요? 당신은 무엇을 해야 했나요? 자세히 이야기해 주세요.

---

5. Khi làm việc nhà có thể có những chuyện đáng nhớ xảy ra hoặc có thể có những khó khăn. Hãy nói cho tôi nghe về một việc như thế đã xảy ra với bạn. Việc đó cụ thể là gì? Bạn đã làm gì để giải quyết? Kết quả thế nào? Hãy nói cho tôi nghe chi tiết.

집안일을 할 때 기억할 만한 일이 발생할 수 있거나 어려움이 있을 수도 있어요. 당신에게 일어난 그러한 일에 대해 이야기해 주세요. 그 일은 구체적으로 무엇인가요? 당신은 해결하기 위해 무엇을 했나요? 결과가 어땠나요? 자세히 이야기해 주세요.

IH 또는 AL 등급에 어울리는 베트남어의 문법과 구조 형태 등을 학습하고 답변에 응용해 보세요. 자연스러운 표현과 언어 구사 능력이 올라갑니다.

● **không + 형용사 + lắm** : 별로 ~하지 않다

어떠한 상태를 자주 하지 않는다는 의미를 나타내며, 「동사+không+부사+lắm」의 구조일 경우에는 '그리하지 않게 하다'라는 의미로 표현할 수 있습니다.

Bố tôi rất bận nên không nhiều thời gian làm việc nhà lắm.

아버지는 너무 바빠서 집안일을 할 시간이 별로 많지 않습니다.

Tôi nấu ăn không giỏi lắm.

저는 요리를 잘 하지 않습니다.

● **đỡ + 형용사/동사** : 덜 ~하다

어떠한 고통, 당황함, 어려움, 시간 등을 줄인다는 의미를 나타내므로, '덜 ~하다'라는 의미로 표현할 수 있습니다.

Tôi cố gắng làm nhiều việc nhà để mẹ tôi đỡ vất vả.

저는 엄마가 덜 힘들도록 집안일을 많이 하려고 노력합니다.

Tôi bỏ rác thức ăn mỗi ngày để đỡ có mùi.

저는 냄새가 덜 나도록 매일 음식 쓰레기를 버립니다.

출제 빈도가 높은 인터뷰의 주제별 질문에 맞게 핵심 표현들을 단계적으로 나누어서 답변하는 연습을 해보세요. '응용 표현들'을 활용해서 나에게 맞는 표현들로 나만의 스토리를 만들어 보세요.

집을 깨끗하게 유지하는 방법	Vâng, tôi nghĩ cách giữ cho nhà sạch sẽ và thoải mái rất đơn giản nhưng hơi mất thời gian. Cách của gia đình tôi là dọn dẹp mỗi ngày và luôn để đồ vật trở lại vị trí cũ sau khi sử dụng xong.
구성원의 집안일	Mỗi người trong gia đình tôi đảm nhận những việc nhà khác nhau và cố gắng làm việc đó vào khoảng thời gian nhất định. Bố tôi đảm nhận việc bỏ rác thức ăn mỗi ngày sau khi về nhà dù bố không có nhiều thời gian lắm. Mẹ tôi thì nấu ăn và dọn bếp, lau bàn ăn, rửa bát ngay sau khi chúng tôi ăn cơm xong. Chị gái tôi đảm nhận việc hút bụi mỗi buổi sáng, còn tôi thì giặt, phơi và gấp quần áo vào mỗi buổi tối. Ngoài ra khi có thời gian, tôi và chị tôi thay nhau giúp mẹ rửa bát để mẹ đỡ vất vả.
함께 하는 집안일	Vào mỗi sáng cuối tuần, cả gia đình tôi sẽ cùng nhau tổng vệ sinh như hút bụi, lau cửa sổ, giặt chăn, bỏ rác thông thường, phân loại rác v.v....
집안일에 대한 나의 생각	Khi làm việc nhà thì có thể cảm thấy vất vả, nhưng nhìn thấy căn nhà gọn gàng, sạch sẽ sau khi dọn dẹp thì tôi luôn cảm thấy vui.

네, 제 생각에는 집을 깨끗하고 편안하게 유지하는 방법은 간단하지만 시간이 좀 걸립니다. 우리 가족의 방법은 매일 청소를 하고 물건을 사용한 후 항상 제자리에 다시 두는 것입니다. 우리 가족 구성원들은 각자 다른 집안일을 담당하고 일정한 시간에 하려고 노력합니다. 아빠는 시간이 별로 있지 않음에도 불구하고 매일 집에 온 후 음식 쓰레기를 버립니다. 엄마는 요리하고 우리가 식사한 후 부엌을 정리하고, 식탁을 닦고, 설거지를 합니다. 언니는 매일 아침에 청소를 담당하고, 저는 매일 저녁에 빨래하고 빨래를 널고 개는 것을 담당합니다. 그 밖에 시간이 있을 때 엄마가 덜 힘들도록 저와 언니는 번갈아 가며 설거지를 도와드립니다. 주말 아침마다 온 가족이 청소기 돌리기, 창문 닦기, 이불 빨기, 일반 쓰레기 버리기, 분리수거 등 대청소를 합니다. 집안일을 할 때는 힘들 수 있지만 청소를 한 뒤 깔끔하고 깨끗한 집을 보면 저는 늘 기분이 좋습니다.

단어		
▫ sạch sẽ 깨끗하다	▫ đảm nhận 담당하다	▫ phơi quần áo 빨래를 널다
▫ thoải mái 편하다, 편안하다	▫ nhất định 일정하다	▫ gấp quần áo 빨래를 개다
▫ đơn giản 간단하다	▫ bỏ 버리다	▫ tổng vệ sinh 대청소를 하다
▫ mất thời gian 시간이 걸리다	▫ rác 쓰레기	▫ chăn 이불
▫ dọn dẹp 청소하다, 정리하다	▫ dọn bếp 부엌을 정리하다	▫ rác thông thường 일반 쓰레기
▫ để 두다, ~하기 위해	▫ lau 닦다	▫ vất vả 힘들다
▫ đồ vật 물건	▫ hút bụi 청소기로 청소하다, 청소기를 돌리다	▫ gọn gàng 깔끔하다
▫ vị trí 위치, 자리		

나만의 스토리를 만들어 보세요.

Vâng, tôi nghĩ cách giữ cho nhà sạch sẽ và thoải mái rất đơn giản nhưng hơi mất thời gian. Cách của gia đình tôi là dọn dẹp ①   횟수   và ②   유지 방법
                    . Mỗi người trong gia đình tôi đảm nhận những việc nhà khác nhau và cố gắng làm việc đó vào khoảng thời gian nhất định. Bố tôi đảm nhận việc ③   집안일 종류
    mỗi ngày sau khi về nhà dù bố không có nhiều thời gian lắm. Mẹ tôi thì ③
                    집안일 종류   . Chị gái tôi đảm nhận
việc ③ 집안일 종류 mỗi buổi sáng, còn tôi thì ③   집안일 종류   vào mỗi buổi tối.
Ngoài ra khi có thời gian, tôi và chị tôi thay nhau ③   집안일 종류   để mẹ đỡ vất vả. Vào
mỗi sáng cuối tuần, cả gia đình tôi sẽ cùng nhau tổng vệ sinh như ③   집안일 종류
                    v.v…. Khi làm việc nhà thì có thể cảm thấy
vất vả, nhưng nhìn thấy căn nhà gọn gàng, sạch sẽ sau khi dọn dẹp thì tôi luôn cảm thấy vui.

네, 제 생각에는 집을 깨끗하고 편안하게 유지하는 방법은 간단하지만 시간이 좀 걸립니다. 우리 가족의 방법은 ①   청소를 하고 ②   . 우리 가족 구성원들은 각자 다른 집안일을 담당하고 일정한 시간에 하려고 노력합니다. 아빠는 시간이 별로 있지 않음에도 불구하고 매일 집에 온 후 ③   .
엄마는 ③   . 언니는 매일 아침에 ③   를 담당하고, 저는 매일 저녁에 ③   . 그 밖에 시간이 있을 때 엄마가 덜 힘들도록 저와 언니는 번갈아 가며 ③   . 주말 아침마다 온 가족이 ③
                    등 대청소를 합니다. 집안일을 할 때는 힘들 수 있지만 청소를 한 뒤 깔끔하고 깨끗한 집을 보면 저는 늘 기분이 좋습니다.

응용 표현들

나에게 맞는 표현을 찾아서 위의 빈칸에 대입시켜 보세요.

① 횟수	· 2 ngày 1 lần 이틀에 한번 · 2 lần một tuần 일주일에 2번 · mỗi khi có thời gian 시간 날 때마다 · thường xuyên 자주
② 유지 방법	· chú ý để không bị lộn xộn 어지르지 않도록 주의하는 것입니다 · tạo thói quen dọn dẹp 정리 정돈을 생활화하는 것입니다
③ 집안일 종류	· lau (sàn) nhà 바닥을 닦다 · tưới nước (나무, 텃밭 등에) 물을 주다 · đi chợ 장을 보러 가다 · dọn dẹp bàn ăn 식탁을 치우다 · dọn dẹp nhà vệ sinh 화장실을 청소하다 · thay drap/ga trải giường 매트리스 커버를 갈다

유용한 표현사전 IH

자신에게 맞는 답변을 체크해 보세요. ☑

주제에 관한 다양하고 유용한 IH 등급의 표현들입니다. 자신에게 맞는 문장을 체크하고 재미있는 스토리를 만들어 보세요. 돌발 질문에도 당황하지 않고 나만의 표현력은 물론, 논리력에도 자신감이 생깁니다.

☐ 우리 부모님이 바빠서, 저는 대부분의 집안일을 해야 합니다.

Vì bố mẹ tôi bận rộn nên tôi phải làm phần lớn việc nhà.

☐ 우리 집은 강아지를 키우고 있어서 매일 강아지 털 청소를 해야 합니다.

Vì nhà tôi nuôi chó nên mỗi ngày tôi phải dọn lông chó.

☐ 매일 로봇청소기로 청소를 합니다.

Mỗi ngày tôi dọn dẹp bằng robot hút bụi.

☐ 저희 엄마는 제가 어렸을 때부터 집안일을 가르쳐 주었습니다.

Mẹ tôi đã dạy cho tôi làm việc nhà từ bé.

☐ 저는 보통 매주 수요일에 분리수거를 합니다.

Tôi thường phân loại rác vào thứ Tư hàng tuần.

☐ 저는 예전에 집안일을 하는 것이 매우 싫었습니다.

Trước đây tôi đã rất ghét làm việc nhà.

☐ 지난 주말에 저는 아파서 청소를 못 했습니다.

Cuối tuần trước tôi đã bị ốm nên không thể dọn dẹp nhà được.

☐ 가끔 주말에 약속이 있거나 여행을 가기 때문에 집안일을 못 합니다.

Thỉnh thoảng vào cuối tuần tôi có hẹn hoặc đi du lịch nên không thể làm việc nhà.

유용한 표현사전 AL

자신에게 맞는 답변을 체크해 보세요. ☑

주제에 관한 다양하고 유용한 AL 등급의 표현들입니다. 자신에게 맞는 문장을 체크하고 재미있는 스토리를 만들어 보세요. 돌발 질문에도 당황하지 않고 나만의 표현력은 물론, 논리력에도 자신감이 생깁니다.

☐ 부모님이 바쁜 하루 후 휴식할 수 있도록 저는 대부분의 집안일을 합니다.

Tôi làm phần lớn việc nhà để bố mẹ tôi có thể nghỉ ngơi sau một ngày bận rộn.

☐ 가족의 건강에 영향을 끼치지 않도록 매일 강아지 털 청소를 합니다.

Tôi dọn lông chó mỗi ngày để không ảnh hưởng đến sức khỏe của gia đình tôi.

☐ 우리 집에 로봇청소기가 있어서 청소하는 것은 아주 간단하고 빠릅니다.

Nhà tôi có robot hút bụi nên việc dọn dẹp rất đơn giản và nhanh chóng.

☐ 엄마는 제가 어렸을 때부터 집안일을 가르쳐 주셨기 때문에 집안일을 하는 것은 제 습관이 되었습니다.

Mẹ tôi đã dạy cho tôi làm việc nhà từ bé nên làm việc nhà đã trở thành thói quen của tôi.

☐ 쓰레기 수거업체가 매주 수요일에 오기 때문에 저는 이 날에 분리수거를 해야 합니다.

Vì công ty thu gom rác đến vào thứ Tư hàng tuần nên tôi phải phân loại rác vào ngày này.

☐ 예전에는 청소하는 것이 매우 싫었지만 지금은 자주 해야 하는 일이라고 생각합니다.

Trước đây tôi đã rất ghét dọn dẹp nhà nhưng bây giờ thì tôi nghĩ đây là việc cần phải làm thường xuyên.

☐ 지난 주말에 제가 아파서 청소를 못 했기 때문에 저희 언니가 저를 도와줬습니다.

Cuối tuần trước tôi đã bị ốm nên không thể dọn dẹp nhà được, vì thế chị gái đã giúp tôi.

☐ 만약 주말에 약속이 있거나 여행 때문에 집안일을 못 하면 금요일에 시간 내서 집안일을 합니다.

Nếu không thể làm việc nhà vào cuối tuần vì có hẹn hoặc đi du lịch thì tôi sẽ dành thời gian làm vào thứ Sáu.

집 소개

질문에 관한 답변을 하기 전, 핵심 어휘를 떠올리며 답변 내용을 머릿속으로 미리 정리해 보세요. 핵심 표현을 단계적으로 나열한 Tip을 참고하여 나만의 핵심 어휘도 만들어 보세요.

Q Bây giờ tôi muốn nói về nơi bạn đang sinh sống. Hãy nói về căn phòng mà bạn thích nhất trong nhà của bạn. Nó trông như thế nào?

지금 당신이 사는 곳에 대해 이야기하고 싶습니다. 당신의 집에서 당신이 가장 좋아하는 방에 대해 이야기해 주세요. 그 방은 어떻게 생겼나요?

 핵심 어휘 떠올리기

> **nhà** 집, **phòng** 방, **phòng khách** 거실
> **nhà vệ sinh** 화장실, **bếp** 부엌
> **phòng ngủ** 침실

> **cao tầng** 고층
> **thành phố vệ tinh** 위성도시
> **thủ đô** 수도

> **bàn ăn** 식탁
> **ghế sofa** 소파
> **giường** 침대
> **tivi** 텔레비전

> **rộng** 넓다, **chật** 좁다, **sáng** 밝다
> **tối** 어둡다, **thoáng mát** 시원하다

 만들어 보세요!

핵심 표현들을 단계적으로 나열한 **Tip**을 참고하여 나만의 핵심 어휘를 만들어 보세요.

Tip 집 위치와 거주 형태 → 집의 구조 → 가장 좋아하는 장소와 이유 → 집에 대한 느낌

OPIc 시험에서는 질문의 의도를 빠르게 파악하는 것이 매우 중요합니다. 익숙한 질문일수록, 당황하지 않고 자연스럽게 답변을 할 수 있습니다. 주제에 관한 다양한 질문 유형들을 반복해서 익히고 학습해 보세요.

1. Hãy mô tả ngôi nhà mà bạn đang ở. Ngôi nhà bạn đang ở khác với ngôi nhà trước đây như thế nào?

당신이 살고 있는 집을 묘사하세요. 지금 사는 집은 예전에 살았던 집과 어떻게 다른가요?

2. Hãy miêu tả nội thất của ngôi nhà của bạn. Bạn thích nhất cái gì trong đồ nội thất, vì sao?

집의 인테리어를 묘사하세요. 가구들 중에 무엇을 가장 좋아하고 왜 그것을 가장 좋아하나요?

3. Bây giờ, hãy nói về phòng ngủ của bạn. Có gì bên trong? Có đồ nội thất nào có thể thấy trong phòng của bạn?

지금 당신의 침실에 대해 이야기해 주세요. 침실 안에 무엇이 있나요? 당신의 방에서 볼 수 있는 가구는 무엇인가요?

4. Điểm khác nhau giữa đồ nội thất trong nhà bạn khi bạn còn bé và đồ nội thất bây giờ bạn có là gì? Hãy so sánh chi tiết.

당신이 어렸을 때 집에 있던 가구와 지금 가지고 있는 가구의 차이점은 무엇인가요? 자세히 비교해 보세요.

5. Nhà ở đang trở thành chủ đề được đề cập nhiều trên bản tin. Hãy nói cho tôi nghe một vài vấn đề liên quan đến nhà ở mà những người trong khu vực bạn sống nói đến nhiều. Cái gì là vấn đề nghiêm trọng nhất hay thử thách lớn nhất? Các cá nhân và tổ chức đang làm gì để giải quyết, khắc phục các vấn đề này?

주택은 뉴스에서 많이 언급되는 주제가 되고 있습니다. 당신의 동네 사람들이 자주 이야기하고 있는 주택 관련 문제를 몇 가지 이야기해 주세요. 가장 심각한 문제 또는 큰 도전은 무엇인가요? 개인과 조직은 이런 문제를 극복하거나 해결하기 위해 무엇을 하고 있나요?

IH 또는 AL 등급에 어울리는 베트남어의 문법과 구조 형태 등을 학습하고 답변에 응용해 보세요. 자연스러운 표현과 언어 구사 능력이 올라 갑니다.

● **ngay khi + 동사** : ∼하자마자

'ngay khi'는 동사 앞에 위치하며, '바로, 즉시 ∼하다, ∼하자마자'라는 의미를 나타냅니다.

Ngay khi về đến nhà tôi thường nghỉ ngơi ở phòng khách.
보통 집에 들어오자마자 거실에서 쉽니다.

Tôi thường ngồi uống cà phê ở bếp ngay khi thức dậy.
보통 일어나자마자 부엌에 앉아서 커피를 마십니다.

● **Không (có) + 명사/대명사 + 동사/형용사 + như/bằng + 비교 대상**
: (비교 대상)만큼 (동사/형용사)한 (명사/대명사)가 없다

'không có'는 '없다', 'như/bằng'은 '∼처럼/만큼'이라는 뜻으로, 비교를 강조하고 싶을 때 사용합니다.

Không có nơi nào thoải mái bằng nhà mình.
자신의 집만큼 편안한 곳은 없습니다.

Không có nơi nào để nghỉ ngơi lý tưởng bằng giường của mình.
자신의 침대만큼 이상적인 휴식공간은 없습니다.

출제 빈도가 높은 인터뷰의 주제별 질문에 맞게 핵심 표현들을 단계적으로 나누어서 답변하는 연습을 해보세요. '응용 표현들'을 활용해서 나에게 맞는 표현들로 나만의 스토리를 만들어 보세요.

집 위치와 거주 형태	Từ bây giờ tôi sẽ giới thiệu về nhà của tôi và căn phòng mà tôi thích nhất. Tôi sống ở chung cư cao tầng ở Incheon, thành phố vệ tinh của thủ đô Seoul.
집의 구조	Nhà của tôi có 3 phòng ngủ gồm 1 phòng ngủ lớn của bố mẹ, 1 phòng của chị gái, 1 phòng của tôi, và 2 phòng vệ sinh, bếp và phòng khách.
가장 좋아하는 장소와 이유	Trong các không gian trong nhà, tôi thích nhất phòng khách vì phòng khách nhà tôi rất rộng rãi, thoáng mát, có ghế sofa êm ái và tivi lớn để tôi giải trí. Thường thì ngay khi về đến nhà, tôi sẽ ngồi nghỉ ngơi trên ghế sofa và trò chuyện với bố mẹ để quên đi mệt mỏi sau một ngày dài. Ngoài ra từ cửa sổ to ở phòng khách tôi có thể ngắm bầu trời trong xanh vào buổi sáng sớm hoặc ngắm thành phố lung linh ánh đèn vào ban đêm.
집에 대한 느낌	Tôi nghĩ không có nơi đâu thoải mái và bình yên bằng nhà mình. Đặc biệt phòng khách là không gian tôi thích nhất.

지금부터 저희 집과 제가 가장 좋아하는 방을 소개하겠습니다. 저는 서울의 위성도시 인천에 있는 고층 아파트에 살고 있습니다. 저의 집은 부모님의 큰 방 1개, 언니 방 1개, 제 방 1개 등 침실 총 3개, 화장실 2개, 부엌과 거실이 있습니다. 집에 있는 공간 중에서 거실이 넓고 시원하며 폭신한 소파와 오락을 위한 큰 TV가 있기 때문에 저는 거실을 가장 좋아합니다. 보통은 집에 들어오자마자, 긴 하루의 피로를 풀기 위해 소파에 앉아 쉬면서 부모님과 대화를 합니다. 그 밖에 거실의 큰 창문으로 이른 아침의 맑고 푸른 하늘을 볼 수도 있고 밤에는 불빛으로 빛나는 도시를 감상할 수도 있습니다. 저는 집만큼 편안하고 평화로운 곳이 없다고 생각합니다. 특히 거실은 제가 가장 좋아하는 공간입니다.

 단어

- □ chung cư cao tầng 고층 아파트
- □ thành phố vệ tinh 위성도시
- □ rộng rãi 널찍하다, 넓다
- □ êm ái 폭신하다
- □ giải trí 마음을 풀다, 긴장을 풀다, 오락

- □ mệt mỏi 지치다, 피곤하다, 피로
- □ dài 길다
- □ cửa sổ 창문
- □ bầu trời 하늘
- □ trong xanh 맑고 푸르다

- □ buổi sáng sớm 이른 아침
- □ lung linh 반짝거리다, 빛나다
- □ ánh đèn 불빛
- □ bình yên 평화롭다
- □ không gian 공간

나만의 스토리를 만들어 보세요.

Từ bây giờ tôi sẽ giới thiệu về nhà của tôi và căn phòng mà tôi thích nhất. Tôi sống ở
① `집 형태` ở ② `집 위치` .
`집 구조`
. Trong các không gian trong nhà, tôi thích nhất
③ `좋아하는 공간` vì ③ `좋아하는 공간` nhà tôi rất rộng rãi và thoáng mát, có ④
`가구 및 가전제품` và ④ `가구 및 가전제품` để tôi ⑤ `하는 일` . Thường thì ngay khi về đến nhà, tôi sẽ
⑤ `좋아하는 공간에서 하는 일` để quên đi mệt mỏi sau một ngày
dài. Ngoài ra từ cửa sổ to ở ③ `좋아하는 공간` tôi có thể ngắm bầu trời trong xanh vào buổi
sáng sớm hoặc ngắm thành phố lung linh ánh đèn vào ban đêm. Tôi nghĩ không có nơi
đâu thoải mái và bình yên bằng nhà mình. Đặc biệt ③ `좋아하는 공간` là không gian tôi
thích nhất.

지금부터 저희 집과 제가 가장 좋아하는 방을 소개하겠습니다. 저는 ② ___ 에 있는 ① ___ 에 살고
있습니다. ___. 집
에 있는 공간 중에서 ③ ___ 이 넓고 시원하며 ④ ___ 와 ⑤ ___ 을 위한 ④ ___ 가 있기 때문에 저는 ③ ___ 을 가장
좋아합니다. 보통은 집에 들어오자마자, 긴 하루의 피로를 풀기 위해 ⑤ ___. 그
밖에 ③ ___ 의 큰 창문으로 이른 아침의 맑고 푸른 하늘을 볼 수도 있고 밤에는 불빛으로 빛나는 도시를 감상할 수도 있습
니다. 저는 집만큼 편안하고 평화로운 곳은 없다고 생각합니다. 특히 ③ ___ 은 제가 가장 좋아하는 공간입니다.

응용 표현들

나에게 맞는 표현을 찾아서 위의 빈칸에 대입시켜 보세요.

① 집 형태	· nhà riêng 단독주택 · phòng khép kín 원룸 · phòng trọ 자취방/하숙집 · ký túc xá 기숙사
② 집 위치	· tỉnh, địa phương 지방 · phía Nam của Hàn Quốc 한국의 남쪽 · phía Bắc của Hàn Quốc 한국의 북쪽 · phía Tây của Hàn Quốc 한국의 서쪽 · phía Đông của Hàn Quốc 한국의 동쪽 · miền Trung của Hàn Quốc 한국의 중부지방
③ 좋아하는 공간	· phòng đọc sách 서재 · phòng ngủ chính 안방 · bếp 주방
④ 가구 및 가전제품	· giường to và êm ái 크고 폭신한 침대 · bàn trang điểm màu trắng 하얀 화장대 · bàn học/bàn làm việc bằng gỗ tốt 좋은 나무로 만든 책상 · máy điều hòa 에어컨 · tủ lạnh chứa đầy thức ăn 음식이 가득 찬 냉장고
⑤ 좋아하는 공간에서 하는 일	· tận hưởng thời gian nghỉ ngơi 휴식시간을 즐기다 · dành thời gian với gia đình 가족과 함께 시간을 보내다 · thiền 명상하다 · suy tư/trầm ngâm 사색하다 · nghe nhạc 음악을 듣다 · vẽ tranh 그림을 그리다 · xoa dịu cơn đói 허기를 달래다

주제에 관한 다양하고 유용한 IH 등급의 표현들입니다. 자신에게 맞는 문장을 체크하고 재미있는 스토리를 만들어 보세요. 돌발 질문에도 당황하지 않고 나만의 표현력은 물론, 논리력에도 자신감이 생깁니다.

☐ 저의 집은 밝은 톤으로 꾸며져 있습니다.

꾸며지다 / 밝은 톤

Nhà của tôi được trang trí với tông màu sáng.

☐ 저의 집은 미니멀하면서 따뜻한 스타일로 꾸며져 있습니다.

Nhà của tôi được trang trí theo phong cách vừa tối giản vừa ấm áp.

☐ 아담하고 예쁜 저의 방은 제가 가장 좋아하는 공간입니다.

Căn phòng nhỏ xinh của tôi là không gian mà tôi thích nhất.

☐ 저는 아침에 자주 발코니에 앉아 커피를 마시면서 경치를 감상합니다.

Tôi thường ngồi uống cà phê và ngắm cảnh ở ban công vào buổi sáng.

☐ 저는 침대에 대자로 누워 음악 듣는 것을 좋아합니다.

Tôi thích nằm dài trên giường nghe nhạc.

☐ 저는 요리를 좋아하기 때문에 매일 부엌에서 많은 시간을 보냅니다.

Vì tôi thích nấu ăn nên mỗi ngày dành nhiều thời gian ở trong bếp.

☐ 저는 원룸에 혼자 삽니다.

Tôi đang sống ở phòng khép kín một mình.

☐ 저는 방 2개 있는 단독주택에서 대학 친구와 같이 삽니다.

Tôi đang sống cùng bạn đại học ở nhà riêng có hai phòng.

자신에게 맞는 답변을 체크해 보세요. ☑

주제에 관한 다양하고 유용한 AL 등급의 표현들입니다. 자신에게 맞는 문장을 체크하고 재미있는 스토리를 만들어 보세요. 돌발 질문에도 당황하지 않고 나만의 표현력은 물론, 논리력에도 자신감이 생깁니다.

☐ 저의 집은 밝은 톤으로 꾸며져 있어 경쾌한 느낌을 줍니다.

Nhà của tôi được trang trí với tông màu sáng mang lại cảm giác nhẹ nhàng.

☐ 저의 집은 파스텔 톤이며 미니멀하면서 따뜻한 스타일로 꾸며져 있습니다.

Nhà của tôi mang tông màu pastel và được trang trí theo phong cách vừa tối giản vừa ấm áp.

☐ 아담하고 예쁜 제 방은 제가 가장 좋아하고 많은 시간을 보내는 공간입니다.

Căn phòng nhỏ xinh của tôi là không gian mà tôi thích nhất và dành nhiều thời gian ở đó.

☐ 저는 새로운 하루를 시작하기 전 아침에 자주 발코니에 앉아 커피를 마시면서 경치를 감상합니다.

Tôi thường ngồi uống cà phê và ngắm cảnh ở ban công vào buổi sáng trước khi bắt đầu một ngày mới.

☐ 저는 침대에 대자로 누워 음악 들으며 멜로디를 즐기는 것을 좋아합니다.

누리다, 즐기다 → ← 멜로디
Tôi thích nằm dài trên giường nghe nhạc và tận hưởng các giai điệu.

☐ 저는 요리를 좋아하기 때문에 자주 부엌에서 새로운 레시피를 실험하면서 많은 시간을 보냅니다.

실험하다 →
Vì tôi thích nấu ăn nên thường dành nhiều thời gian ở trong bếp thử
← 레시피
nghiệm các công thức nấu ăn mới.

☐ 저는 원룸에 혼자 살아서 가끔 답답하고 외로움을 느낍니다.

Tôi đang sống ở phòng khép kín một mình nên đôi khi cảm thấy ngột ngạt và cô đơn.

☐ 저는 부모님의 집이 지방에 있기 때문에 대학에 들어간 후 서울에서 방 2개 있는 단독주택에서 친구와 같이 삽니다.

Vì nhà bố mẹ ở tỉnh nên tôi đang sống cùng bạn ở nhà riêng có hai phòng ở Seoul sau khi vào đại học.

동네 소개

질문에 관한 답변을 하기 전, 핵심 어휘를 떠올리며 답변 내용을 머릿속으로 미리 정리해 보세요. 핵심 표현을 단계적으로 나열한 Tip을 참고하여 나만의 핵심 어휘도 만들어 보세요.

Q Khu vực bạn đang ở như thế nào? Nó nằm ở đâu? Có tiện ích nào trong khu vực? Hãy nói cho tôi nghe chi tiết về khu vực xung quanh nhà bạn.

당신이 사는 동네는 어떤가요? 그 동네는 어디에 있나요? 동네에 어떤 시설이 있나요? 당신의 집 주변에 대해 자세히 이야기해 주세요.

 핵심 어휘 떠올리기

nằm gần sông Hán 한강 근처에 있다
nằm gần công viên 공원 근처에 있다
nằm ở nội thành 시내에 있다

nơi đáng để sống
살 만한 곳
sống lâu dài
오랫동안 살다

siêu thị 마트
ga tàu điện ngầm 지하철역
bến xe buýt 버스 정류장
trường học 학교
công viên 공원

yên tĩnh 조용하다, **tiện lợi** 편리하다
hàng xóm hiền và tốt bụng
이웃이 착하고 마음씨가 곱다

 **만들어 보세요!**

핵심 표현들을 단계적으로 나열한 **Tip**을 참고하여 나만의 핵심 어휘를 만들어 보세요.

Tip 사는 동네 위치 → 동네 주변 편의시설 → 동네의 분위기 → 동네에 대한 나의 느낌, 생각

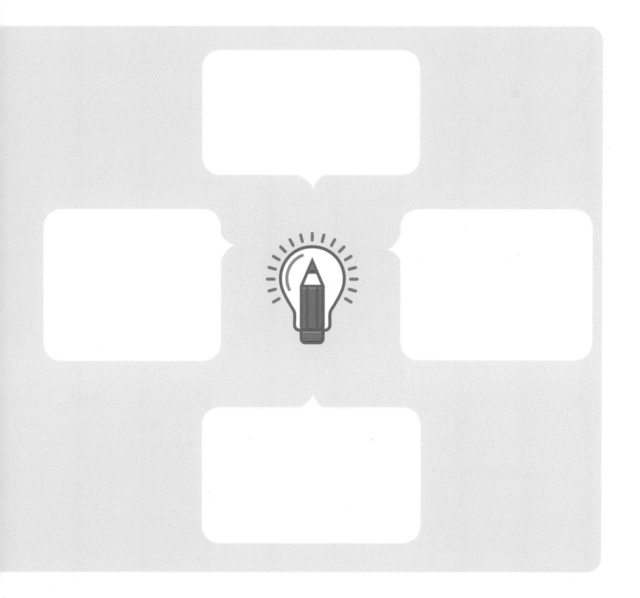

OPIc 시험에서는 질문의 의도를 빠르게 파악하는 것이 매우 중요합니다. 익숙한 질문일수록, 당황하지 않고 자연스럽게 답변을 할 수 있습니다. 주제에 관한 다양한 질문 유형들을 반복해서 익히고 학습해 보세요.

1. Khu vực bạn đang sống đã thay đổi hoặc phát triển thế nào? Thành phố nơi bạn đang sống trông thế nào?

당신이 사는 동네는 어떻게 변화했거나 발전했나요? 당신이 사는 도시는 어떻게 생겼나요?

2. Hãy kể về kỷ niệm bạn nhớ nhất xảy ra tại nơi bạn sống. Việc đó đã xảy ra ở đâu, khi nào? Tại sao việc đó đáng nhớ hoặc thú vị đối với bạn?

당신이 사는 곳에서 일어났던 일 중 가장 기억에 남는 일에 대해 이야기해 주세요. 그 일은 어디서, 언제 일어났나요? 그 일이 왜 당신 기억에 남거나 재미있었나요?

3. Bạn có thể nói cho tôi nghe về nơi bạn đang sống không? Nơi bạn đang sống khác với nơi bạn sống lúc nhỏ thế nào? Hãy so sánh chi tiết nơi bạn đang sống bây giờ và nơi bạn đang sống lúc trước.

당신이 사는 곳에 대해 이야기해 줄 수 있나요? 당신이 현재 사는 곳은 어렸을 때 살던 곳과 어떻게 다른가요? 현재 사는 곳과 전에 살던 곳을 자세히 비교해 보세요.

4. Bây giờ hãy nói về nơi bạn sống. Hãy nói cho tôi nghe cái bạn thích và không thích về khu vực bạn đang sống.

지금 당신이 사는 곳에 대해 이야기해 주세요. 사는 동네에 대해 당신이 좋아하는 것과 싫어하는 것에 대해 이야기해 주세요.

5. Hãy nói cho tôi nghe các ngôi nhà ở khu vực bạn sống đã thay đổi như thế nào trong 5 hoặc 10 năm qua. Hãy so sánh điểm khác nhau của các ngôi nhà hiện nay và những ngôi nhà lúc bạn còn nhỏ. Xu hướng thay đổi của các ngôi nhà là gì? Hãy nói cho tôi nghe chi tiết.

지난 5년 또는 10년 동안 당신이 사는 지역의 주택들이 어떻게 변화했는지 이야기해 주세요. 오늘날의 주택과 어렸을 때 주택의 차이점을 비교해 보세요. 주택들의 변화 경향은 무엇인가요? 자세히 이야기해 주세요.

IH 또는 AL 등급에 어울리는 베트남어의 문법과 구조 형태 등을 학습하고 답변에 응용해 보세요. 자연스러운 표현과 언어 구사 능력이 올라갑니다.

● **thuộc~/thuộc về ~** : ~에 소속되다, ~에 속하다

'thuộc'은 '속하다'라는 뜻의 동사입니다. '(~에) 소속되다/속하다'라는 표현으로 「주어+thuộc ~」의 구조로 표현할 수 있으며, 소유를 나타낼 때는 'thuộc' 외에 'thuộc về'를 써서 「주어+thuộc về+소유권을 가진 대상」의 구조로 나타낼 수 있습니다.

Tôi đã có cảm giác như mình thuộc về nơi này khi vừa đến đây.

저는 이 동네에 온 순간에 소속감이 들었습니다.

Tôi luôn không cảm thấy mình thuộc về nơi này.

저는 항상 이곳에 대한 소속감을 못 느낍니다.

● **Cách đây + 명사(기간, 시간/거리)** : ~전에, 여기서부터 ~ 떨어져 있다

'cách'은 '먼, 떨어진'이라는 뜻으로, 시간이나 거리가 어느 시점으로부터 또는 어느 장소에서 떨어져 있음을 나타낼 때 사용할 수 있습니다. 여기에 지시대명사 '이(đây)'를 붙여 'cách đây ~'로 표현하면, 여기서부터 어느 정도의 기간이나, 거리가 떨어져 있다는 의미로도 표현할 수 있습니다.

Cách đây 3 năm tôi đã chuyển đến khu vực này.

3년 전에 저는 이 동네에 이사 왔습니다.

Cách đây vài trăm mét có một siêu thị to.

여기서 몇백 미터 떨어진 곳에 큰 마트 하나가 있습니다.

출제 빈도가 높은 인터뷰의 주제별 질문에 맞게 핵심 표현들을 단계적으로 나누어서 답변하는 연습을 해보세요. '응용 표현들'을 활용해서 나에게 맞는 표현들로 나만의 스토리를 만들어 보세요.

사는 동네 위치	Từ bây giờ tôi sẽ nói về khu vực tôi đang sống. Tôi sống ở quận Songpa **thuộc** Seoul, đây là khu vực hành chính ở phía nam của sông Hán.
동네 주변 편의시설	Tôi đã chuyển đến khu vực này **cách đây** 3 năm. Xung quanh nhà của tôi có rất nhiều tiện ích nên cuộc sống rất tiện lợi. Ra khỏi chung cư sẽ có một ga tàu điện ngầm ở bên tay trái, bên cạnh ga tàu điện ngầm còn có bến xe buýt với rất nhiều tuyến có thể đi tất cả mọi nơi trong thành phố Seoul. Cách nhà tôi khoảng 500 m là siêu thị lớn tên là Emart. Ngoài ra còn có trung tâm mua sắm, trường học, công viên v.v… trong bán kính 1 km.
동네의 분위기	Bầu không khí nơi này rất yên tĩnh. Khi vừa đến xem nhà ở khu vực này vào 3 năm trước, tôi đã cảm thấy mình **thuộc về** một nơi thanh bình, không xô bồ như thế này. Hơn nữa hàng xóm của tôi cũng rất hiền, tốt bụng và quan tâm đến nhau.
동네에 대한 나의 느낌, 생각	Tôi nghĩ mình rất may mắn khi có thể tìm được ngôi nhà trong khu dân cư lý tưởng như thế này. Tôi muốn sống ở đây lâu dài, ít nhất là trong 5 năm sắp đến.

지금부터 제가 살고 있는 동네에 대해 이야기하겠습니다. 저는 서울에 속해 있는 송파구에서 살며, 이곳은 한강 남쪽에 있는 행정 지역입니다. 저는 3년 전에 이 동네로 이사 왔습니다. 우리 집 주변에는 편의시설이 많아서 살기가 매우 편리합니다. 아파트에서 나가면 왼쪽에 지하철역이 있고, 지하철역 옆은 서울 내 어디든 갈 수 있는 노선이 많은 버스정류장이 있습니다. 우리 집에서 약 500m 떨어진 곳에 이마트라는 대형 마트가 있습니다. 그 밖에 반경 1km 이내에 백화점, 학교, 공원 등이 있습니다. 이곳의 분위기는 매우 조용합니다. 3년 전 이 동네에 처음 집을 보러 왔을 때, 저는 이렇게 평화롭고, 혼잡하지 않은 곳에 속해 있는 것 같았습니다. 게다가, 제 이웃들 또한 매우 착하고, 마음씨가 곱고 서로 배려합니다. 이런 이상적인 주택지에서 집을 찾을 수 있어서 정말 운이 좋다고 생각합니다. 저는 최소 앞으로 5년 동안은 여기서 살고 싶습니다.

Tip * sông Hán 한강

현재 많은 베트남 사람이 '한강'을 'sông Hàn'이라고 부르고 있습니다. '한강'의 '한(漢)'을 '한국'의 '한(韓)'으로 잘못 인식한 오류이므로, 'Hàn'이 아닌 'Hán'으로 표현하는 것이 올바릅니다.

단어

- quận 구
- sông Hán 한강
- khu vực hành chính 행정 지역
- ra khỏi (장소) ~에서 나가다
- bên tay trái/bên trái 왼쪽
- bên cạnh 옆

- tuyến 노선
- trung tâm mua sắm 백화점, 쇼핑몰
- bán kính 반경
- bầu không khí 분위기
- thanh bình 평화롭다

- xô bồ 질서가 없다, 혼잡하다
- quan tâm đến nhau 서로 관심을 갖다, 서로 배려하다
- may mắn 운이 좋다
- khu dân cư 주거 지역, 주택지
- lý tưởng 이상적이다

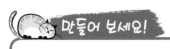

나만의 스토리를 만들어 보세요.

Từ bây giờ tôi sẽ nói về khu vực tôi đang sống. Tôi sống ở ___동/구 이름___ thuộc ___지역___, đây là khu vực hành chính ở ___사는 곳의 위치___. Tôi đã chuyển đến khu vực này cách đây ___기간___ năm. Xung quanh nhà của tôi có rất nhiều tiện ích nên cuộc sống rất tiện lợi. Ra khỏi chung cư sẽ có một ___장소___ ở ① ___방향___, ① ___방향___ ga tàu điện ngầm còn có ___장소___. Cách nhà tôi khoảng 500 m là ___장소___. Ngoài ra còn có ___그 외 장소들___ v.v… trong bán kính 1 km. Bầu không khí nơi này rất ② ___동네 분위기___. Khi vừa đến xem nhà ở khu vực này vào ___기간___ năm trước, tôi đã cảm thấy mình thuộc về một nơi ② ___동네 분위기___ như thế này. Hơn nữa hàng xóm của tôi cũng rất ③ ___이웃___. Tôi nghĩ mình rất may mắn khi có thể tìm được ngôi nhà trong khu dân cư lý tưởng như thế này. Tôi muốn sống ở đây lâu dài, ít nhất là trong ___기간___ năm sắp đến.

지금부터 제가 살고 있는 동네에 대해 이야기하겠습니다. 저는 ___ 에 속해 있는 ___ 에서 살며, 이곳은 ___ 에 있는 행정 지역입니다. 저는 ___ 년 전에 이 동네로 이사 왔습니다. 우리 집 주변에는 편의시설이 많아서 살기가 매우 편리합니다. 아파트에서 나가면 ① ___ 에 ___ 이 있고, 지하철역 ① ___ 은 ___ 이 있습니다. 우리 집에서 약 500m 떨어진 곳에 ___ 가 있습니다. 그 밖에 반경 1km 이내에 ___ 등이 있습니다. 이곳의 분위기는 매우 ② ___. ___ 년 전 이 동네에 처음 집을 보러 왔을 때, 저는 이렇게 ② ___ 은 곳에 대해 속해 있다는 것을 느꼈습니다. 게다가, 제 이웃들 또한 매우 ③ ___. 이런 이상적인 주택지에서 집을 찾을 수 있어서 정말 운이 좋다고 생각합니다. 저는 최소 앞으로 ___ 년 동안은 여기서 살고 싶습니다.

나에게 맞는 표현을 찾아서 위의 빈칸에 대입시켜 보세요.

① 방향	· phía trước mặt 앞쪽 · bên (tay) phải 오른쪽 · phía sau 뒤쪽 · phía đối diện 건너편
② 동네 분위기	· thanh vắng, tĩnh mịch 고요하다 · náo nhiệt 시끌벅적하다
③ 이웃	· hay giúp đỡ lẫn nhau 서로 자주 도와주다 · thân thiện 친절하다 · thường chia sẻ thông tin 정보를 자주 공유해 주다 · nhiệt tình 열정적이다, 적극적이다

주제에 관한 다양하고 유용한 IH 등급의 표현들입니다. 자신에게 맞는 문장을 체크하고 재미있는 스토리를 만들어 보세요. 돌발 질문에도
당황하지 않고 나만의 표현력은 물론, 논리력에도 자신감이 생깁니다.

☐ 제가 사는 동네는 매우 깨끗하고 치안이 좋습니다.

Khu phố tôi đang sống rất sạch sẽ và an ninh.

☐ 제가 사는 동네에는 새 아파트가 끊임없이 지어지고 있습니다.

Trong khu vực tôi sống các chung cư mới không ngừng được xây dựng.
끊임없이 — không ngừng　　지어지다 — được xây dựng

☐ 제가 사는 곳은 오래된 동네입니다.

Nơi tôi sống là một khu phố lâu đời.

☐ 제가 사는 동네의 길은 좁고 복잡합니다.

Các con phố ở nơi tôi sống chật hẹp và phức tạp.

☐ 저는 이웃을 자주 보지 못해서 이웃에 대해 잘 모릅니다.

Tôi không biết rõ về hàng xóm của tôi vì chúng tôi ít thấy mặt nhau.

☐ 이웃은 자신이 만든 맛있는 음식을 저에게 자주 줍니다.

Hàng xóm của tôi thường cho tôi món ăn ngon mà cô ấy nấu.

☐ 저희 집 근처에 유치원과 초등학교가 있습니다.

Gần nhà tôi có cả trường mẫu giáo và trường tiểu học.

☐ 제가 사는 지역의 집값이 끊임없이 오르고 있습니다.

Giá nhà ở khu vực tôi đang sống không ngừng tăng lên.

자신에게 맞는 답변을 체크해 보세요. ☑

주제에 관한 다양하고 유용한 AL 등급의 표현들입니다. 자신에게 맞는 문장을 체크하고 재미있는 스토리를 만들어 보세요. 돌발 질문에도 당황하지 않고 나만의 표현력은 물론, 논리력에도 자신감이 생깁니다.

☐ 제가 사는 동네는 매우 깨끗하고 치안이 좋기 때문에 집에 늦게 들어가야 할 때도 안심이 됩니다.

Khu phố tôi đang sống rất sạch sẽ và an ninh nên tôi rất yên tâm khi phải về nhà muộn.

☐ 제가 사는 동네에는 새 아파트가 끊임없이 지어지고 있어서 갈수록 사람이 많아지고 있습니다.

Trong khu vực tôi sống các chung cư mới không ngừng được xây dựng nên ngày càng đông người hơn.

☐ 제가 사는 곳은 오래된 동네이기 때문에 나름의 매력이 있습니다.

Nơi tôi sống là một khu phố lâu đời nên nơi này có nét quyến rũ rất riêng.

☐ 제가 사는 동네의 길이 좁고 복잡해서 최대한 빨리 다른 동네로 이사 가고 싶습니다.

Các con phố ở nơi tôi sống chật hẹp và phức tạp nên tôi muốn chuyển đến khu vực khác càng sớm càng tốt.

☐ 저는 이웃을 자주 보지 못해서 이웃에 대해 잘 모르고, 제 생각에 한국은 보통 이웃끼리 친하지 않은 것 같습니다.

Tôi không biết rõ về hàng xóm của tôi vì chúng tôi ít thấy mặt nhau và tôi nghĩ ở Hàn Quốc thì thường hàng xóm cũng không thân nhau.

☐ 이웃은 자신이 만든 맛있는 음식을 저에게 자주 주곤 하고 저는 제가 키우는 야채를 그녀에게 줍니다.

Hàng xóm của tôi thường cho tôi món ăn ngon mà cô ấy nấu và tôi thường cho cô ấy rau tôi trồng.

☐ 저희 집 근처에 유치원과 초등학교가 있어서 저희 아이들은 아주 편하게 학교를 다니고 있습니다.

Gần nhà tôi có cả trường mẫu giáo và trường tiểu học nên các con của tôi đi học rất tiện.

☐ 제가 사는 지역의 집값이 끊임없이 오르고 있기 때문에 많은 이웃들이 부동산 부자가 되었습니다.

Giá nhà ở khu vực tôi đang sống không ngừng tăng lên nên nhiều hàng xóm của tôi đã trở thành đại gia bất động sản.

↱ 부자 ↱ 부동산

• 학습 순서

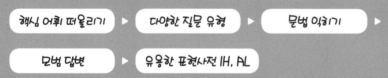

| 핵심 어휘 떠올리기 | ▶ | 다양한 질문 유형 | ▶ | 문법 익히기 | ▶ |

| 모범 답변 | ▶ | 유용한 표현사전 IH, AL |

'콤보 응용 편'은 출제 빈도가 높은 주제별 질문에 대한 콤보 형식의 답변들로 구성되어 있습니다. 질문의 핵심을 파악하고, 중고급 문법과 어휘를 다양하게 활용해서 「도입-전개-마무리」 구조로 답변을 준비해 보세요.

콤보 응용 편

Chương 4

여가 활동

학습목표 출제경향
Background Survey에서 수험자는 최소 1개 이상의 여가 활동을 선택해야 합니다. 항목을 선택할 때 취미와 관심사 그리고 운동을 함께 연결해서 선택하면 조금 더 전략적이고 쉽게 접근할 수 있습니다. 예를 들어, 여가 활동에서 '공원가기'를 선택할 경우, 운동에서는 '걷기/조깅하기'를 함께 준비하는 형식입니다. 스크립트를 준비할 때 여가 활동에 관한 특징 및 묘사와 경험에 대한 에프소드를 같이 준비하는 것을 추천합니다.

주제별 고득점 꿀팁 ★

Bài 1 영화 보기	✸ 영화를 자주 보러 가는 장소 → 그곳을 선호하는 이유 → 함께 가는 사람 → 보기 전과 후의 활동에 관해 말하기 ✸ 영화를 보러 가는 빈도 언급하기 ✸ 좋아하는 영화 장르 → 그 장르를 좋아하는 이유 → 기억에 남는 영화 및 영화배우에 관해 말하기
Bài 2 스포츠 관람하기	✸ 좋아하는 스포츠 종목 → 그 종목을 좋아하는 이유 → 함께 보는 사람에 관해 말하기 ✸ 좋아하는 선수나 팀 → 스포츠 관람 관련 경험이나 추억 말하기
Bài 3 해변 가기	✸ 자주 가거나 좋아하는 해변 묘사하기 ✸ 해변에서 일어난 기억나는 에피소드 → 느낀 점 말하기
Bài 4 공원 가기	✸ 자주 가거나 좋아하는 공원 묘사 → 그 공원을 자주 가거나 좋아하는 이유 → 공원에 가서 하는 일 → 공원에 오는 사람들의 활동에 관해 말하기 ✸ 공원에서 일어난 기억나는 에피소드 → 느낀 점 말하기

✱ Background Survey에서 해당 항목을 선택했을 경우, 자주 출제되는 콤보 형식의 질문 유형입니다.
빈출도 높은 질문 유형들을 익혀두고, 질문의 의도를 빠르게 파악할 수 있도록 학습해 보세요.

주제별 질문 유형 한눈에 파악하기

Bài 1 **영화 보기**	• Bạn thường đi xem phim khi nào? Bạn thường làm gì trước và sau khi xem phim? – 보통 언제 영화를 보러 가나요? 영화를 보기 전과 본 후에 무엇을 하나요?
Bài 2 **스포츠 관람하기**	• Bạn đã nói trong bảng khảo sát là bạn thích xem thể thao. Bạn thích xem môn thể thao nào? Tại sao bạn thích xem môn thể thao đó? Khi nào bạn thường xem các môn thể thao đó? Bạn thường xem ở đâu? Bạn thường xem với ai? – 당신은 설문조사에서 스포츠를 즐겨 본다고 말했습니다. 당신은 어떤 스포츠 보는 것을 좋아하나요? 당신은 왜 그 스포츠 보는 것을 좋아하나요? 당신은 보통 언제 그 스포츠를 보나요? 주로 어디에서 보나요? 보통 누구와 같이 보나요?
Bài 3 **해변 가기**	• Bạn đã cho biết trong bảng khảo sát là bạn thường đi biển. Cho tôi biết về một bãi biển mà bạn thích. Nơi đó trông như thế nào? – 당신은 설문조사에서 당신이 해변에 자주 간다고 했습니다. 당신이 좋아하는 해변에 대해 알려 주세요. 그곳은 어떻게 생겼나요?
Bài 4 **공원 가기**	• Bạn đã nói trong bảng khảo sát là bạn thích đi dạo công viên. Bạn thường đi công viên nào? Bạn thường đi công viên đó với ai? Hãy nói chi tiết về công viên đó. – 당신은 설문조사에서 공원에서 산책하는 것을 좋아한다고 했습니다. 당신은 보통 어느 공원에 가나요? 당신은 보통 누구와 같이 그 공원에 가나요? 그 공원에 대해 자세히 이야기해 주세요.

영화 보기

질문에 관한 답변을 하기 전, 핵심 어휘를 떠올리며 답변 내용을 머릿속으로 미리 정리해 보세요. 핵심 표현을 단계적으로 나열한 Tip을 참고하여 나만의 핵심 어휘도 만들어 보세요.

Q Bạn thường đi xem phim khi nào? Bạn thường làm gì trước và sau khi xem phim?

보통 언제 영화를 보러 가나요? 영화를 보기 전과 본 후에 무엇을 하나요?

  핵심 어휘 떠올리기

thể loại phim 영화 장르

phim hành động 액션 영화, **phim lãng mạn** 로맨스 영화

phim khoa học viễn tưởng 공상과학 영화

phim kinh dị 공포 영화, **phim hài** 코미디

rạp chiếu phim 영화관
quầy bán vé 매표소
máy bán vé tự động
표 자동판매기, 키오스크
chỗ ngồi 좌석

gay cấn 스릴 있다
thú vị 흥미롭다
tiến triển nhanh
전개가 빠르다
kỹ xảo tốt 영화 기법이 좋다
cảm động 감동적이다
mang tính giáo dục
교육적이다

OPIc 시험에서는 질문의 의도를 빠르게 파악하는 것이 매우 중요합니다. 익숙한 질문일수록, 당황하지 않고 자연스럽게 답변을 할 수 있습니다. 주제에 관한 다양한 질문 유형들을 반복해서 익히고 학습해 보세요.

1. Bạn có thể kể cho tôi nghe về một bộ phim bạn nhớ nhất không? Phim đó có nội dung gì? Ai là diễn viên chính?

   가장 기억에 남는 영화에 대해 이야기해 줄 수 있나요? 그 영화의 내용은 무엇인가요? 누가 주연인가요?

2. Bạn thường xem thể loại phim nào? Bạn thích thể loại phim nào và ghét thể loại phim nào? Lý do là gì?

   보통 어떤 장르의 영화를 보나요? 어떤 장르를 좋아하고 어떤 장르를 싫어하나요? 이유는 무엇인가요?

3. Chủ đề nào hoặc vấn đề nào liên quan đến phim mà bạn thảo luận khi nói chuyện với bạn bè hoặc gia đình? Tại sao các chủ đề đó thú vị đối với bạn? Và tại sao nó quan trọng?

   당신은 친구나 가족들과 대화할 때 어떤 영화 관련 주제 또는 문제에 대해 논의하나요? 당신은 왜 그러한 주제들이 흥미롭나요? 그리고 그러한 주제는 왜 중요한가요?

4. Lần gần đây nhất bạn đi đến rạp chiếu phim là khi nào? Bạn đã đi với ai? Bạn đã xem phim gì? Phim đó có nội dung gì?

   가장 최근에 영화관에 간 것이 언제였나요? 누구와 같이 갔나요? 무슨 영화를 봤나요? 그 영화는 어떤 내용인가요?

5. Bạn có thường xem phim ở rạp chiếu phim không? Bạn đến rạp chiếu phim một tuần mấy lần hay một tháng mấy lần? Bạn đi vào thời gian nào trong ngày? Và bạn thường đi với ai?

   당신은 영화관에서 영화를 자주 보나요? 일주일에 몇 번 또는 한 달에 몇 번 영화관에 가나요?
   하루 중 어느 시간대에 가나요? 그리고 보통 누구와 같이 가나요?

IH 또는 AL 등급에 어울리는 베트남어의 문법과 구조 형태 등을 학습하고 답변에 응용해 보세요. 자연스러운 표현과 언어 구사 능력이 올라 갑니다.

● 관계대명사 'mà' : ~하는, ~했던, ~ㄴ

관계대명사 'mà'는 앞에서 언급한 사람, 사물, 현상 등을 가리키는 명사를 뒤에 오는 절과 연결해 주는 대명사입니다. 보통 'mà' 뒤에는 「주어+서술어」 형식이 위치합니다.

> Phim mà tôi thích nhất là phim Hàn Quốc có tựa đề 'Và em sẽ đến'.
> 제가 가장 좋아하는 영화는 '지금 만나러 갑니다'라는 제목을 가진 한국 영화입니다.

> Rạp chiếu phim mà tôi thường đi là rạp chiếu phim ABC ở gần nhà tôi.
> 제가 자주 가는 영화관은 우리 집 근처에 있는 ABC 영화관입니다.

● tạm + 동사 : 잠시/임시로 ~하다

'tạm'은 '일시적인, 잠깐 동안의'라는 형용사로, 동사 앞에 나타나며 '임시로/잠시 동안/일시적으로 ~하다'라는 의미를 나타냅니다. 'tạm' 대신에 'tạm thời'를 쓸 수도 있습니다.

> Phim này giúp tôi tạm quên đi những lo lắng trong học tập.
> 이 영화는 공부에 대한 나의 걱정을 잠시 잊게 도와줍니다.

> Xem phim là khoảng thời gian quý báu giúp tôi có thể tạm rời xa áp lực trong công việc.
> 영화를 보는 것은 일에 대한 스트레스에서 잠시 벗어날 수 있는 소중한 시간입니다.

모범 답변

콤보 형식의 답변을 활용해서 질문별 모범 답변을 제시합니다.

🎧 04-03

Q1. Bạn thường đi xem phim khi nào? Bạn thường làm gì trước và sau khi xem phim?

보통 언제 영화를 보러 가나요? 영화를 보기 전과 본 후에 무엇을 하나요?

Bây giờ tôi sẽ trả lời câu hỏi của cô về việc đi xem phim. Tôi thường đi xem phim vào cuối tuần, thường là chủ nhật, vì tôi có nhiều thời gian vào ngày này. Thường thì trước khi xem phim, tôi sẽ vào trang web của rạp chiếu phim rồi đặt vé phim vào giờ mà tôi muốn xem, sau đó thanh toán online. Trước giờ chiếu phim khoảng 30 phút, tôi sẽ có mặt ở rạp chiếu phim để nhận vé vào rạp tại máy phát hành vé tự động, sau đó mua nước giải khát và bỏng ngô rồi đi vào phòng chiếu phim. Sau khi vào phòng chiếu phim, tôi luôn chuyển điện thoại sang chế độ im lặng, rồi tập trung thưởng thức phim. Sau khi xem phim xong, tôi thường đi ăn tối ở gần rạp chiếu phim, rồi viết cảm nghĩ về bộ phim, hoặc trò chuyện với bạn tôi về phim mà tôi đã xem. Nói chung, vì thích xem phim ở rạp chiếu phim nên tôi thường đi mỗi tuần một lần, và chuẩn bị kỹ để có thể tận hưởng bộ phim.

이제 저는 영화 보러 가는 것에 대한 질문에 대답하겠습니다. 저는 보통 주말에 시간이 많기 때문에 주말, 특히 일요일에 영화를 보러 갑니다. 보통 영화를 보기 전에 영화관의 사이트에 들어가서 보고 싶은 시간에 영화표를 예매한 다음 온라인으로 결제하곤 합니다. 영화 상영시간 30분 전쯤 영화관에 도착해서 자동발매기에서 입장권을 받고, 음료수와 팝콘을 사고 나서 상영관에 들어갑니다. 상영관에 들어간 후에는 항상 휴대폰을 무음 모드로 전환한 다음 영화를 감상하는 데 집중합니다. 영화를 본 후, 저는 보통 영화관 근처에서 저녁을 먹고, 영화에 대한 소감을 쓰거나, 본 영화에 대해 친구들과 이야기합니다. 대체로 영화관에서 영화를 보는 것을 좋아하기 때문에 일주일에 한 번씩 영화를 보러 가고, 영화를 즐길 수 있도록 준비를 잘합니다.

단어

- □ **thanh toán** 결제하다
- □ **chiếu phim** 영화를 상영하다
- □ **có mặt** 도착하다, 출석하다, 자리에 있다
- □ **vé vào rạp** (영화관) 입장권
- □ **máy phát hành vé tự động** 자동발매기
- □ **chế độ im lặng** 무음 모드
- □ **thưởng thức** 감상하다
- □ **cảm nghĩ** 소감
- □ **tận hưởng** 누리다, 즐기다

콤보 형식의 답변을 활용해서 질문별 모범 답변을 제시합니다.

🎧 04-04

Q2. Bạn có thể kể cho tôi nghe về một bộ phim bạn nhớ nhất không? Phim đó có nội dung gì? Ai là diễn viên chính?

가장 기억에 남는 영화에 대해 말해 줄 수 있나요? 그 영화의 내용은 무엇인가요? 누가 주연인가요?

Bây giờ tôi sẽ nói về một bộ phim mà tôi nhớ nhất. Bộ phim mà tôi nhớ nhất là phim Mỹ, có tựa đề là 'The Notebook', tựa đề tiếng Việt là 'Nhật ký tình yêu'. Dựa trên cuốn tiểu thuyết của nhà văn Nicholas Sparks xuất bản năm 1996, bộ phim là câu chuyện tình yêu giữa Noah và Allie kể từ lần đầu họ gặp nhau tại North Carolina vào thập niên 40. Tình yêu của 2 nhân vật chính phải vượt qua rất nhiều những gian nan, trở ngại và hiểu lầm bởi sự khác biệt thân phận xã hội. May mắn là cuối cùng họ có thể ở bên cạnh nhau mãi mãi về sau. 'The Notebook' đã mang đến cho tôi dư vị lãng mạn, bình yên của một tình yêu vững bền, không đổi thay theo năm tháng. Diễn viên chính của phim là Ryan Gosling và Rachel McAdams. Hai diễn viên này đã trở nên rất nổi tiếng sau thành công của bộ phim 'The Notebook' được công chiếu vào năm 2004, và là diễn viên yêu thích nhất của tôi cho đến bây giờ. Dù hàng năm có rất nhiều phim được ra mắt và tôi đã xem rất nhiều, nhưng đối với tôi đây là một trong những bộ phim kinh điển cho thể loại phim lãng mạn.

이제 저는 가장 기억에 남는 영화에 대해 이야기하겠습니다. 가장 기억에 남는 영화는 '노트북(The Notebook)'이라는 제목의 미국 영화이며, 베트남어 제목은 '사랑의 일기'입니다. 니콜라스 스파크스가 1996년에 출판한 소설을 원작으로 한 이 영화는 노아와 앨리가 1940년대 노스캐롤라이나에서 처음 만난 이후의 러브스토리입니다. 두 주인공의 사랑은 사회적 신분 차이에 의한 많은 시련과 방해, 오해들을 겪으며 이겨내야 했습니다. 다행히, 그들은 마지막에 영원히 같이 있을 수 있었습니다. '노트북'은 세월이 흘러도 변하지 않는 확고한 사랑의 낭만적이고 평화로운 여운을 저에게 가져다주었습니다. 이 영화의 주연은 라이언 고슬링과 레이첼 맥아담스입니다. 이 두 배우는 2004년 영화 '노트북'의 성공 이후 큰 인기를 얻었고, 지금까지도 제가 가장 좋아하는 배우들입니다. 매년 많은 영화들이 개봉되어서 많이 보았지만, 저에게 이 영화는 로맨스 장르의 명작 중 하나입니다.

단어		
□ tựa đề 제목	□ trở ngại 장애물, 방해	□ dư vị 여운, 뒷맛
□ xuất bản 출판하다	□ (sự) hiểu lầm 오해	□ bình yên 고요하다, 평화롭다
□ gian nan 시련	□ thân phận xã hội 사회적 신분	□ vững bền 확고하다, 견고하다

🎧 04-05

Q3. Bạn thường xem thể loại phim nào? Bạn thích thể loại phim nào và ghét thể loại phim nào? Lý do là gì?

보통 어떤 장르의 영화를 보나요? 어떤 장르를 좋아하고 어떤 장르를 싫어하나요? 이유는 무엇인가요?

Từ bây giờ tôi sẽ nói về thể loại phim mà tôi thích và không thích. Tôi thích phim hài và phim lãng mạn. Vì khi xem phim hài, tôi có thể giải tỏa căng thẳng, và tạm quên đi những lo lắng, muộn phiền trong cuộc sống hàng ngày. Tôi cũng có thể cười thật thoải mái khi xem thể loại phim này. Còn lý do tôi thích xem phim lãng mạn là tôi thích những câu chuyện tình yêu nhẹ nhàng, mang tính nhân văn do các bộ phim lãng mạn mang đến. Thể loại phim mà tôi không thích, hay thậm chí ghét, là phim kinh dị. Vì tôi không thích xem những cảnh phim rùng rợn, đáng sợ, và sau khi xem phim kinh dị thì tôi luôn luôn không thể ngủ được vì bị ám ảnh trong đầu những cảnh phim đó. Theo tôi, xem phim là để giải trí, nên tôi thích những thể loại phim nhẹ nhàng như phim hài hay phim lãng mạn, và không muốn bị căng thẳng khi xem các thể loại như phim kinh dị.

지금부터 제가 좋아하고 싫어하는 영화 장르에 대해 이야기하겠습니다. 저는 코미디와 로맨스 영화를 좋아합니다. 왜냐하면 코미디를 보면 스트레스가 해소되고, 일상생활의 걱정과 고민을 일시적으로 잊을 수 있기 때문입니다. 이런 영화를 볼 때 편하게 웃을 수 있습니다. 그리고 제가 로맨스 영화 보는 것을 좋아하는 이유는 로맨스 영화가 가져다주는 잔잔하고 인간적인 사랑 이야기를 좋아하기 때문입니다. 제가 좋아하지 않고, 심지어 싫어하는 영화의 장르는 공포 영화입니다. 왜냐하면 저는 섬뜩하고 무서운 장면 보는 것을 좋아하지 않기 때문이고, 공포 영화를 보고 나면 그 장면들이 머릿속에 맴돌아서 항상 잠들 수가 없기 때문입니다. 제 생각에, 영화 관람은 오락의 목적이므로 코미디나 로맨스 영화 같은 가벼운 영화가 좋고, 공포 영화 같은 장르를 보면서 스트레스를 받고 싶지 않습니다.

단어			
□ nhẹ nhàng 가볍다, 잔잔하다	□ rùng rợn 섬뜩하다	□ ám ảnh trong đầu 머릿속에 맴돌다
□ mang tính nhân văn 인간적이다	□ đáng sợ 무섭다	

주제에 관한 다양하고 유용한 IH 등급의 표현들입니다. 자신에게 맞는 문장을 체크하고 재미있는 스토리를 만들어 보세요. 돌발 질문에도 당황하지 않고 나만의 표현력은 물론, 논리력에도 자신감이 생깁니다.

☐ 할인을 받을 수 있어서 저는 보통 온라인으로 영화표를 예매합니다.

Tôi thường đặt vé xem phim trực tuyến vì có thể được giảm giá.

☐ ABC 영화관은 스크린과 사운드 시스템이 좋기 때문에 거기에 자주 갑니다.

Tôi thường đi rạp chiếu phim ABC vì ở đó màn hình và hệ thống âm thanh tốt.

☐ 영화관 가운데에는 항상 상영시간이 될 때까지 관람객들이 대기할 수 있는 공간이 있습니다.

Ở giữa rạp chiếu phim luôn có không gian để người xem phim có thể ngồi chờ suất chiếu của mình.

☐ OST는 역시 이 영화의 매력입니다.

Nhạc phim cũng là điểm thu hút của phim này.

☐ 이 영화는 많은 시청자의 마음을 사로잡았습니다.

→마음을 사로잡다   →시청자
Bộ phim này đã chinh phục trái tim của rất nhiều khán giả.

☐ 이 영화는 그림같이 아름다운 장면들이 담겨 있습니다.

→장면   →그림같이 아름답다
Phim này có những cảnh quay đẹp như tranh.

☐ 이 영화는 역대 최고의 멜로 영화 중 하나로 꾸준히 선정되었습니다.

Phim này liên tục được chọn là một trong những phim tình cảm hay nhất mọi thời đại.

☐ 그녀의 연기는 매우 자연스럽습니다.

Diễn xuất của cô ấy rất tự nhiên.

자신에게 맞는 답변을 체크해 보세요. ☑

주제에 관한 다양하고 유용한 AL 등급의 표현들입니다. 자신에게 맞는 문장을 체크하고 재미있는 스토리를 만들어 보세요. 돌발 질문에도 당황하지 않고 나만의 표현력은 물론, 논리력에도 자신감이 생깁니다.

☐ 할인을 받고 더 많이 포인트 적립을 할 수 있어서 저는 보통 온라인으로 영화표를 예매합니다.

Tôi thường đặt vé xem phim trực tuyến vì có thể được giảm giá và tích điểm nhiều hơn.

☐ ABC 영화관은 스크린이 크고 사운드 시스템이 현대적이고 인상적이어서 그곳에 자주 갑니다.

Tôi thường đi rạp chiếu phim ABC vì ở đó màn hình to và hệ thống âm thanh hiện đại, ấn tượng.

☐ 영화관 가운데에는 항상 상영시간이 될 때까지 관람객들이 대기할 수 있는 널찍하고 편안한 공간이 있습니다.

Ở giữa rạp chiếu phim luôn có không gian rộng rãi và thoải mái để người xem phim có thể ngồi chờ suất chiếu của mình.

☐ 감성적인 OST는 역시 이 영화의 매력입니다.

Nhạc phim đầy cảm xúc cũng là điểm thu hút của phim này.

☐ 이 영화는 많은 시청자, 특히 사랑에 빠진 젊은이들의 마음을 사로잡았습니다.

Bộ phim này đã chinh phục trái tim của rất nhiều khán giả, đặc biệt là người trẻ đã và đang yêu.

☐ 이 영화는 훌륭한 감독에 의해 만들어진 그림같이 아름다운 장면들이 담겨 있습니다.

Phim này có những cảnh quay đẹp như tranh dưới bàn tay của đạo diễn tài ba.

☐ 이 영화는 역대 최고의 멜로 영화 순위에 꾸준히 선정되었고 저는 5번 정도 봤습니다.

Phim này liên tục được xếp vào bảng xếp hạng những bộ phim tình cảm hay nhất mọi thời đại và tôi đã xem không dưới 5 lần.

☐ 그녀의 연기가 매우 자연스러워서 시청자가 영화에 몰입이 잘됩니다.

Diễn xuất của cô ấy rất tự nhiên nên người xem có thể nhập tâm vào phim.

Bài 2

스포츠 관람하기

질문에 관한 답변을 하기 전, 핵심 어휘를 떠올리며 답변 내용을 머릿속으로 미리 정리해 보세요. 핵심 표현을 단계적으로 나열한 Tip을 참고하여 나만의 핵심 어휘도 만들어 보세요.

04-06

Q Bạn đã nói trong bảng khảo sát là bạn thích xem thể thao. Bạn thích xem môn thể thao nào? Tại sao bạn thích xem môn thể thao đó? Khi nào bạn thường xem các môn thể thao đó? Bạn thường xem ở đâu? Bạn thường xem với ai?

당신은 설문조사에서 스포츠를 즐겨 본다고 말했습니다. 당신은 어떤 스포츠 보는 것을 좋아하나요? 당신은 왜 그 스포츠 보는 것을 좋아하나요? 당신은 보통 언제 그 스포츠를 보나요? 주로 어디에서 보나요? 보통 누구와 같이 보나요?

sân thi đấu 경기장
nhà thi đấu 실내 경기장
tuyển thủ 선수

tận hưởng bầu không khí 분위기를 즐기다
cổ vũ cuồng nhiệt 열정적으로 응원하다

trận đấu kịch tính 짜릿한 경기
thắng 이기다, thua 지다
tỷ số 스코어
thi đấu hết mình 최선을 다해 시합하다
kỹ thuật tốt 스킬이 좋다

 🎧 04-07

OPIc 시험에서는 질문의 의도를 빠르게 파악하는 것이 매우 중요합니다. 익숙한 질문일수록, 당황하지 않고 자연스럽게 답변을 할 수 있습니다. 주제에 관한 다양한 질문 유형들을 반복해서 익히고 학습해 보세요.

1. Bạn có tuyển thủ hay đội thể thao yêu thích không? Đó là ai? Tại sao bạn thích anh ấy hoặc cô ấy hoặc đội ấy? Cô ấy hoặc anh ấy hoặc đội ấy chơi môn thể thao nào? Nói cho tôi biết về anh ấy hoặc cô ấy hoặc đội ấy càng chi tiết càng tốt.

당신이 좋아하는 선수나 스포츠팀이 있나요? 누구인가요? 당신은 왜 그 사람 또는 그 팀을 좋아하나요? 그 사람 또는 그 팀은 어떤 스포츠를 하나요? 그 사람 또는 그 팀에 대해 가능한 한 자세히 이야기해 주세요.

2. Bạn có trải nghiệm đáng nhớ nào trong khi xem các trận đấu thể thao? Việc đó đã xảy ra khi nào? Bạn đã xem môn thể thao nào? Tại sao nó đáng nhớ với bạn?

당신은 스포츠 경기를 보면서 기억에 남는 경험이 있나요? 그 일은 언제 일어났나요? 당신은 무슨 스포츠를 봤나요? 왜 그 일이 기억에 남나요?

3. Hãy cho tôi biết về trận đấu thể thao cuối cùng mà bạn đã xem. Hãy cho tôi càng nhiều chi tiết về trận đấu càng tốt.

당신이 마지막으로 본 스포츠 경기에 대해 이야기해 주세요. 경기에 대해 가능한 한 자세히 이야기해 주세요.

4. Bạn đã nói trong bảng khảo sát là bạn thích xem thể thao. Bạn đã từng gặp vấn đề hay có khó khăn khi xem thể thao chưa? Vấn đề hay khó khăn đó là gì? Bạn đã giải quyết như thế nào? Hãy nói cho tôi nghe chi tiết câu chuyện.

당신은 설문조사에서 스포츠를 즐겨 본다고 말했습니다. 스포츠를 관람할 때 문제가 있거나 어려움을 겪은 적이 있나요? 그 문제나 어려움은 무엇인가요? 당신은 어떻게 해결했나요? 저에게 자세히 이야기해 주세요.

5. Bạn có thể giải thích về môn thể thao mà người nước bạn thích không? Môn thể thao đó là gì? Mọi người thường xem môn thể thao đó ở đâu? Mọi người thường xem trên tivi hay ở sân thi đấu?

당신 나라의 사람들이 좋아하는 스포츠를 설명해 줄 수 있나요? 그 스포츠는 무엇인가요? 사람들은 보통 어디에서 그 스포츠를 보나요? 사람들은 보통 TV에서 혹은 경기장에서 보나요?

IH 또는 AL 등급에 어울리는 베트남어의 문법과 구조 형태 등을 학습하고 답변에 응용해 보세요. 자연스러운 표현과 언어 구사 능력이 올라 갑니다.

● **Khi A thì B** : A 할 때 B하다

'khi'는 '때', 'thì'는 '은/는' 또는 '그러면 ~하다'라는 뜻으로, 「khi 주어+서술어 thì 주어+서술 어」는 '~할 때/했을 때 ~하다'라는 의미를 나타냅니다. 주어가 동일할 경우, 주어는 하나만 쓰 고 'thì'는 종종 생략됩니다.

Khi xem trận đấu trên tivi thì tôi thích vừa xem vừa ăn pizza.
저는 텔레비전에서 경기를 볼 때 피자를 먹으면서 보는 것을 좋아합니다.

'thì'가 생략될 때의 문형은 다음과 같습니다.

> 주어+서술어 khi 주어+서술어

Tôi thường đi sân thi đấu xem bóng đá khi đội bóng tôi yêu thích thi đấu. 저는 제가 좋아하는 축구팀이 경기할 때 보통 경기장에 가서 봅니다.

> Khi 주어+서술어, 주어+서술어

Khi có thời gian, tôi chủ yếu xem bóng chày trên tivi.
시간이 있을 때, 주로 텔레비전으로 야구를 봅니다.

> **Tip** * sau khi+(주어) 서술어 : ~한 후
> * trước khi+(주어) 서술어 : ~하기 전

● **주어 + (đã) từng + 서술어** : ~한 적 있다

'từng'은 뒤에서 언급한 행동이나 활동이 과거에 일어났다는 의미를 나타내며, 'đã'와 같이 쓰 일 수 있습니다.

> **Tip** * 주어+chưa từng+서술어 : ~한 적 없다

Tôi đã từng xem trận đấu bóng đá giải ngoại hạng Anh ở Anh.
저는 프리미어리그 경기를 영국에서 본 적이 있습니다.

Tôi chưa từng xem trận đấu ở sân thi đấu.
저는 경기장에서 경기를 본 적이 없습니다.

콤보 형식의 답변을 활용해서 질문별 모범 답변을 제시합니다.

🎧 04-08

Q1. Bạn đã nói trong bảng khảo sát là bạn thích xem thể thao. Bạn thích xem môn thể thao nào? Tại sao bạn thích xem môn thể thao đó? Khi nào bạn thường xem các môn thể thao đó? Bạn thường xem ở đâu? Bạn thường xem với ai?

당신은 설문조사에서 스포츠를 즐겨 본다고 말했습니다. 당신은 어떤 스포츠 보는 것을 좋아하나요? 당신은 왜 그 스포츠 보는 것을 좋아하나요? 당신은 보통 언제 그 스포츠를 보나요? 주로 어디에서 보나요? 보통 누구와 같이 보나요?

Bây giờ tôi sẽ nói về môn thể thao mà tôi thích. Tôi thích xem thi đấu bóng rổ, nhất là trận đấu ở giải NBA. NBA là từ viết tắt của hiệp hội bóng rổ Mỹ. Tôi thích xem môn thể thao đó vì các trận đấu có tốc độ nhanh và lối chơi hết mình của những tuyển thủ. Bởi vì tốc độ của trận đấu nhanh và lối chơi của các tuyển thủ làm tôi phấn khích. Tôi cảm thấy các tuyển thủ không phải là con người mà giống như quái vật đang chơi thể thao. Tôi thường xem trận đấu bóng rổ khi nó được phát lại vào tối thứ Sáu hàng tuần. Bởi vì các trận đấu NBA thường bắt đầu vào buổi sáng tính theo giờ Hàn Quốc và tôi không thể xem phát sóng trực tiếp vào buổi sáng được. Tôi thường ở nhà xem trận đấu một mình. Một trong những điều tôi muốn làm trước khi chết là xem trận đấu NBA trực tiếp ở Mỹ.

이제 저는 좋아하는 스포츠에 대해 이야기하겠습니다. 저는 농구 대결, 특히 NBA 경기 보는 것을 좋아합니다. NBA는 미국 농구 협회의 약자입니다. 저는 빠른 속도의 경기와 선수들의 최선을 다하는 플레이 스타일 때문에 그 스포츠 보는 것을 좋아합니다. 경기 속도가 빠르고 선수들의 플레이 스타일이 저를 흥분시키기 때문입니다. 저는 그 선수들이 인간이 아니라 스포츠를 하는 괴물이라고 느낍니다. 저는 보통 농구 경기를 매주 금요일 밤에 재방송될 때 봅니다. 왜냐하면 NBA 경기는 한국시간으로 보통 아침에 시작하는데 아침에 생방송으로 볼 수 없기 때문입니다. 저는 보통 집에서 혼자 경기를 봅니다. 제 버킷 리스트 중 하나는 미국에서 NBA 경기를 직접 보는 것입니다.

단어

- □ thi đấu 시합하다, 대결하다
- □ bóng rổ 농구
- □ trận đấu 경기
- □ từ viết tắt 약자
- □ hiệp hội 협회
- □ tốc độ 속도

- □ lối chơi 플레이 스타일
- □ hết mình 최선을 다하다
- □ tuyển thủ 선수
- □ phấn khích 흥분하다
- □ con người 인간

- □ quái vật 괴물
- □ được phát lại 재방송되다
- □ phát sóng trực tiếp 생방송하다
- □ điều muốn làm trước khi chết 버킷 리스트

모범 답변

콤보 형식의 답변을 활용해서 질문별 모범 답변을 제시합니다.

🎧 04-09

Q2. Bạn có tuyển thủ hay đội thể thao yêu thích không? Đó là ai? Tại sao bạn thích anh ấy hoặc cô ấy hoặc đội ấy? Cô ấy hoặc anh ấy hoặc đội ấy chơi môn thể thao nào? Nói cho tôi biết về anh ấy hoặc cô ấy hoặc đội ấy càng chi tiết càng tốt.

당신이 좋아하는 선수나 스포츠팀이 있나요? 누구인가요? 당신은 왜 그 사람 또는 그 팀을 좋아하나요? 그 사람 또는 그 팀은 어떤 스포츠를 하나요? 그 사람 또는 그 팀에 대해 가능한 한 자세히 이야기해 주세요.

Bây giờ tôi sẽ nói về cầu thủ bóng rổ mà tôi yêu thích. Tên anh ấy là Lebron James. Anh ấy là cầu thủ bóng rổ của đội Los Angeles Lakers. Anh ấy hiện là siêu sao hàng đầu của NBA và là một trong những cầu thủ hàng đầu trong lịch sử NBA và vẫn đang lập kỷ lục lịch sử. Anh ấy được ca ngợi là biểu tượng của bóng rổ sau Michael Jordan, người vẫn đang viết nên những kỷ lục lịch sử và được ca ngợi là một biểu tượng bóng rổ. Tôi nghĩ Michael Jordan là cầu thủ xuất sắc nhất nhưng vì thực tế tôi chưa từng xem trận đấu của anh ấy nên tôi thích nhất là Lebron James, người đang bận rộn đuổi theo Michael Jordan. Lebron James có 17 năm kinh nghiệm làm vận động viên nhưng vẫn là một trong những cầu thủ giỏi trong giải đấu, và anh ấy vẫn cho thấy cơ thể tuyệt vời, tôi nghĩ anh ấy không chỉ có cơ thể tuyệt vời mà còn quản lý cơ thể rất nghiêm ngặt. Tôi ngưỡng mộ anh ấy vì hình tượng mà anh ấy theo đuổi.

이제 저는 가장 좋아하는 농구선수에 대해 이야기하겠습니다. 그의 이름은 르브론 제임스입니다. 그는 로스앤젤레스 레이커스 팀의 농구 선수입니다. 그는 현재 NBA 최고의 슈퍼스타로 NBA 역사상 최고의 선수 중 한 명이며 아직도 역사적인 기록을 세우고 있습니다. 그는 여전히 역사적인 기록을 쓰고 있고 농구의 상징으로 칭송받고 있는 마이클 조던의 뒤를 이어 농구 최고의 상징으로 칭송받고 있습니다. 저는 마이클 조던이 최고의 선수라고 생각하지만 실제로 그의 경기를 본 적이 없기 때문에 마이클 조던을 쫓느라 바쁜 르브론 제임스를 가장 좋아합니다. 르브론 제임스는 17년의 운동선수 경력을 가지고 있지만 여전히 이 리그에서 최고의 선수 중 한 명이고, 여전히 훌륭한 몸매를 보여주고 있는데, 엄청난 몸매를 가지고 있을 뿐만 아니라 몸매 관리를 철저히 하고 있다고 생각합니다. 저는 그가 추구하는 이미지 때문에 그를 존경합니다.

단어

□ siêu sao 슈퍼스타	□ thực tế 실제로, 현실적, 실제적	□ cơ thể 몸매, 몸
□ hàng đầu 최고의, 최상급	□ bận rộn 바쁘다	□ tuyệt vời 환상적이다, 훌륭하다
□ trong lịch sử 역사상	□ đuổi theo 쫓다	□ nghiêm ngặt 철저하다, 철저히
□ lập kỷ lục 기록을 세우다	□ vận động viên 운동선수	□ ngưỡng mộ 존경하다
□ được ca ngợi 칭송을 받다	□ giải đấu 리그	□ hình tượng 이미지
□ biểu tượng 아이콘, 상징	□ cho thấy 보여주다	□ theo đuổi 추구하다

🎧 04-10

Q3. Bạn có trải nghiệm đáng nhớ nào trong khi xem các trận đấu thể thao? Việc đó đã xảy ra khi nào? Bạn đã xem môn thể thao nào? Tại sao nó đáng nhớ với bạn?

당신은 스포츠 경기를 보면서 기억에 남는 경험이 있나요? 그 일은 언제 일어났나요? 당신은 무슨 스포츠를 봤나요? 왜 그 일이 기억에 남나요?

Bây giờ tôi sẽ nói về trải nghiệm đáng nhớ nhất khi xem trận đấu thể thao. Đó là trận chung kết NBA thứ 7 giữa đội Cleveland Cavaliers và đội Golden State Warriors diễn ra vào năm 2016. Trận đấu đó rất khốc liệt và đến phút cuối cùng vẫn không thể biết được kết quả. Cleveland Cavaliers là đội được dẫn dắt bởi cầu thủ yêu thích nhất của tôi, Lebron James. Anh ấy đã lập nên Triple double và hoạt động tích cực bằng năng lực đa tài. Đặc biệt, vào thời điểm quyết định, anh ấy đã hoạt động tích cực và dẫn dắt đội giành chiến thắng. Đội của anh ấy đã trở thành đội đầu tiên trong lịch sử NBA giành chiến thắng 4 trận liên tiếp sau 1 trận thắng và 3 trận thua. Hình ảnh anh ấy quỳ gối và rơi nước mắt sau khi dẫn dắt đội giành chức vô địch đầu tiên sau 52 năm thật sự cảm động.

이제 저는 스포츠 경기를 보면서 가장 기억에 남은 경험에 대해 이야기하겠습니다. 2016년에 열린 클리블랜드 캐벌리어스와 골든스테이트 워리어스의 7번째 NBA 결승전이었습니다. 그 경기는 아주 치열했고, 마지막 순간까지 결과를 알 수 없었습니다. 클리블랜드 캐벌리어스는 제가 가장 좋아하는 선수인 르브론 제임스가 이끄는 팀이었습니다. 그는 트리플 더블을 기록하였고 다재다능한 능력으로 활약했습니다. 특히, 결정적인 순간에 맹활약하며 팀을 승리로 이끌었습니다. 그의 팀은 NBA 역사상 처음으로 1승 3패 이후 4연승을 거둔 팀이 되었습니다. 팀 창단 52년 만에 첫 우승을 이긴 그가 무릎을 꿇고 눈물을 흘리는 모습은 정말 감동적이었습니다.

Tip * cầu thủ
축구, 배구, 농구 등 공으로 하는 스포츠 선수를 의미합니다.

* vận động viên
운동선수, 스포츠를 직업으로 하는 사람을 의미합니다.

단어
- trải nghiệm 경험, 경험하다, 체험, 체험하다
- trận chung kết 결승전
- diễn ra (행사, 경기 등) 열리다
- khốc liệt 치열하다
- phút cuối cùng 마지막 순간
- dẫn dắt 이끌다
- hoạt động tích cực 활약하다
- năng lực 능력
- đa tài 다재다능하다
- thời điểm quyết định 결정적인 순간/시점
- giành chiến thắng 승리하다, 승리를 얻다
- hình ảnh 모습
- quỳ gối 무릎을 꿇다
- rơi nước mắt 눈물을 흘리다
- chức vô địch 우승
- cảm động 감동하다, 감동적이다

콤보 응용 편 4. 여가 활동 143

주제에 관한 다양하고 유용한 IH 등급의 표현들입니다. 자신에게 맞는 문장을 체크하고 재미있는 스토리를 만들어 보세요. 돌발 질문에도 당황하지 않고 나만의 표현력은 물론, 논리력에도 자신감이 생깁니다.

☐ 몇 개월 전에 저는 친구와 함께 야구 경기를 보러 경기장에 갔었습니다.

Vài tháng trước tôi đã đi xem trận đấu bóng chày ở sân thi đấu với bạn tôi.

☐ 저와 친구는 수다를 떨면서 경기가 시작되는 것을 기다렸습니다.

Tôi và bạn tôi vừa tán gẫu vừa chờ trận đấu bắt đầu.

☐ 우리는 열정적으로 소리를 외치고 응원했습니다.

Chúng tôi đã hò hét cổ vũ nhiệt tình.

☐ 갑자기 제 옆에 앉은 사람이 저에게 물을 쏟았습니다.

Đột nhiên người ngồi bên cạnh đã làm đổ nước vào người tôi.

☐ 저는 프리미어리그에서 활동하고 있는 손흥민 선수를 아주 좋아합니다.

Tôi rất thích Son Heungmin, cầu thủ đang thi đấu tại giải ngoại hạng Anh.

☐ 많은 한국 사람들은 야구와 축구 보는 것을 좋아합니다.

Nhiều người Hàn Quốc thích xem bóng chày và bóng đá.

☐ 2002년 월드컵 이후 축구는 한국인들이 가장 좋아하는 스포츠가 되었습니다.

Sau World Cup 2002 thì bóng đá trở thành môn thể thao yêu thích nhất của người Hàn Quốc.

☐ 저는 경기장에서의 열광하고 신나는 분위기를 좋아합니다.

Tôi thích bầu không khí cuồng nhiệt và sôi động của sân thi đấu.

주제에 관한 다양하고 유용한 AL 등급의 표현들입니다. 자신에게 맞는 문장을 체크하고 재미있는 스토리를 만들어 보세요. 돌발 질문에도 당황하지 않고 나만의 표현력은 물론, 논리력에도 자신감이 생깁니다.

☐ 저는 제가 좋아하는 야구팀의 경기를 친한 친구와 함께 경기장에서 보며 재미있는 시간을 보낸 적이 있습니다.

Tôi từng trải qua thời gian thú vị với bạn thân khi xem trận đấu bóng chày của đội tôi thích ở sân thi đấu.

☐ 저와 친구는 수다를 떨면서 매우 기대하며 경기가 시작되는 것을 기다렸습니다.

Tôi và bạn tôi vừa tán gẫu vừa háo hức chờ trận đấu bắt đầu.

☐ 우리는 목이 쉴 정도로 열정적으로 소리를 외치고 응원했습니다.

Chúng tôi đã hò hét cổ vũ nhiệt tình đến mức bị khản cổ.

☐ 갑자기 제 옆에 앉은 사람이 저에게 물을 쏟아서 저는 매우 짜증 났습니다.

Đột nhiên người ngồi bên cạnh làm đổ nước vào người tôi khiến tôi rất bực mình.

☐ 저는 프리미어리그에서 활동하고 있고 한국의 자랑인 손흥민 선수를 아주 좋아합니다.

Tôi rất thích Son Heungmin, cầu thủ đang thi đấu tại giải ngoại hạng Anh và là niềm tự hào của Hàn Quốc.

☐ 많은 한국 사람들은 세계 대회에서 우승한 스포츠를 보는 것을 좋아합니다.

Nhiều người Hàn Quốc thích xem những môn thể thao giành được chức vô địch ở các giải đấu trên thế giới.

☐ 2002년 월드컵 때 대한민국 국가대표팀이 4위를 차지했기 때문에 축구는 한국인들이 가장 좋아하는 스포츠가 되었습니다.

Vì đội tuyển Hàn Quốc đã giành được hạng tư ở World Cup 2002 nên bóng đá đã trở thành môn thể thao mà người Hàn Quốc yêu thích nhất.

☐ 저는 경기장에서의 열광하고 신나는 분위기를 좋아하기 때문에 제가 좋아하는 야구팀이 경기를 할 때마다 보러 갑니다.

Tôi thích bầu không khí cuồng nhiệt và sôi động của sân thi đấu nên hễ đội bóng chày tôi thích thi đấu thì tôi đi xem.

🎧 04-11

해변 가기

질문에 관한 답변을 하기 전, 핵심 어휘를 떠올리며 답변 내용을 머릿속으로 미리 정리해 보세요. 핵심 표현을 단계적으로 나열한 Tip을 참고하여 나만의 핵심 어휘도 만들어 보세요.

Q **Bạn đã cho biết trong bảng khảo sát là bạn thường đi biển. Cho tôi biết về một bãi biển mà bạn thích. Nơi đó trông như thế nào?**

당신은 설문조사에서 당신이 해변에 자주 간다고 했습니다. 당신이 좋아하는 해변에 대해 알려 주세요. 그곳은 어떻게 생겼나요?

 핵심 어휘 떠올리기

Hoàng Hải / biển Tây 황해 / 서해
biển Đông 동해, **đảo** 섬

tắm nắng 일광욕하다
xây lâu đài cát 모래성을 짓다
đi dạo biển 해변에서 산책하다
chạy bộ trên bãi biển
해변에서 조깅하다

biển xanh và trong
바다가 파랗고 맑다
cát trắng mịn
모래가 하얗고 매끄럽다
có nhiều chim hải âu
갈매기가 많다

OPIc 시험에서는 질문의 의도를 빠르게 파악하는 것이 매우 중요합니다. 익숙한 질문일수록, 당황하지 않고 자연스럽게 답변을 할 수 있습니다. 주제에 관한 다양한 질문 유형들을 반복해서 익히고 학습해 보세요.

1. Nói cho tôi biết về một bãi biển đẹp hay một bãi biển đáng nhớ mà bạn đã đi. Nơi đó trông như thế nào? Ấn tượng và cảm nhận của bạn là gì? Cho tôi biết nơi đặc biệt đó trông như thế nào?

당신이 갔던 아름다운 해변이나 기억에 남는 해변에 대해 알려 주세요. 그곳은 어떻게 생겼나요? 당신의 인상과 느낌은 어땠나요? 그 특별한 장소가 어떻게 생겼는지 알려 줄 수 있나요?

2. Những điều thú vị và đáng nhớ thường xảy ra ở bãi biển. Hãy kể cho tôi nghe kỷ niệm của bạn về một điều gì đó xảy ra khi bạn ở bãi biển. Nó có thể là một chuyện vui, bất ngờ hoặc đáng sợ. Hãy nói cho tôi biết tất cả những gì đã xảy ra.

해변에서는 재미있고 기억에 남는 일이 자주 일어납니다. 해변에 있을 때의 추억에 대해 이야기해 주세요. 그 일은 기분이 좋은 것일 수도 있고, 놀라거나 무서운 것일 수도 있습니다. 무슨 일이 있었는지 모두 이야기해 주세요.

3. Hãy nói cho tôi nghe về một bãi biển đặc biệt ở nước của bạn. Bãi biển đó trông như thế nào? Mọi người thường làm gì ở đó?

당신 나라의 특별한 해변에 대해 이야기해 주세요. 그 해변은 어떻게 생겼나요? 사람들은 주로 그곳에서 무엇을 하나요?

4. Lần gần đây nhất bạn đi biển là khi nào? Bạn đã đi bãi biển nào? Bạn đã đi với ai? Hãy nói cho tôi nghe càng chi tiết càng tốt.

당신이 가장 최근에 해변에 간 것은 언제였나요? 어떤 해변에 갔었나요? 누구와 같이 갔었나요? 가능한 한 자세히 이야기해 주세요.

5. Bây giờ hãy nói về vấn đề đang xảy ra ở các bãi biển của nước bạn. Đó là vấn đề gì? Nguyên nhân dẫn đến vấn đề đó là gì? Theo bạn thì làm thế nào để giải quyết?

이제 당신 나라의 해변에서 발생하는 문제에 대해 이야기해 보세요. 그것은 무슨 문제인가요? 그 문제를 초래하는 원인은 무엇인가요? 해결하기 위해 어떻게 해야 한다고 생각하나요?

 문법 익히기

IH 또는 AL 등급에 어울리는 베트남어의 문법과 구조 형태 등을 학습하고 답변에 응용해 보세요. 자연스러운 표현과 언어 구사 능력이 올라갑니다.

● **đến mức (mà)~/đến nỗi (mà)~** : ~할 정도로/할 만큼

「đến mức (mà)/đến nỗi (mà)+동사/형용사/구」는 정도를 강조할 때 쓰이며, '~할 정도로/할 만큼'이라는 의미로 표현할 수 있습니다.

> **Bãi biển đó đẹp đến mức tôi không thể diễn tả bằng lời.**
> 그 바닷가는 제가 말로 표현할 수 없을 정도로 아름답습니다.

> **Tôi thích bãi biển đó đến nỗi mà hè năm nào cũng đi.**
> 저는 매년 여름마다 그 해변에 갈 정도로 그곳을 좋아합니다.

● **동사 + lại** : 다시 ~을 하다

어떤 행동이 반복됨을 나타내며, '다시 ~하다'라는 의미로 영어의 'again'과 같은 표현입니다.

> **Tôi muốn đi bãi biển đó lại một lần nữa.**
> 저는 그 바닷가에 다시 한번 가고 싶습니다.

> **Tôi muốn thưởng thức lại món cá sống ở đó.**
> 저는 그곳의 회를 다시 먹고 싶습니다.

Tip * 「동사+lại」와 「lại+동사」 구분하기
「동사+lại」는 '어떤 행동을 같은 내용으로 반복하다'라는 의미일 때 사용하며, 「lại+동사」는 내용과 상관없이 '어떤 행동이 반복, 재연되다'라는 의미일 때 사용합니다.

> **Anh ấy đang viết lại báo cáo.**
> 그는 보고서를 다시 쓰고 있습니다. (같은 보고서를 다시 쓴다는 의미)

> **Anh ấy lại viết báo cáo.**
> 그는 보고서를 또 쓰고 있습니다. (같은 보고서이든 아니든 상관없이 보고서 쓰는 행위를 반복한다는 의미)

콤보 형식의 답변을 활용해서 질문별 모범 답변을 제시합니다.

🎧 04-13

Q1. Bạn đã cho biết trong bảng khảo sát là bạn thường đi biển. Cho tôi biết về một bãi biển mà bạn thích. Nơi đó trông như thế nào?

당신은 설문조사에서 당신이 해변에 자주 간다고 했습니다. 당신이 좋아하는 해변에 대해 알려 주세요. 그곳은 어떻게 생겼나요?

Vâng, tôi rất thích đi biển, và từ bây giờ tôi sẽ nói về bãi biển mà tôi thích. Bãi biển mà tôi thích có tên là Songjeong, là bãi biển nằm ở thành phố Busan, thành phố lớn thứ hai của Hàn Quốc. Bãi biển đó mặc dù không lớn và không nổi tiếng bằng các bãi biển khác của Hàn Quốc, nhưng tôi thích vì ở bãi biển đó tôi có thể học lướt sóng căn bản. Sóng ở đó không cao lắm và nước biển thì trong xanh. Hơn nữa ở đó còn có khu cắm trại nên tôi có thể cùng bạn bè hoặc gia đình cắm trại, cùng nhau ngắm hoàng hôn, hoặc đi dạo trên bãi cát trắng mịn và đón gió biển. Hoàng hôn trên bãi biển đó đẹp đến nỗi tôi không thể diễn tả bằng lời, và tôi nghĩ rằng hoàng hôn thật sự đẹp khi ngồi ngắm trên những bãi cát dài. Mặt trời lặn từ từ như một viên ngọc chìm dần vào đại dương khiến mặt nước biển như sáng bừng lên. Có thể nói, ngắm hoàng hôn ở đó luôn có một cảm giác thi vị và yên bình. Ngoài ra nếu đi qua bên kia đường thì có nhiều quán cà phê nhỏ xinh. Tôi cũng thích ngồi trong quán vừa nhâm nhi cà phê vừa ngắm biển.

네, 저는 해변에 가는 것을 아주 좋아하고, 지금부터 좋아하는 해변에 대해 이야기하겠습니다. 제가 좋아하는 해변은 송정이라는 해변이며, 한국에서 두 번째로 큰 도시인 부산에 위치해 있는 해변입니다. 그 해변은 다른 한국 해변들 만큼 크지도 않고 유명하지도 않지만, 그곳에서 기초 서핑을 배울 수 있어서 좋아합니다. 그곳의 파도는 그리 높지 않고 바닷물도 맑고 파랗습니다. 게다가 그곳에는 캠핑존이 있어서 친구나 가족과 함께 캠핑하거나, 석양을 같이 보거나, 매끄러운 백사장을 걸으며 바닷바람을 맞을 수 있습니다. 그 해변의 석양은 말로 표현할 수 없을 정도로 아름다우며, 긴 모래사장에 앉아서 바라보면 정말 아름답다고 생각합니다. 해는 바닷속으로 점점 가라앉는 진주처럼 서서히 지면서 해면을 환하게 합니다. 그곳에서 석양을 보는 것은 항상 시적이고 평화로운 느낌이 든다고 말할 수 있습니다. 그 밖에 길을 건너가면 아담하고 예쁜 카페가 많이 있습니다. 저는 카페에서 커피를 한 모금씩 마시면서 바다 보는 것도 좋아합니다.

단어

- bãi biển 해변, 바닷가
- lướt sóng 서핑하다
- căn bản 기초
- sóng 파도
- trong xanh 맑고 파랗다
- khu cắm trại 캠핑존, 캠핑장
- cắm trại 캠핑하다
- ngắm 보다, (눈으로) 감상하다

- hoàng hôn 석양
- bãi cát trắng mịn 매끄러운 모래사장
- đón gió biển 바닷바람을 맞다/쐬다
- diễn tả bằng lời 말로 표현하다
- mặt trời lặn 해가 지다
- từ từ 서서히
- viên ngọc 진주
- chìm dần 점점 가라앉다

- đại dương 바다, 해양, 대양
- mặt nước biển 해면
- sáng bừng 환하다, 빛나다
- thi vị 시(詩)적이다
- nhỏ xinh 아담하고 예쁜
- nhâm nhi
  한 모금씩 마시다, 홀짝거리다

콤보 형식의 답변을 활용해서 질문별 모범 답변을 제시합니다.

🎧 04-14

Q2. **Nói cho tôi biết về một bãi biển đẹp hay một bãi biển đáng nhớ mà bạn đã đi. Nơi đó trông như thế nào? Ấn tượng và cảm nhận của bạn là gì? Cho tôi biết nơi đặc biệt đó trông như thế nào?**

당신이 갔던 아름다운 해변이나 기억에 남는 해변에 대해 알려 주세요. 그곳은 어떻게 생겼나요? 당신의 인상과 느낌은 어땠나요? 그 특별한 장소가 어떻게 생겼는지 알려 줄 수 있나요?

Từ bây giờ tôi sẽ nói về một bãi biển đáng nhớ mà tôi đã đi. Đó chính là bãi biển Mỹ Khê nằm ở thành phố Đà Nẵng của Việt Nam. Tôi đã đi bãi biển đó lần đầu tiên vào năm trước, và vì là lần đầu tiên nên tôi đã mong đợi rất nhiều. Quả nhiên, tôi đã không bị thất vọng vì chọn đi du lịch ở đó. Khi vừa bước chân trần trên bãi cát dài, tôi có thể cảm nhận được những hạt cát óng ánh mịn dưới chân, nước biển thì trong đến nỗi mà tôi có thể nhìn thấy được những đàn cá đang bơi trong nước biển và có thể nhìn thấy tận đáy biển. Tôi đã rất thích cảm giác thư thả bơi ngửa trong nước biển ấm áp trong xanh và có thể ngắm những chú chim hải âu bay lượn trên bầu trời. Trên bãi cát trắng có nhiều người đang nằm tắm nắng, cũng có nhiều em bé xây lâu đài cát cùng với bố mẹ. Gần bãi biển có nhiều nhà hàng bán hải sản tươi ngon và giá cả không quá đắt. Tôi đã có một kỳ nghỉ tuyệt vời trong 5 ngày ở đó và hy vọng có thể đi đến đó lại một lần nữa.

지금부터 제가 갔었던 기억에 남는 해변에 대해 이야기하겠습니다. 바로 베트남 다낭시에 위치한 미케 해변입니다. 작년에 처음으로 그 해변에 갔었는데, 처음이기 때문에 많은 기대를 했습니다. 역시 그곳을 여행하기로 선택한 것에 실망하지 않았습니다. 긴 모래사장에서 맨발을 내디디는 순간 발밑에서 부드럽고 반짝이는 모래알이 느껴지고 바닷물 속에서 헤엄치는 물고기 떼, 그리고 바다의 바닥을 볼 수 있을 정도로 바닷물이 맑았습니다. 저는 따뜻한 푸른 바닷물 속에서 여유롭게 배영을 하면서 갈매기가 하늘에서 맴도는 것을 보는 느낌이 너무 좋았습니다. 백사장에는 햇볕을 쬐고 있는 사람이 많고, 부모와 함께 모래성을 짓는 아이들도 많았습니다. 해변 근처에는 싱싱하고 맛있는 해산물을 파는 식당이 많고 가격도 그리 비싸지 않았습니다. 저는 그곳에서 멋진 5일의 휴가를 보냈고 다시 그곳에 갈 수 있기를 희망합니다.

단어		
▫ **mong đợi** 기대하다	▫ **đáy biển** 바다의 바닥, 해저	▫ **bầu trời** 하늘
▫ **thất vọng** 실망하다	▫ **thư thả** 여유롭다	▫ **tươi ngon** 싱싱하고 맛있다
▫ **chân trần** 맨발	▫ **bơi ngửa** 배영을 하다	▫ **giá cả** 가격
▫ **hạt cát** 모래알	▫ **ấm áp** 따뜻하다	▫ **kỳ nghỉ** 휴가
▫ **óng ánh** 반짝이다	▫ **chim hải âu** 갈매기	▫ **hy vọng** 희망하다
▫ **mịn** 부드럽다	▫ **bay lượn** (공중에서) 맴돌다, 날아다니다	
▫ **đàn cá** 물고기 떼		

Q3. **Những điều thú vị và đáng nhớ thường xảy ra ở bãi biển. Hãy kể cho tôi nghe kỷ niệm của bạn về một điều gì đó xảy ra khi bạn ở bãi biển. Nó có thể là một chuyện vui, bất ngờ hoặc đáng sợ. Hãy nói cho tôi biết tất cả những gì đã xảy ra.**

해변에서는 재미있고 기억에 남는 일이 자주 일어납니다. 해변에 있을 때의 추억에 대해 이야기해 주세요. 그 일은 기분이 좋은 것일 수도 있고, 놀라거나 무서운 것일 수도 있습니다. 무슨 일이 있었는지 모두 이야기해 주세요.

Vâng, bây giờ tôi sẽ nói về một việc đáng nhớ đã xảy ra ở bãi biển. Khi tôi đi du lịch ở Đà Nẵng, tôi và gia đình đã thuê thuyền để đi câu cá trên biển. Nhưng khi thuyền xuất phát thì thời tiết không tốt lắm, sóng cao nên tôi bị say tàu dữ dội. Tôi đã rất đau đầu và nôn tất cả thức ăn đã ăn trước đó. Nhưng may mắn là khi tàu đến đảo mà chúng tôi phải cập bến thì thời tiết trở nên tốt hơn, sóng cũng không mạnh như trước nữa. Sau đó tôi và gia đình đã cùng nhau câu được rất nhiều cá, mực rồi nướng ăn tại chỗ. Cảm giác bị say tàu không dễ chịu chút nào nhưng nó cũng đã trở thành một việc đáng nhớ trong hành trình du lịch của tôi và gia đình.

네, 이제 저는 해변에서의 기억에 남는 일에 대해 이야기하겠습니다. 다낭에 여행 갔을 때 가족들과 함께 배를 빌려 바다낚시를 하러 갔었습니다. 그러나 배가 출발할 때는 날씨가 별로 좋지 않고 파도가 높아서 뱃멀미가 심했습니다. 저는 머리가 아주 아팠고 전에 먹은 음식을 모두 토했습니다. 하지만 다행히도 우리가 정박해야 하는 섬에 배가 도착했을 때는 날씨가 좋아졌고, 파도가 예전만큼 세지 않았습니다. 그 후에 저와 가족은 많은 물고기, 오징어를 잡았고, 그 자리에서 구워 먹었습니다. 뱃멀미한 느낌은 전혀 좋지 않았지만 가족과 함께 하는 여정에서 기억에 남는 일이 되었습니다.

단어		
▢ **thuê** 임대하다. (돈을 내서) 빌리다	▢ **say tàu** 뱃멀미하다	▢ **cập bến** 정박하다
▢ **thuyền** 배	▢ **dữ dội** 심하다	▢ **mạnh** 세다
▢ **câu cá** 낚시하다	▢ **nôn** 토하다	▢ **mực** 오징어

자신에게 맞는 답변을 체크해 보세요. ☑

주제에 관한 다양하고 유용한 IH 등급의 표현들입니다. 자신에게 맞는 문장을 체크하고 재미있는 스토리를 만들어 보세요. 돌발 질문에도 당황하지 않고 나만의 표현력은 물론, 논리력에도 자신감이 생깁니다.

☐ 그곳의 아름다운 경치가 내 마음을 더 편하게 해 주었습니다.

Cảnh đẹp của nơi đó làm lòng tôi thấy nhẹ nhàng hơn.

☐ 바다 경치는 제 머릿속의 복잡한 생각을 잊게 합니다.

Cảnh biển làm tôi quên đi những suy nghĩ phức tạp trong đầu.

☐ 바다낚시는 스트레스를 해소하는 데 효과적인 방법입니다.

Câu cá trên biển là cách giải tỏa căng thẳng hiệu quả.

☐ 호텔에서 해변으로 가는 길을 찾지 못해서 행인에게 물어봐야 했습니다.

Từ khách sạn tôi không thể tìm đường đến bãi biển nên đã phải hỏi người đi đường.

☐ 회와 조개구이는 그곳의 특산물입니다.

Cá sống và sò nướng là đặc sản của nơi đó.

☐ 저는 맛조개 잡기 체험을 좋아합니다.

Tôi thích trải nghiệm bắt ốc móng tay.

☐ 저는 작년 여름에 가족과 함께 해변에 갔습니다.

Mùa hè năm trước tôi đã đi biển với gia đình.

☐ 저는 수영을 할 줄 모르지만 물놀이를 좋아합니다.

Tôi không biết bơi nhưng thích nghịch nước.

자신에게 맞는 답변을 체크해 보세요. ☑

주제에 관한 다양하고 유용한 AL 등급의 표현들입니다. 자신에게 맞는 문장을 체크하고 재미있는 스토리를 만들어 보세요. 돌발 질문에도 당황하지 않고 나만의 표현력은 물론, 논리력에도 자신감이 생깁니다.

☐ 그곳의 아름다운 경치가 내 마음을 더 편하고 평화롭게 해 주었습니다.

Cảnh đẹp của nơi đó đã làm lòng tôi thấy nhẹ nhàng và bình yên hơn.

☐ 바다 경치는 제 머릿속의 복잡한 생각을 잊고 자연에 깃들고 싶어지게 합니다.

Cảnh biển làm tôi quên đi những suy nghĩ phức tạp trong đầu và muốn hòa mình vào thiên nhiên.

☐ 바다낚시는 스트레스를 해소하는 데 효과적인 방법이며 짜릿한 느낌을 가져다줍니다.

Câu cá trên biển là cách giải tỏa căng thẳng hiệu quả và mang lại cảm giác hưng phấn.

☐ 호텔에서 해변으로 가는 길을 찾지 못해서 행인에게 물어봐야 했는데 친절하게 길을 알려 줘서 너무 고마웠습니다.

Từ khách sạn tôi không thể tìm đường đến bãi biển nên phải hỏi người đi đường và tôi cảm thấy rất biết ơn vì anh ấy đã thân thiện chỉ đường cho tôi.

☐ 바다 냄새를 머금은 싱싱한 회와 조개구이는 그곳의 특산물입니다.

Cá sống và sò nướng tươi ngon đậm hương vị biển là đặc sản của nơi đó.

☐ 저는 아침에 해변에서 하는 맛조개 잡기 체험을 좋아합니다.

Tôi thích trải nghiệm bắt ốc móng tay trên bờ biển vào buổi sáng.

☐ 저는 작년 여름에 가족과 함께 해변에 갔는데 저에게는 잊을 수 없는 여정이었습니다.

Mùa hè năm trước tôi đã đi biển với gia đình và đây là hành trình không thể quên đối với tôi.

☐ 저는 수영을 할 줄 모르지만 따뜻한 바닷물에 몸을 담그는 것을 좋아합니다.

Tôi không biết bơi nhưng thích đắm mình trong nước biển ấp áp.

공원 가기

질문에 관한 답변을 하기 전, 핵심 어휘를 떠올리며 답변 내용을 머릿속으로 미리 정리해 보세요. 핵심 표현을 단계적으로 나열한 Tip을 참고하여 나만의 핵심 어휘도 만들어 보세요.

Q Bạn đã nói trong bảng khảo sát là bạn thích đi dạo công viên. Bạn thường đi công viên nào? Bạn thường đi công viên đó với ai? Hãy nói chi tiết về công viên đó.

당신은 설문조사에서 공원에서 산책하는 것을 좋아한다고 했습니다. 당신은 보통 어느 공원에 가나요? 당신은 보통 누구와 같이 그 공원에 가나요? 그 공원에 대해 자세히 이야기해 주세요.

 **핵심 어휘 떠올리기**

công viên gần nhà 집 근처에 있는 공원
không khí trong lành 공기가 맑다

đi dạo 산책하다
tập thể dục 운동하다
đi/chạy xe đạp
자전거를 타다
đọc sách 책을 읽다
dắt chó đi dạo
강아지를 산책시키다
dựng lều 텐트를 치다
trải chiếu 돗자리를 깔다

vườn hoa hồng 장미 정원
hồ nước 호수
bãi cỏ 잔디밭
nhiều người đến công viên 많은 사람들이 공원에 오다

OPIc 시험에서는 질문의 의도를 빠르게 파악하는 것이 매우 중요합니다. 익숙한 질문일수록, 당황하지 않고 자연스럽게 답변을 할 수 있습니다. 주제에 관한 다양한 질문 유형들을 반복해서 익히고 학습해 보세요.

1. Bạn có thể cho tôi biết bạn thường làm gì ở công viên đó không? Hãy nói chi tiết về hoạt động của bạn ở công viên.

당신은 그 공원에서 주로 무엇을 하는지 알려줄 수 있나요? 공원에서 당신의 활동에 대해 자세히 이야기해 주세요.

----

2. Lần gần đây nhất bạn đi công viên đó là khi nào? Bạn đã đi với ai? Hãy nói về hoạt động của bạn trong ngày hôm đó.

가장 최근에 그 공원에 간 것은 언제였나요? 누구와 같이 갔었나요? 그날에 당신의 활동에 대해 이야기해 주세요.

----

3. Bạn hãy nói về một việc thú vị ở công viên. Việc đó xảy ra khi nào, ở đâu? Lúc đó, bạn đang làm gì?

공원에서 있었던 재미있는 일에 대해 이야기해 주세요. 그 일은 언제, 어디서 일어났나요? 그때 당신은 무엇을 하고 있었나요?

----

4. Hãy so sánh các hoạt động mà trẻ em và người lớn làm tại công viên. Hãy nói về các cơ sở vật chất của công viên được xây dựng cho trẻ em và người lớn đến công viên.

아이들과 어른들이 공원에서 하는 활동을 비교해 보세요. 공원에 찾아오는 어린이와 어른들을 위해 만들어진 공원의 시설들에 대해 이야기해 주세요.

----

5. Hãy nói về vấn đề liên quan đến công viên ngày nay. Vấn đề lớn nhất mà các công viên đang đối mặt là gì? Nguyên nhân của của vấn đề đó là gì? Hãy nói biện pháp để giải quyết vấn đề và bảo vệ công viên hoặc những người đến công viên.

오늘날의 공원 관련 이슈에 대해 이야기해 보세요. 공원이 직면하고 있는 가장 큰 문제점은 무엇인가요? 그 문제점의 원인이 무엇인가요? 문제를 해결하고 공원 또는 공원에 찾아오는 사람들을 지킬 수 있는 방법에 대해 이야기해 주세요.

IH 또는 AL 등급에 어울리는 베트남어의 문법과 구조 형태 등을 학습하고 답변에 응용해 보세요. 자연스러운 표현과 언어 구사 능력이 올라 갑니다.

● **Giữa A và B** : A와 B 사이에, A와 B 중

'giữa'는 '가운데, 사이, 중간'이라는 뜻으로, 「giữa A và B」는 A와 B 사이의 관계를 언급하거나 언급할 범위를 정할 때 쓰이는 표현입니다. 또한 「giữa+명사 : (명사) 가운데/사이에」의 구조로도 표현할 수 있습니다.

> **Giữa bãi cỏ và hồ nước có khu nuôi hươu.**
> 잔디밭과 호수 사이에 사슴 농장이 있습니다.

> **Giữa công viên có một hồ nước to.**
> 공원 가운데에 큰 호수 하나가 있습니다.

> **Giữa chạy bộ và bơi, bạn thích cái nào hơn?**
> 조깅과 수영 중 어느 것을 더 좋아합니까?

● **Giá mà ~** : ~았/었으면 좋겠다

'giá mà ~'는 현실과 반대로 되는 가설을 만들 때 쓰이는 표현이며, 화자의 아쉬움 또는 결과가 달라졌으면 하는 마음을 나타냅니다. 'giá mà' 대신에 'giá như'를 사용할 수도 있습니다.

> **Giá mà tôi có thời gian đi đến công viên vào mỗi buổi sáng.**
> 공원에 매일 아침 갈 수 있었으면 좋겠습니다.

> **Giá mà công viên gần nhà tôi hơn.**
> 공원이 우리 집에서 더 가까웠으면 좋겠습니다.

콤보 형식의 답변을 활용해서 질문별 모범 답변을 제시합니다.

🎧 04-18

Q1. Bạn đã nói trong bảng khảo sát là bạn thích đi dạo công viên. Bạn thường đi công viên nào? Bạn thường đi công viên đó với ai? Hãy nói chi tiết về công viên đó.

당신은 설문조사에서 공원에서 산책하는 것을 좋아한다고 했습니다. 당신은 보통 어느 공원에 가나요? 당신은 보통 누구와 같이 그 공원에 가나요? 그 공원에 대해 자세히 이야기해 주세요.

Vâng, sở thích của tôi là đi dạo công viên. Tôi thường đi dạo ở công viên gần nhà vào mỗi buổi tối. Công viên tên là 'Công viên mặt trời mọc' vì nơi đó rất lý tưởng để mọi người đến hít thở không khí trong lành, tập thể dục và ngắm mặt trời mọc vào buổi sáng, nhưng do tôi không có thời gian vào buổi sáng nên thường đi vào buổi tối. Công viên này đã được xây dựng cách đây nhiều năm nên có nhiều cây xanh lâu năm. Khi vừa vào công viên, có một vườn hoa hồng với đủ loại: hoa hồng trắng, hoa hồng vàng, hoa hồng đỏ v.v… dài khoảng 500 m. Ở giữa công viên có một bãi cỏ rộng thênh thang để mọi người dựng lều, trải chiếu ngồi nghỉ, đọc sách hoặc chơi cầu lông, đá cầu v.v…. Giữa vườn hoa hồng và bãi cỏ có hồ nước, đây là nơi sinh sống của nhiều loài chim, cò. Tôi thấy rất hạnh phúc vì gần nhà tôi có công viên tuyệt như thế này.

네, 제 취미는 공원에서 산책하는 것입니다. 저는 보통 매일 저녁에 집 근처에 있는 공원에서 산책을 합니다. 그 공원은 아침에 사람들이 가서 신선한 공기를 마시고, 운동하고 해돋이를 보는 데 이상적이기 때문에 '해돋이 공원'이라고 불리는데, 저는 아침에 시간이 없어서 저녁에 가곤 합니다. 이 공원은 오래전에 지어졌기 때문에 오래된 나무들이 많이 있습니다. 공원에 들어가면 길이 약 500m의 백장미, 노란 장미, 붉은 장미 등 온갖 종류의 장미가 있는 장미 정원이 있습니다. 공원 가운데에는 사람들이 텐트를 치고, 돗자리를 깔고 앉아서 쉬고, 책을 읽거나 배드민턴을 치고, 제기차기 등을 할 수 있는 넓은 잔디밭이 있습니다. 장미 정원과 잔디밭 사이에는 호수가 있는데 여기는 다양한 새와 황새가 사는 곳입니다. 저의 집 근처에 이러한 좋은 공원이 있어서 매우 행복합니다.

단어		
□ lý tưởng 이상적이다	□ lâu năm 오래되다	□ chiếu 돗자리
□ hít thở 숨을 쉬다	□ vườn hoa hồng 장미 정원	□ cầu lông 배드민턴
□ không khí 공기	□ bãi cỏ 잔디밭	□ đá cầu 제기를 차다
□ trong lành 신선하다, 청정하다	□ rộng thênh thang	□ sinh sống 살다
□ tập thể dục 운동을 하다	널찍하다, 넓다, 질펀하다	□ chim 새
□ ngắm 보다, (눈으로) 감상하다	□ dựng lều 텐트를 치다	□ cò 황새
□ mặt trời mọc 해돋이, 해가 뜨다	□ trải 깔다	

콤보 형식의 답변을 활용해서 질문별 모범 답변을 제시합니다.

🎧 04-19

Q2. Lần gần đây nhất bạn đi công viên đó là khi nào? Bạn đã đi với ai? Hãy nói về hoạt động của bạn trong ngày hôm đó.

가장 최근에 그 공원에 간 것은 언제였나요? 누구와 같이 갔었나요? 그날에 당신의 활동에 대해 이야기해 주세요.

Vào thứ bảy tuần trước tôi đã đi đến công viên đó với bạn thân của tôi. Thật ra mỗi lần gặp nhau chúng tôi thường đi đến trung tâm mua sắm ăn trưa, uống cà phê, mua sắm v.v… nhưng tuần trước bạn của tôi nói muốn hít thở không khí thiên nhiên nên tôi đã đề nghị cùng nhau đi picnic ở công viên gần nhà tôi. Tôi đã chuẩn bị hoa quả và bánh, còn bạn tôi chuẩn bị nước uống. Chúng tôi dựng lều nhỏ ở công viên rồi cùng nhau ăn uống, nói chuyện về công việc, tương lai, chuyện hẹn hò v.v…. Sau đó chúng tôi đi dạo nhẹ nhàng trong công viên, tận hưởng không khí sảng khoái trong lành rồi tạm biệt nhau. Bạn tôi nói là do công việc nên bạn ấy bị căng thẳng rất nhiều, nhưng sau khi đến đây thì cảm giác mệt mỏi hoàn toàn biến mất. Giá mà bạn ấy có thể đến công viên cùng tôi thường xuyên hơn để cân bằng cuộc sống.

지난 토요일에 저는 친한 친구와 그 공원에 갔다 왔습니다. 사실 친구를 만날 때마다 주로 백화점에 가서 점심을 먹고, 커피를 마시고, 쇼핑 등을 했는데 지난주에 제 친구가 자연의 공기를 마시고 싶다고 해서 저는 집 근처에 있는 공원에 피크닉을 가자고 제의했습니다. 저는 과일과 빵, 그리고 제 친구는 음료수를 준비했습니다. 우리는 공원에서 작은 텐트를 치고 음식을 같이 먹고 일, 미래, 연애 등에 대해 이야기했습니다. 그다음에 우리는 가볍게 걸으면서 신선하고 상쾌한 공기를 즐기고 헤어졌습니다. 제 친구는 일 때문에 스트레스를 많이 받았는데, 여기 오고 나니 피로가 완전히 사라졌다고 했습니다. 삶의 밸런스를 위해 친구가 저와 같이 공원에 더 자주 올 수 있었으면 좋겠습니다.

단어

- □ thiên nhiên 자연, 천연
- □ đề nghị 제의하다
- □ đi picnic 피크닉을 가다
- □ tương lai 미래, 장래
- □ hẹn hò 연애하다, 데이트하다
- □ nhẹ nhàng 가볍게, 사뿐사뿐

- □ không khí 공기
- □ sảng khoái 상쾌하다
- □ trong lành 신선하다
- □ tạm biệt 작별하다,
  (작별 인사) 안녕히 가/계세요

- □ mệt mỏi 피곤하다, 지치다, 피로
- □ hoàn toàn 완전히, 완전하다
- □ biến mất 사라지다
- □ cân bằng 균형을 맞추다, 밸런스

Q3. **Hãy nói về vấn đề liên quan đến công viên ngày nay. Vấn đề lớn nhất mà các công viên đang đối mặt là gì? Nguyên nhân của của vấn đề đó là gì? Hãy nói biện pháp để giải quyết vấn đề và bảo vệ công viên hoặc những người đến công viên.**

오늘날의 공원 관련 이슈에 대해 이야기해 보세요. 공원이 직면하고 있는 가장 큰 문제점은 무엇인가요? 그 문제점의 원인이 무엇인가요? 문제를 해결하고 공원 또는 공원에 찾아오는 사람들을 지킬 수 있는 방법에 대해 이야기해 주세요.

Tôi nghĩ vấn để về xử lý chất thải của thú cưng trong công viên ở Hàn Quốc đang gia tăng. Khá nhiều người dắt chó đi dạo ở công viên đang làm tốt việc thu gom chất thải của chó bằng túi nilon. Nhưng cũng có một số không làm việc này, mặc dù chính phủ Hàn Quốc quy định tiền phạt là 50.000 won, 70.000 won, 100.000 won cho lần phạt thứ nhất, thứ hai và thứ ba. Việc không thu gom chất thải của thú cưng làm người khác cảm thấy khó chịu, và ảnh hưởng đến môi trường. Tôi nghĩ chính phủ Hàn Quốc cần nâng mức phạt, đồng thời lắp đặt máy bán hàng tự động bán túi nilon đựng chất thải của thú cưng trong công viên để cải thiện tình hình này. Ngoài ra phải tuyên truyền rộng rãi thông tin về mức phạt để người dân biết rõ luật hơn.

제 생각에는 한국 공원 내에 애완동물 배설물 처리에 대한 문제가 증가하고 있습니다. 강아지를 데리고 공원에 산책하는 사람 상당수가 비닐봉지를 이용해 강아지 배설물 수거를 잘하고 있습니다. 하지만 한국 정부가 1·2·3차 과태료를 5만 원, 7만 원, 10만 원으로 규정함에도 수거하지 않는 사람이 꽤 있습니다. 애완동물 배설물을 수거하지 않는 것은 다른 사람들을 불편하게 하고 환경에 영향을 끼칩니다. 이와 같은 상황을 개선하기 위해 한국 정부는 과태료를 인상하고, 공원에 애완동물 배설용 비닐봉지를 판매하는 자판기를 설치할 필요가 있다고 생각합니다. 또한 과태료에 대한 정보를 널리 퍼뜨려 국민이 법을 더 잘 숙지할 수 있도록 해야 합니다.

단어

- vấn đề 문제
- xử lý 처리하다
- chất thải/chất thải bài tiết 배설물
- thú cưng 애완동물
- gia tăng 증가하다
- thu gom 수거하다
- túi nilon/túi bóng 비닐봉지

- quy định 규정, 규정하다
- tiền phạt 벌금, 과태료
- (làm) ảnh hưởng đến ~
  ~에 영향을 끼치다
- môi trường 환경
- nâng 인상하다, 들어 올리다
- lắp đặt 설치하다

- máy bán hàng tự động 자판기
- cải thiện 개선하다
- tình hình 상황
- tuyên truyền 퍼뜨리다
- người dân 국민, 주민
- biết rõ / thông thạo 숙지하다

주제에 관한 다양하고 유용한 IH 등급의 표현들입니다. 자신에게 맞는 문장을 체크하고 재미있는 스토리를 만들어 보세요. 돌발 질문에도 당황하지 않고 나만의 표현력은 물론, 논리력에도 자신감이 생깁니다.

☐ 저는 공원에서 친구와 같이 치킨을 먹고 맥주 마시는 것을 좋아합니다.

Tôi thích ăn gà rán và uống bia với bạn ở công viên.

☐ 공원에서 라면을 먹는 것은 저에게 아주 재미있는 일입니다.

Ăn mỳ ăn liền ở công viên là một việc rất thú vị đối với tôi.

☐ 저는 공원에서 혼자 일몰을 보면서 생각하는 것을 좋아합니다.

Tôi thích vừa ngắm mặt trời lặn vừa suy nghĩ một mình ở công viên.

☐ 2주 전에 공원에서 산책했을 때 버스킹을 봤습니다.

Hai tuần trước khi đi dạo ở công viên tôi đã xem hát rong.

☐ 공원에서의 가장 기억에 남는 일은 그곳에서 제가 좋아하는 가수를 만난 것입니다.

Việc mà tôi nhớ nhất ở công viên là tôi đã được gặp ca sỹ tôi thích ở đó.

☐ 저의 아이들은 공원에서 술래잡기하는 것을 좋아합니다.

Các con của tôi thích chơi đuổi bắt ở công viên.

☐ 주말에는 공원에 연인들이 많습니다.

Cuối tuần ở công viên có rất nhiều đôi tình nhân.

☐ 매일 공원에서 한 시간 정도 강아지를 산책시킵니다.

Mỗi ngày tôi thường dắt chó đi dạo ở công viên trong khoảng một tiếng.

주제에 관한 다양하고 유용한 AL 등급의 표현들입니다. 자신에게 맞는 문장을 체크하고 재미있는 스토리를 만들어 보세요. 돌발 질문에도 당황하지 않고 나만의 표현력은 물론, 논리력에도 자신감이 생깁니다.

☐ 공원에서 친구와 같이 치킨을 먹고 맥주 마시는 것은 저에게 잊지 못할 경험입니다.

Ăn gà rán và uống bia với bạn ở công viên là trải nghiệm không thể quên đối với tôi.

☐ 분위기 때문인지 몰라도 공원에서 라면을 먹으면 집에서 먹는 것보다 더 맛있습니다.

Không biết có phải do bầu không khí không mà tôi thấy ăn mỳ ăn liền ở công viên ngon hơn ăn ở nhà.

☐ 공원에 앉아서 일몰을 보는 것은 저를 생각에 잠기게 만듭니다.

Ngồi ngắm mặt trời lặn ở công viên làm cho tôi đắm chìm vào suy nghĩ.

☐ 2주 전에 공원에서 산책했을 때 버스킹 밴드가 제가 좋아하는 곡을 연주하는 것을 봤습니다.

Hai tuần trước khi đi dạo ở công viên tôi đã xem một ban nhạc hát rong biểu diễn bài hát tôi thích.

☐ 공원에서의 가장 기억에 남는 일은 그곳에서 제가 좋아하는 가수를 만나서 사인을 받고 사진을 같이 찍은 것입니다.

Việc mà tôi nhớ nhất ở công viên là tôi đã được gặp ca sỹ tôi thích và đã xin chữ ký cũng như chụp ảnh với cô ấy.

☐ 저의 아이들은 자유롭게 뛰어놀 수 있기 때문에 공원에서 노는 것을 좋아합니다.

Các con của tôi thích chơi ở công viên vì ở đó các con của thể tự do chạy nhảy nô đùa.

☐ 주말에는 공원에 많은 연인들이 손을 잡고 산책합니다.

Cuối tuần ở công viên có rất nhiều đôi tình nhân nắm tay nhau đi dạo.

☐ 매일 저와 강아지의 건강을 위해 공원에서 한 시간 정도 강아지를 산책시킵니다.

Mỗi ngày tôi thường dắt chó đi dạo ở công viên trong khoảng một tiếng vì sức khỏe của tôi và chú chó của tôi.

Chương

5

취미와 관심사

학습목표 출제경향 Background Survey에서 수험자는 최소 1개 이상의 취미와 관심사를 선택해야 합니다. 항목을 선택할 때 여가 활동 부분을 함께 연결해서 선택하면 조금 더 전략적이고 쉽게 접근할 수 있습니다. 예를 들어, 여가 활동에서 '공원 가기'를 선택할 경우, 취미와 관심사는 '애완동물 기르기'를 선택하는 것이 좋습니다. 스크립트를 준비할 때 취미와 관심사를 시작하게 된 계기와 과정 및 에피소드 등을 함께 준비하는 것을 추천합니다.

주제별 고득점 꿀팁 ★★

Bài 1 음악 감상하기	★ 좋아하는 음악 장르 → 그 음악 장르를 좋아하는 이유 → 좋아하는 가수 → 그 가수를 좋아하는 이유에 관해 말하기 ★ 음악과 관련된 에피소드 → 느낀 점 말하기 ☞ 음악 감상하기와 함께 여가 활동의 공연 및 콘서트 보기 등을 함께 연결하면 전략적으로 쉬운 답변을 만들 수 있습니다.
Bài 2 혼자 노래/합창하기	★ 혼자 노래/합창하기를 좋아하는 이유 → 시작된 계기 → 연습 방법에 관해 말하기 ★ 노래 연습과 관련된 에피소드 → 느낀 점 말하기
Bài 3 요리하기	★ 요리하기를 좋아하게 된 계기 → 잘하는 요리 종류 → 요리를 하는 빈도에 관해 말하기 ★ 잘하는 요리의 요리 방법 소개하기 ★ 요리에 관련된 에피소드 → 느낀 점 말하기
Bài 4 애완동물 기르기	★ 기르는 애완동물 묘사 → 애완동물 기르며 느낀 점 말하기 ★ 애완동물을 기를 때 하는일과 주의사항 등에 관한 내용 말하기 ★ 애완동물과 함께 있었던 에피소드 → 느낀 점 말하기

✱ Background Survey에서 해당 항목을 선택했을 경우, 출제되는 빈출도 높은 질문 유형들입니다. 인터뷰식 외국어 말하기 평가는 시험관이 말하는 질문의 의도를 빠르게 파악하는 것이 무엇보다 중요하므로, 다양한 주제별 질문 유형을 반복해서 익혀 보세요.

주제별 질문 유형 한눈에 파악하기

Bài 1 음악 감상하기	• Bạn đã nói trong bảng khảo sát là bạn thích nghe nhạc. Hãy nói cho tôi nghe về khoảnh khắc bạn bắt đầu cảm thấy thích âm nhạc. Vì sao bạn nghe nhạc? Ai đã ảnh hưởng đến gu âm nhạc của bạn? Gu âm nhạc của bạn đã thay đổi như thế nào từ lúc bạn bắt đầu nghe nhạc? – 당신은 설문조사에서 음악 듣는 것을 좋아한다고 했습니다. 당신이 처음 음악에 관심을 갖게 된 순간에 대해 이야기해 주세요. 당신은 왜 음악을 듣게 되었나요? 누가 당신의 음악 취향에 영향을 주었나요? 당신이 음악을 듣기 시작한 이후 음악 취향이 어떻게 바뀌었나요?
Bài 2 혼자 노래/합창하기	• Bạn đã nói trong bảng khảo sát là thích hát với nhóm. Bạn thích hát thể loại nhạc nào với nhóm? – 당신은 설문조사에서 그룹과 함께 노래하는 것을 좋아한다고 했습니다. 당신은 어떤 장르의 음악을 그룹과 함께 부르는 것을 좋아하나요?
Bài 3 요리하기	• Bạn đã nói trong bảng khảo sát là bạn thích nấu ăn. Bạn có thường nấu ăn không? Bạn thường nấu ăn khi nào? Bạn thích nấu món ăn nào? Bạn thường nấu ăn cho ai? – 당신은 설문조사에서 요리하는 것을 좋아한다고 했습니다. 당신은 요리를 자주 하나요? 보통 언제 요리를 하나요? 당신은 어떤 요리 하는 것을 좋아하나요? 당신은 보통 누구를 위해 요리를 하나요?
Bài 4 애완동물 기르기	• Bạn đã cho biết trong bảng khảo sát là bạn nuôi thú vật. Hãy kể cho tôi nghe về thú vật nuôi của bạn. Nó là loại thú vật gì? Thú vật nuôi của bạn trông như thế nào? Thú vật nuôi của bạn có chỗ ở riêng không? – 당신은 설문조사에서 애완동물을 키운다고 말했습니다. 당신의 애완동물에 대해 이야기해 주세요. 당신의 애완동물은 어떤 동물인가요? 당신의 애완동물은 어떻게 생겼나요? 당신의 애완동물은 따로 사는 공간이 있나요?

음악 감상하기

질문에 관한 답변을 하기 전, 핵심 어휘를 떠올리며 답변 내용을 머릿속으로 미리 정리해 보세요. 핵심 표현을 단계적으로 나열한 Tip을 참고하여 나만의 핵심 어휘도 만들어 보세요.

Q Bạn đã nói trong bảng khảo sát là bạn thích nghe nhạc. Hãy nói cho tôi nghe về khoảnh khắc bạn bắt đầu cảm thấy thích âm nhạc. Vì sao bạn nghe nhạc? Ai đã ảnh hưởng đến gu âm nhạc của bạn? Gu âm nhạc của bạn đã thay đổi như thế nào từ lúc bạn bắt đầu nghe nhạc?

당신은 설문조사에서 음악 듣는 것을 좋아한다고 했습니다. 당신이 처음 음악에 관심을 갖게 된 순간에 대해 이야기해 주세요. 당신은 왜 음악을 듣게 되었나요? 누가 당신의 음악 취향에 영향을 주었나요? 당신이 음악을 듣기 시작한 이후 음악 취향이 어떻게 바뀌었나요?

 핵심 어휘 떠올리기

học sinh tiểu học 초등학생
nhận quà từ bố mẹ 부모님으로부터 선물을 받다
máy MP3 MP3 플레이어

nghe nhiều thể loại nhạc 많은 장르의 음악을 듣다
nhạc jazz 재즈
nhạc cổ điển 클래식 음악

nghe nhạc pop theo bạn thân 친한 친구를 따라 팝을 듣다
nghe nhạc cùng bạn 친구와 같이 음악을 듣다

OPIc 시험에서는 질문의 의도를 빠르게 파악하는 것이 매우 중요합니다. 익숙한 질문일수록, 당황하지 않고 자연스럽게 답변을 할 수 있습니다. 주제에 관한 다양한 질문 유형들을 반복해서 익히고 학습해 보세요.

1. Hãy chọn hai ca sĩ hoặc nhạc sĩ mà bạn thích và miêu tả điểm khác nhau và giống nhau của họ. Mỗi người có những điểm đặc biệt nào? Bạn thích điểm nào hơn hay người nào hơn? Vì sao?

당신이 좋아하는 두 명의 가수나 작곡가를 골라 그 둘의 차이점과 유사점을 묘사하세요. 각자 어떤 특별한 특징을 가지고 있나요? 당신은 어느 점이 더 좋거나 누구를 더 좋아하나요? 왜 그런가요?

2. Bạn dùng thiết bị gì để nghe nhạc? Bạn có dùng máy MP3 hay radio để nghe nhạc không? Tại sao bạn dùng thiết bị đó để nghe nhạc? Hãy nói cho tôi nghe chi tiết.

당신은 어떤 기기를 사용하여 음악을 듣나요? 당신은 MP3 플레이어나 라디오를 사용하여 음악을 듣나요? 당신은 왜 그 기기를 사용하여 음악을 듣나요? 자세히 이야기해 주세요.

3. Bạn thích nghe thể loại nhạc nào? Vì sao bạn thích thể loại đó mà không phải là thể loại khác? Bạn thích ca sĩ nào của thể loại nhạc đó? Hãy nói cho tôi nghe chi tiết.

당신은 어떤 장르의 음악 듣는 것을 좋아하나요? 당신은 왜 다른 장르가 아닌 그 장르를 좋아하나요? 당신은 그 장르의 어떤 가수를 좋아하나요? 자세히 이야기해 주세요.

4. Bạn bắt đầu thích nghe nhạc từ khi nào? Lần đầu tiên khi bạn nghe bài hát của ca sĩ hay nhạc sĩ mà bạn yêu thích nhất, bạn thấy thế nào?

당신은 언제부터 음악 감상을 좋아하기 시작했나요? 가장 좋아하는 가수나 작곡가의 노래를 처음 들었을 때 기분이 어땠나요?

5. Hãy mô tả một số tiến bộ công nghệ, thiết bị điện tử hoặc thiết bị mà những người thích nghe nhạc quan tâm. Mọi người nói về những điều gì? Giải thích những gì họ mong đợi và lý do tại sao họ thích nó đến vậy.

음악 애호가가 관심을 갖는 몇 가지 기술적 진보, 전자 기기 또는 장비를 설명해 보세요. 사람들은 무엇에 대해 이야기하고 있나요? 그들이 무엇을 기대하고 왜 그렇게 좋아하는지 설명해 주세요.

IH 또는 AL 등급에 어울리는 베트남어의 문법과 구조 형태 등을 학습하고 답변에 응용해 보세요. 자연스러운 표현과 언어 구사 능력이 올라 갑니다.

● 주어 + 동사 + theo (대상) : ~을 따라 하다

'theo'는 '따르다, 뒤따르다'라는 뜻으로, 「주어+동사+theo(대상)」의 구조는 '~을 따라 하다'라 는 의미인 행동의 방향을 나타냅니다.

> Tôi thường nghe và hát theo ca sỹ biểu diễn trên tivi.
> 저는 보통 TV에서 공연하는 가수의 노래를 듣고 따라 부릅니다.

> Tôi nghe theo bạn tôi những bài hát bạn ấy thích.
> 저는 친구가 좋아하는 노래를 따라 듣습니다.

> **Tip** * theo+대명사/명사 (thì) ~ : 을/를 따르면 ~
>
> 생각, 의견, 입장을 나타낼 때 '~에 따라, ~로 근거하여'라는 의미로 「theo+대명사/명사」의 구조로 표현할 수 있으며, 뒤에 'thì(은/는)'가 종종 위치합니다.

● 주어1 + 서술어 + chứ + 주어2 + 서술어 : (주어1)은 ~ 하지만 (주어2)는 ~ 하지 않다

'chứ'는 뒤에서 언급한 내용이 앞에 언급한 것과 반대되는 의미를 나타내거나 앞에 말한 내용 에 대한 정보를 더 붙여 설명할 때 쓰이는 표현입니다. 따라서 chứ 앞 또는 뒤에 부정적인 의 미를 가진 'không / không thể' 등이 들어가야 합니다. 주어1과 주어2는 같을 수도 있고 다를 수도 있습니다.

> Tôi thích nhạc êm dịu chứ không thích nhạc sôi động.
> 저는 신나는 음악이 아니라 잔잔한 음악을 좋아합니다.

> Tôi có thể không ăn cơm chứ không thể không nghe nhạc.
> 저는 밥을 안 먹을 순 있어도 음악을 안 들을 수는 없습니다.

콤보 형식의 답변을 활용해서 질문별 모범 답변을 제시합니다.

🎧 05-03

Q1. Bạn đã nói trong bảng khảo sát là bạn thích nghe nhạc. Hãy nói cho tôi nghe về khoảnh khắc bạn bắt đầu cảm thấy thích âm nhạc. Vì sao bạn nghe nhạc? Ai đã ảnh hưởng đến gu âm nhạc của bạn? Gu âm nhạc của bạn đã thay đổi như thế nào từ lúc bạn bắt đầu nghe nhạc?

당신은 설문조사에서 음악 듣는 것을 좋아한다고 했습니다. 당신이 처음 음악에 관심을 갖게 된 순간에 대해 이야기해 주세요. 당신은 왜 음악을 듣게 되었나요? 누가 당신의 음악 취향에 영향을 주었나요? 당신이 음악을 듣기 시작한 이후 음악 취향이 어떻게 바뀌었나요?

Khi tôi là học sinh tiểu học, tôi đã được nhận quà sinh nhật từ bố mẹ tôi là một chiếc máy MP3. Trong chiếc máy đó, bố mẹ tôi đã lưu rất nhiều các bài hát thiếu nhi cũng như những bài hát sôi động phù hợp với tôi. Đó là lần đầu tiên tôi có thể tự do đắm chìm trong âm nhạc và bắt đầu cảm thấy yêu thích các nhịp điệu âm nhạc, cảm nhận được sức mạnh thần kỳ của âm nhạc. Khi học trung học thì tôi nghe các bài hát nhạc pop êm dịu theo bạn thân của tôi chứ không nghe nhạc thiếu nhi, nhạc sôi động nữa. Sau khi trưởng thành thì tôi tiếp xúc với nhiều thể loại âm nhạc đa dạng hơn, như nhạc jazz hay nhạc cổ điển và tôi nhận thấy mỗi thể loại âm nhạc đều có cái hay riêng của nó. Nói chung tôi thấy khuynh hướng nghe nhạc của tôi đã thay đổi theo thời gian.

저는 초등학생 때 부모님에게 MP3 플레이어를 생일선물로 받았습니다. 부모님은 그 MP3 플레이어에 저에게 맞는 동요뿐만 아니라 신나는 노래도 많이 저장해두었습니다. 처음으로 자유롭게 음악에 빠져들 수 있게 된 계기이며 음악 리듬을 좋아하기 시작하였고, 음악의 신기한 힘을 느꼈습니다. 중학교를 다닐 때는 친한 친구를 따라 동요나 신나는 음악이 아니라 잔잔한 팝송을 들었습니다. 성인이 된 후에는 재즈나 클래식 등 좀 더 다양한 음악 장르를 접하게 되었고, 음악 장르마다 나름의 좋은 점이 있다는 것을 알게 되었습니다. 아무튼 저는 음악을 듣는 제 취향이 시간이 지남에 따라 바뀌었다고 생각합니다.

단어

- □ quà sinh nhật 생일선물
- □ lưu 저장하다
- □ bài hát thiếu nhi 동요
- □ sôi động (분위기, 노래 등) 신나다
- □ phù hợp 적합하다, 적절하다, 맞다
- □ tự do 자유, 자유롭다, 자유롭게

- □ đắm chìm 빠져들다
- □ nhịp điệu 리듬
- □ sức mạnh 힘
- □ thần kỳ 신기하다
- □ học trung học 중학교를 다니다
- □ nhạc pop 팝

- □ êm dịu 잔잔하다
- □ tiếp xúc 접촉하다, 접하다
- □ nhận thấy 알아차리다, 알다
- □ cái hay 좋은 점
- □ khuynh hướng 취향, 경향
- □ thay đổi 바꾸다, 변하다

콤보 형식의 답변을 활용해서 질문별 모범 답변을 제시합니다.

🎧 05-04

Q2. Hãy chọn hai ca sĩ hoặc nhạc sĩ mà bạn thích và miêu tả điểm khác nhau và giống nhau của họ. Mỗi người có những điểm đặc biệt nào? Bạn thích điểm nào hơn hay người nào hơn? Vì sao?

당신이 좋아하는 두 명의 가수나 작곡가를 골라 그 둘의 차이점과 유사점을 묘사하세요. 각자 어떤 특별한 특징을 가지고 있나요? 당신은 어느 점이 더 좋거나 누구를 더 좋아하나요? 왜 그런가요?

Ed Sheeran và Bruno Mars là hai ca sỹ thuộc dòng nhạc pop mà tôi rất thích. Cả 2 đều là những ca sĩ đã thành danh tại Mỹ và trên thế giới với nhiều sản phẩm âm nhạc đạt doanh thu kỷ lục, nhận nhiều giải thưởng lớn và có đông đảo người hâm mộ. Mỗi người đều có điểm mạnh riêng của mình. Theo tôi thì Ed Sheeran có chất giọng nhiều cảm xúc hơn, khiến người nghe dễ cảm nhận được thông điệp mà anh ấy đưa vào vào bài hát, và anh ấy cũng chơi ghita rất giỏi. Tôi thích hình ảnh mộc mạc của anh ấy khi vừa hát vừa đàn ghita. Còn Bruno Mars thì có giọng hát khỏe khoắn hơn và các bài hát của anh ấy cho thấy bầu không khí tự do, sôi động của vùng biển Hawaii, nơi anh ấy được sinh ra. Thật khó để nói tôi thích ai hơn hay thích điểm nào hơn vì cả 2 đều đa tài và hoàn hảo.

에드 시런과 브루노 마스는 제가 정말 좋아하는 두 팝송 가수입니다. 두 사람 모두 미국과 전 세계에서 이름이 알려진 유명한 가수들이며, 기록적인 매출에 도달하는 음악상품들을 소유하며, 많은 큰 상을 수상하였고 수많은 팬들을 보유하고 있습니다. 이 둘은 각자 자신만의 장점을 가지고 있습니다. 제 생각에 에드 시런은 더 감성적인 목소리를 가지고 있고 그가 노래에 담고자 하는 메시지를 청취자들이 더 쉽게 느낄 수 있게 하며, 기타도 아주 잘 칩니다. 저는 기타를 치며 노래하는 그의 담백한 모습을 좋아합니다. 그리고 브루노 마스는 더 건강한 목소리를 가지고 있고 그의 노래는 그가 태어난 하와이 바다의 자유롭고 신나는 분위기를 보여줍니다. 둘 다 다재다능하고 완벽하기 때문에 누구를 더 좋아하거나 어느 점을 더 좋아하는지 말하기가 어렵습니다.

단어

- **thành danh** 이름이 알려지다
- **đạt** 도달하다, 달성하다, 이루다
- **doanh thu** 매출
- **kỷ lục** 기록, 기록적이다
- **giải thưởng** 상

- **người hâm mộ** 팬
- **chất giọng** 목소리
- **nhiều cảm xúc** 감성적이다
- **thông điệp** 메시지

- **đưa vào** 넣다, 담다
- **mộc mạc** (생활 스타일, 성격 등) 소박/담백하다
- **được sinh ra** 태어나다

🎧 05-05

Q3. Bạn dùng thiết bị gì để nghe nhạc? Bạn có dùng máy MP3 hay radio để nghe nhạc không? Tại sao bạn dùng thiết bị đó để nghe nhạc? Hãy nói cho tôi nghe chi tiết.

당신은 어떤 기기를 사용하여 음악을 듣나요? 당신은 MP3 플레이어나 라디오를 사용하여 음악을 듣나요? 당신은 왜 그 기기를 사용하여 음악을 듣나요? 자세히 이야기해 주세요.

Trước đây tôi đã dùng máy MP3 để nghe nhạc nhưng từ khi có điện thoại thông minh thì tôi chủ yếu sử dụng điện thoại thông minh chứ không sử dụng thiết bị khác. Như cô đã biết, ưu điểm của điện thoại thông minh là nhỏ gọn, tiện lợi, và có thể làm rất nhiều việc như nghe nhạc, xem phim, đọc sách điện tử v.v… nên hiện nay nhiều người không còn dùng radio hay máy MP3 để nghe nhạc nữa. Khi sử dụng phương tiện giao thông công cộng hay đi dạo, tập thể dục ở công viên thì tôi thường kết nối tai nghe với điện thoại di động rồi nghe bằng ứng dụng 'YouTube Music', còn khi ở nhà thì tôi thường nghe bằng máy vi tính xách tay của tôi. Máy vi tính xách tay của tôi được kết nối với hệ thống loa nên chất lượng âm thanh tốt hơn khi nghe bằng điện thoại di động. Nhờ sự phát triển của máy vi tính và điện thoại thông minh mà việc nghe nhạc đã trở nên dễ và tiện hơn.

예전에는 MP3 플레이어를 사용하여 음악을 감상했는데 스마트폰이 생기고 나서부터는 다른 기기를 사용하지 않고 스마트폰을 주로 사용해 왔습니다. 선생님도 아시다시피, 스마트폰의 장점은 작고 편리하고 음악 듣기, 영화 보기, 전자책 읽기 등 많은 것들을 할 수 있기 때문에 요즘에는 많은 사람들이 라디오나 MP3 플레이어로 음악을 듣지 않습니다. 대중교통수단을 이용하거나 공원에서 산책하거나 운동을 할 때 이어폰을 휴대폰에 연결해 '유튜브 뮤직' 애플리케이션을 통해 듣는 경우가 많고, 집에서는 주로 노트북으로 듣습니다. 제 노트북은 스피커 시스템과 연결되어 있어서 휴대폰으로 들을 때보다 음질이 더 좋습니다. 컴퓨터와 스마트폰의 발전으로 인해 음악 감상하기가 쉬워지고 편리해졌습니다.

단어
- điện thoại thông minh 스마트폰
- ưu điểm 장점
- sách điện tử 전자책
- phương tiện giao thông công cộng 대중교통수단
- đi dạo 산책하다
- tập thể dục 운동하다
- kết nối 연결하다
- tai nghe 이어폰
- ứng dụng 애플리케이션
- máy vi tính xách tay 노트북
- hệ thống 시스템
- loa 스피커
- chất lượng âm thanh 음질
- sự phát triển 발전

자신에게 맞는 답변을 체크해 보세요. ☑

주제에 관한 다양하고 유용한 IH 등급의 표현들입니다. 자신에게 맞는 문장을 체크하고 재미있는 스토리를 만들어 보세요. 돌발 질문에도 당황하지 않고 나만의 표현력은 물론, 논리력에도 자신감이 생깁니다.

☐ 공부할 때 잔잔한 음악을 들으면 집중이 더 잘됩니다.

Nếu nghe nhạc êm dịu khi học thì có thể tập trung hơn.

☐ 운동하면서 신나는 음악을 들으면 피곤함을 덜 느끼게 됩니다.

Nghe nhạc sôi động khi tập thể dục giúp tôi đỡ mệt.

☐ 제가 가장 좋아하는 노래의 제목은 브루노 마스의 '24K Magic'입니다.

Tựa đề bài hát mà tôi thích nhất là '24K Magic' của Bruno Mars.

☐ 저는 클래식 음악을 이해하지 못해서 듣는 것을 좋아하지 않습니다.

Tôi không thích nghe nhạc cổ điển vì tôi không thể hiểu.

☐ 저는 드라이브하면서 음악 듣는 것을 좋아합니다.

Tôi thích vừa lái xe đi dạo vừa nghe nhạc.

☐ 저는 화려하지 않고 진실된 음악을 좋아합니다.

Tôi thích âm nhạc không hoa mỹ và chân thật.
음악 ↗ / 화려하다 ↗ / 진실된 ↗

☐ 저는 한국의 아이돌 그룹들이 많은 재능을 갖고 있기 때문에 좋아합니다.

Tôi thích các nhóm nhạc idol của Hàn Quốc vì họ có nhiều tài năng.
아이돌 그룹 ↗ / 재능 ↗

☐ 음악 멜로디는 저에게 힘을 줍니다.

Các giai điệu âm nhạc tiếp thêm cho tôi sức mạnh.
멜로디 ↗ / tiếp thêm sức mạnh : 힘을 주다 ↗

주제에 관한 다양하고 유용한 AL 등급의 표현들입니다. 자신에게 맞는 문장을 체크하고 재미있는 스토리를 만들어 보세요. 돌발 질문에도 당황하지 않고 나만의 표현력은 물론, 논리력에도 자신감이 생깁니다.

☐ 공부할 때 잔잔한 음악을 들으면 집중이 더 잘 되기 때문에 보통 음악을 들으면서 공부합니다.

Nếu nghe nhạc êm dịu khi học thì có thể tập trung hơn nên tôi thường vừa học vừa nghe nhạc.

☐ 운동하면서 신나는 음악을 들으면 피곤함을 덜 느끼게 되며 에너지를 더 받는 것 같습니다.

Nghe nhạc sôi động khi tập thể dục giúp tôi đỡ mệt và như được tiếp thêm năng lượng.

☐ 제가 가장 좋아하는 노래의 제목은 '24K Magic'이며, 브루노 마스의 3번째 앨범의 타이틀곡입니다.

Tựa đề bài hát mà tôi thích nhất là '24K Magic', đây là bài hát chủ đề của album số 3 của Bruno Mars.

☐ 저는 클래식 음악을 이해하지 못하고 이 장르가 지루하게 느껴지기 때문에 듣는 것을 좋아하지 않습니다.

Tôi không thích nghe nhạc cổ điển vì tôi không thể hiểu và thấy thể loại nhạc này rất chán.

☐ 저는 드라이브하면서 음악 듣는 것은 스트레스를 해소하는 데 도움을 주기 때문에 좋아합니다.

Tôi thích vừa lái xe đi dạo vừa nghe nhạc vì nó giúp tôi giải tỏa căng thẳng.

☐ 저는 지금 음악보다 90년대의 화려하지 않고 진실된 음악을 좋아합니다.

Tôi thích âm nhạc chân thật và không hoa mỹ của thập niên 90 hơn nhạc bây giờ.

☐ 저는 한국의 아이돌 그룹들이 노래를 잘하면서 춤도 잘 추기 때문에 좋아합니다.

Tôi thích các nhóm nhạc idol của Hàn Quốc vì họ vừa hát hay vừa nhảy giỏi.

☐ 음악은 제 기분을 전환시켜주고 잠을 더 잘 자게 해줍니다.

Âm nhạc giúp tôi cải thiện tâm trạng và ngủ ngon hơn.

혼자 노래/합창하기

질문에 관한 답변을 하기 전, 핵심 어휘를 떠올리며 답변 내용을 머릿속으로 미리 정리해 보세요. 핵심 표현을 단계적으로 나열한 Tip을 참고하여 나만의 핵심 어휘도 만들어 보세요.

Q Bạn đã nói trong bảng khảo sát là thích hát với nhóm. Bạn thích hát thể loại nhạc nào với nhóm?

당신은 설문조사에서 그룹과 함께 노래하는 것을 좋아한다고 했습니다. 당신은 어떤 장르의 음악을 그룹과 함께 부르는 것을 좋아하나요?

  핵심 어휘 떠올리기

thánh ca 성가/찬송가
nhà thờ 성당

tâm trạng thoải mái
기분이 편안하다
giai điệu êm dịu
멜로디가 잔잔하다
giai điệu du dương
아름다운 선율의 멜로디

mỗi buổi sáng chủ nhật
일요일 아침마다
ca đoàn 성가대
vừa tham dự lễ vừa hát thánh ca
미사에 참석하면서 성가를 부르다

OPIc 시험에서는 질문의 의도를 빠르게 파악하는 것이 매우 중요합니다. 익숙한 질문일수록, 당황하지 않고 자연스럽게 답변을 할 수 있습니다. 주제에 관한 다양한 질문 유형들을 반복해서 익히고 학습해 보세요.

1. Hãy nói cho tôi nghe bạn thường làm gì trong 1 buổi tập luyện. Chuyện gì xảy ra trước tiên, thứ nhì và tiếp theo? Chuyện gì xảy ra vào cuối buổi tập? Hãy kể cho tôi nghe tất cả những gì xảy ra trong 1 buổi tập với nhóm.

당신은 연습 시간에 주로 무엇을 하는지 이야기해 주세요. 무슨 일을 먼저 하는지, 그리고 그다음에 무엇을 하나요? 연습 시간에 마지막으로 무엇을 하나요? 그룹과 같이 연습할 때 일어나는 일에 대해 모두 이야기해 주세요.

---

2. Hãy kể cho tôi bạn đã hứng thú với ca hát như thế nào. Ai đã dạy bạn ca hát hay bạn tự học ca hát? Tại sao bạn hứng thú với ca hát? Hãy kể cho tôi nghe kỷ niệm ca hát đầu tiên của bạn.

당신이 어떻게 노래에 관심을 갖게 되었는지 이야기해 주세요. 누가 당신에게 노래를 가르쳐 줬나요 아니면 당신은 혼자 노래하는 법을 배웠나요? 당신은 왜 노래하는 것에 관심이 있나요? 당신이 처음으로 노래했던 기억에 대해 이야기해 주세요.

---

3. Bạn đã nói trong bảng khảo sát là bạn thích hát. Hãy kể cho tôi nghe bạn bắt đầu thích hát từ khi nào? Thể loại nhạc mà bạn thích hát là gi?

당신은 설문조사에서 노래하는 것을 좋아한다고 했습니다. 당신은 언제부터 노래하는 것을 좋아하기 시작했나요? 당신이 가장 좋아하는 음악 장르는 무엇인가요?

---

4. Hãy nói về kinh nghiệm đáng nhớ của bạn về việc ca hát. Nó có thể là kinh nghiệm của bạn khi lần đầu tiên đứng hát trước đám đông, hoặc việc mà bạn không mong đợi hoặc việc khiến bạn cảm thấy xấu hổ. Giải thích vì sao bạn không thể quên việc đó.

당신에게 있었던 노래 부르기와 관련된 경험에 대해 이야기해 주세요. 대중 앞에서 처음으로 공연을 했거나, 예상하지 못했던 또는 창피했던 경험이었을 수도 있습니다. 그 일을 왜 잊지 못하는지도 설명해 주세요.

---

5. Hãy nhớ lại câu chuyện gần đây bạn đã nghe về công việc, tác phẩm, đời tư hoặc câu chuyện liên quan đến một ca sỹ nổi tiếng. Hãy nói cho tôi nghe chi tiết những gì bạn đã nghe hoặc đọc.

당신이 최근에 들었던 어떤 유명한 가수의 일, 작품, 사생활 또는 그 가수와 관련된 이야기를 떠올려 보세요. 당신이 읽었거나 들었던 내용에 대해 자세히 이야기해 주세요.

문법 익히기

IH 또는 AL 등급에 어울리는 베트남어의 문법과 구조 형태 등을 학습하고 답변에 응용해 보세요. 자연스러운 표현과 언어 구사 능력이 올라 갑니다.

● 주어 + 서술어 + mà không + 동사/형용사

: (주어)는 (동사)를 하지 않게/않아도 ~하다 / (주어)는 ~지 않게 ~하다

「mà không+동사/형용사」외에 「mà không có+명사 : ~ 없이」구조로도 많이 쓰입니다.

> Việc nghe và hát theo các bài hát yêu thích là cách giải tỏa căng thẳng tuyệt vời mà không cần tiêu tiền.
>
> 좋아하는 노래를 듣고 따라 부르는 것은 돈을 쓰지 않아도 스트레스를 푸는 좋은 방법입니다.

> Tôi có thể hát tốt mà không cần luyện tập nhiều.
>
> 저는 많은 연습을 하지 않아도 노래를 잘 할 수 있습니다.

● tự + 동사 (lấy) : 스스로 ~하다

'tự'는 '스스로'라는 뜻의 부사이며, 「tự+동사+lấy」는 '스스로 ~하다'라는 의미로 'lấy'는 생략 가능합니다.

> Tôi tự học hát lấy chứ không có ai dạy cho tôi.
>
> 저는 노래를 가르쳐주는 사람 없이 스스로 배웠습니다.

> Tôi tự nghiên cứu cách hát.
>
> 저는 스스로 창법을 연구했습니다.

모범 답변

콤보 형식의 답변을 활용해서 질문별 모범 답변을 제시합니다.

🎧 05-08

Q1. Bạn đã nói trong bảng khảo sát là thích hát với nhóm. Bạn thích hát thể loại nhạc nào với nhóm?

당신은 설문조사에서 그룹과 함께 노래하는 것을 좋아한다고 했습니다. 당신은 어떤 장르의 음악을 그 그룹과 함께 부르는 것을 좋아하나요?

Bây giờ tôi sẽ nói về việc hát với nhóm. Tôi thường đi nhà thờ vào mỗi buổi sáng Chủ Nhật với gia đình, và hát thánh ca với ca đoàn của nhà thờ. Nếu vừa tham dự lễ vừa hát thánh ca thì tôi có thể tập trung nghe linh mục nói chăm chỉ hơn mà không cảm thấy chán. Có thể đối với nhiều người, thánh ca rất chán nhưng đối với tôi, thánh ca rất có ý nghĩa. Và việc hát những bài hát hay với ca đoàn cũng là việc đáng trải nghiệm. Ngoài ra những bài hát thánh ca với giai điệu nhẹ nhàng, du dương giúp tôi thay đổi tâm trạng và cảm thấy yêu cuộc sống hơn.

이제 저는 그룹과 노래하는 것에 대해 이야기하겠습니다. 저는 보통 일요일 아침마다 가족과 함께 성당에 가서 성당의 성가대와 함께 성가를 부릅니다. 성가를 부르면서 미사에 참석하면 지루함을 느끼지 않고 신부님의 말씀을 더 열심히 집중해 들을 수 있습니다. 많은 사람들에게 성가는 매우 지루할 수도 있지만 저에게는 매우 의미 있습니다. 그리고 성가대와 함께 좋은 노래를 부르는 것도 경험해 볼 만한 일입니다. 게다가 잔잔한 멜로디, 아름다운 선율의 성가들은 제 기분을 전환시키고 삶에 대한 사랑을 더 느끼게 해줍니다.

단어

- nhóm 조, 그룹
- linh mục (천주교) 신부
- cảm thấy 느끼다
- chán/nhàm chán 지루하다
- ý nghĩa 의미
- trải nghiệm 경험, 체험
- giai điệu 멜로디
- nhẹ nhàng 잔잔하다
- du dương 아름다운 선율의
- thay đổi tâm trạng 기분을 전환하다
- cuộc sống 삶, 생활

🎧 05-09

Q2. Hãy nói cho tôi nghe bạn thường làm gì trong 1 buổi tập luyện. Chuyện gì xảy ra trước tiên, thứ nhì và tiếp theo? Chuyện gì xảy ra vào cuối buổi tập? Hãy kể cho tôi nghe tất cả những gì xảy ra trong 1 buổi tập với nhóm.

당신은 연습 시간에 주로 무엇을 하는지 이야기해 주세요. 무슨 일을 먼저 하는지, 그리고 그다음에 무엇을 하나요? 연습 시간에 마지막으로 무엇을 하나요? 그룹과 같이 연습할 때 일어나는 일에 대해 모두 이야기해 주세요.

Bây giờ tôi sẽ nói về việc luyện tập hát của tôi. Tôi cùng ca đoàn của nhà thờ thường tập hát vào tối thứ 7 hàng tuần trong 2 giờ. Khi bắt đầu luyện tập, chúng tôi sẽ khởi động bằng bài tập lấy hơi. Bài tập lấy hơi giúp kiểm soát tốt hơn cao độ và âm lượng của giọng hát. Tiếp theo, thầy dạy hát sẽ cho chúng tôi nghe file nhạc của bài hát mà chúng tôi cần luyện tập, sau đó chúng tôi vừa nghe nhạc vừa nhớ giai điệu. Sau khi nghe vài lần giai điệu của bài hát, chúng tôi chia bài hát thành nhiều phần nhỏ và luyện tập. Cuối cùng, sau khi đã hát tốt từng phần thì chúng tôi sẽ hát cả bài hát trong vài lần. Nếu thầy dạy nhạc nói chúng tôi đã hát cả bài tốt thì chúng tôi có thể ra về. Tôi thấy việc tập hát tuy khó và vất vả nhưng khá thú vị và nó giúp tôi có giọng hát tốt hơn nên rất đáng dành thời gian cho nó.

이제 저의 노래 연습에 대해 이야기하겠습니다. 저는 성당 성가대와 매주 토요일 밤마다 2시간 동안 노래 연습을 합니다. 연습이 시작되면 우리는 호흡 연습으로 워밍업을 합니다. 호흡 연습은 목소리의 높이와 성량을 더 잘 조절할 수 있게 해 줍니다. 다음으로 노래를 가르치는 선생님이 연습해야 할 노래의 음악파일을 들려주면 저희는 음악을 들으면서 멜로디를 외웁니다. 노래의 멜로디를 몇 번 들은 후, 우리는 노래를 작은 파트로 나누어 연습합니다. 마지막으로 각 파트를 잘 부르면 전곡을 여러 번 부릅니다. 선생님이 저희가 전곡을 잘 불렀다고 말하면 저희는 집에 갈 수 있습니다. 제 생각에는 노래 연습은 어렵고 힘들지만 꽤 재미있고 더 좋은 목소리를 내는 데 도움이 되기 때문에 연습에 시간을 보낼 만합니다.

Tip ＊ 2번 문항은 실제 OPIc 시험에서 출제된 질문입니다. 그러나 질문 중, 'thứ nhì'는 '두 번째'라는 뜻을 가진 단어로 '2위'라는 순위를 나타낼 때 주로 사용됩니다. 그러므로, 행동의 두 번째 순서를 나타낼 때는 'thứ hai'라고 표현하는 것이 올바릅니다.

단어

- luyện tập 연습하다
- khởi động 워밍업 하다, 시동 걸다
- bài tập lấy hơi 호흡 연습
- kiểm soát 조절하다, 통제하다

- cao độ 높이
- âm lượng 성량
- giọng hát (노래하는) 목소리
- giai điệu 멜로디

- chia ~ thành ~ ~을 ~으로 나누다
- phần 파트, 부분
- cả bài hát 노래 전체, 전곡

Q3. **Hãy kể cho tôi bạn đã hứng thú với ca hát như thế nào? Ai đã dạy bạn ca hát hay bạn tự học ca hát? Tại sao bạn hứng thú với ca hát? Hãy kể cho tôi nghe kỷ niệm ca hát đầu tiên của bạn.**

당신이 어떻게 노래에 관심을 갖게 되었는지 이야기해 주세요. 누가 당신에게 노래를 가르쳐 줬나요 아니면 당신은 혼자 노래하는 법을 배웠나요? 당신은 왜 노래하는 것에 관심이 있나요? 당신이 처음으로 노래했던 기억에 대해 이야기해 주세요.

Bây giờ tôi sẽ nói về kinh nghiệm học hát của tôi. Khi tôi còn nhỏ, tôi đã được bố mẹ tặng quà sinh nhật là một chiếc máy MP3. Tôi đã bắt đầu nghe và đắm chìm vào giai điệu của các bài hát được lưu trong đó rồi bắt đầu nghêu ngao theo. Bố mẹ tôi nhìn thấy hình ảnh đó của tôi và đã nói với tôi là tôi hát rất tốt, nếu tôi muốn thì tôi có thể học hát ở trung tâm thanh nhạc, hoặc tham gia ca đoàn của nhà thờ để luyện tập và hát vào mỗi Chủ Nhật. Nhưng tôi đã quyết định tự học hát trước. Một năm sau, tôi đã tham gia vào ca đoàn của nhà thờ, ở đó tôi được học cách hát, cách lấy hơi và được luyện tập chung với các anh chị lớn hơn tôi. Sau khi tham gia hai buổi luyện tập thì tôi đã được hát cùng với mọi người trong thánh lễ Chủ Nhật. Đến bây giờ tôi vẫn không thể quên ngày đó, vì tôi đã rất nôn nao và căng thẳng. May mắn là tôi đã hoàn thành bài hát cùng nhóm mà không có vấn đề gì.

이제 저는 노래를 배우는 경험에 대해 이야기하겠습니다. 제가 어렸을 때, 저의 부모님은 저에게 MP3 플레이어를 생일선물로 주셨습니다. 저는 듣기 시작했고 그 안에 저장된 노래들의 멜로디에 빠져들어 따라 흥얼거리기 시작했습니다. 부모님은 저의 그런 모습을 보고 제가 정말 노래를 잘 부른다고 했고, 원한다면 보컬 학원에서 창법을 배우거나 매주 일요일마다 성당의 성가대에 들어가서 연습하고 노래할 수 있다고 하셨습니다. 하지만 저는 스스로 독학하기로 결정했습니다. 1년 후, 성당의 성가대에 들어가서 창법과 호흡법을 배웠고 언니, 오빠들과 함께 연습하게 되었습니다. 두 번의 연습에 참석한 후 일요일 미사에서 모든 사람들과 함께 노래를 부를 수 있었습니다. 저는 너무 설레고 긴장했기 때문에 지금까지도 그날을 잊을 수 없습니다. 그리고 다행히도 그룹과 함께 문제없이 노래를 잘 끝냈습니다.

단어		
▫ **kinh nghiệm** 경험	▫ **trung tâm thanh nhạc** 음악 학원, 보컬 학원	▫ **cách lấy hơi** 호흡법
▫ **đắm chìm** 빠져들다		▫ **nôn nao** 설레다
▫ **lưu** 저장하다	▫ **tham gia** (단체, 조직, 행사 등) 참여하다, 들어가다	▫ **căng thẳng** 긴장하다
▫ **nghêu ngao** 흥얼거리다		▫ **may mắn là** 다행히, 다행히도
▫ **hình ảnh** 모습, 이미지	▫ **quyết định** 결정하다	▫ **hoàn thành** 끝내다, 완성하다
	▫ **cách hát** 창법	▫ **vấn đề** 문제

유용한 표현사전 IH

주제에 관한 다양하고 유용한 IH 등급의 표현들입니다. 자신에게 맞는 문장을 체크하고 재미있는 스토리를 만들어 보세요. 돌발 질문에도 당황하지 않고 나만의 표현력은 물론, 논리력에도 자신감이 생깁니다.

☐ 저는 보컬 학원에서 노래를 배우기 시작했습니다.

Tôi đã bắt đầu học hát ở trung tâm thanh nhạc.

☐ TV에서 처음으로 음악 공연을 봤을 때 매우 재미있게 느껴졌습니다.

Khi lần đầu tiên xem buổi biểu diễn âm nhạc trên tivi tôi thấy rất thú vị.

☐ 저에게 노래를 처음 가르쳐 준 사람은 저의 엄마였습니다.

Người đầu tiên dạy hát cho tôi là mẹ của tôi.

☐ 저는 노래를 가르쳐 주는 사람 없이 혼자 배웠습니다.

Tôi đã tự học hát mà không có ai dạy cho tôi.

☐ 저는 노래의 멜로디를 듣고 따라 흥얼거립니다.

Tôi nghe và nghêu ngao theo giai điệu của bài hát.

☐ 저는 친구와 같이 노래방에 처음 갔을 때를 잊을 수 없습니다.

Tôi không thể quên được lần đầu tiên đi phòng hát karaoke với bạn.

☐ 노래 연습을 하기 전에 보통 따뜻한 물 한 잔을 마십니다.

Tôi thường uống một cốc nước ấm trước khi tập hát.

☐ 저는 노래하는 것을 좋아하지만 노래를 잘하지 않고 자주 박자를 놓칩니다.

Tôi thích hát nhưng hát không hay và thường bị lỡ nhịp.

유용한 표현사전 AL

주제에 관한 다양하고 유용한 AL 등급의 표현들입니다. 자신에게 맞는 문장을 체크하고 재미있는 스토리를 만들어 보세요. 돌발 질문에도 당황하지 않고 나만의 표현력은 물론, 논리력에도 자신감이 생깁니다.

☐ 저는 음악에 대한 열정 때문에 보컬 학원에서 노래를 배우기 시작했습니다.

　Tôi đã bắt đầu học hát ở trung tâm thanh nhạc vì đam mê với âm nhạc.

☐ TV에서 처음으로 음악 공연을 봤을 때 매우 재미있게 느껴졌고 그렇게 노래를 잘했으면 했습니다.

　Khi lần đầu tiên xem buổi biểu diễn âm nhạc trên tivi tôi thấy rất thú vị và muốn mình cũng có thể hát tốt như thế.

☐ 엄마는 제가 어렸을 때부터 저에게 동요 부르는 것을 가르쳐 주었습니다.

　Mẹ tôi đã dạy cho tôi hát các bài hát thiếu nhi từ khi tôi còn bé.

☐ 저는 노래를 가르쳐 주는 사람 없이 혼자 배웠기 때문에 느낌대로 노래합니다.

　Tôi đã tự học hát mà không có ai dạy nên tôi hát theo cảm nhận.

☐ 저는 매일 밤 잠자기 전에 노래의 멜로디를 듣고 따라 흥얼거립니다.

　Tôi nghe và nghêu ngao theo giai điệu của bài hát mỗi tối trước khi ngủ.

☐ 저는 처음으로 노래방에서 제가 좋아하는 노래를 부른 느낌을 잊을 수 없습니다.

　Tôi không thể quên được cảm giác lần đầu tiên hát bài hát mà tôi thích ở phòng hát karaoke.

☐ 저는 노래 연습을 하기 전에 보통 따뜻한 물 한 잔을 마십니다. 왜냐하면 그렇게 하면 목에 좋다고 들었기 때문입니다.

　Tôi thường uống một cốc nước ấm trước khi tập hát vì nghe nói làm như thế sẽ tốt cho cổ họng.
　　　　　　　　　　　　　　　→ 목(구멍)

☐ 제가 알기에 베트남 사람들은 노래를 잘 하는 것보다 자주 하는 것이 더 낫다고 합니다.

　Tôi biết người Việt Nam có câu hát hay không bằng hay hát.

요리하기

질문에 관한 답변을 하기 전, 핵심 어휘를 떠올리며 답변 내용을 머릿속으로 미리 정리해 보세요. 핵심 표현을 단계적으로 나열한 Tip을 참고하여 나만의 핵심 어휘도 만들어 보세요.

Q Bạn đã nói trong bảng khảo sát là bạn thích nấu ăn. Bạn có thường nấu ăn không? Bạn thường nấu ăn khi nào? Bạn thích nấu món ăn nào? Bạn thường nấu ăn cho ai?

당신은 설문조사에서 요리하는 것을 좋아한다고 했습니다. 당신은 요리를 자주 하나요? 보통 언제 요리를 하나요? 당신은 어떤 요리 하는 것을 좋아하나요? 당신은 보통 누구를 위해 요리를 하나요?

  핵심 어휘 떠올리기

sườn bò hầm
소갈비찜

sườn bò 소갈비
hành boa rô 대파
hành tây 양파
ớt cay xanh 청양고추
ớt đỏ 홍고추
nấm đùi gà 새송이버섯
nấm đông cô 표고버섯
cà rốt 당근, **củ cải trắng** 무
lê 배, **lá nguyệt quế** 월계수잎

rửa thịt 고기를 씻다
ngâm nước 찬물에 담그다
đun 끓이다, 삶다
sôi 끓다
cắt 자르다
cho thịt vào nước ướp
고기를 양념장에 넣다
cho rau củ vào 채소를 넣다

xì dầu/nước tương 간장
rượu nấu ăn 맛술, **đường** 설탕, **nước** 물
gừng xay 다진 생강, **hành boa rô băm** 다진 대파
dầu vừng/dầu mè 참기름, **tiêu** 후추

OPIc 시험에서는 질문의 의도를 빠르게 파악하는 것이 매우 중요합니다. 익숙한 질문일수록, 당황하지 않고 자연스럽게 답변을 할 수 있습니다. 주제에 관한 다양한 질문 유형들을 반복해서 익히고 학습해 보세요.

1. Tôi muốn biết về công thức nấu ăn. Hãy chọn một món ăn bạn thích nấu và cho tôi biết chi tiết công thức của món ăn đó.

   저는 요리 레시피에 대해 알고 싶어요. 당신이 좋아하는 요리 하나를 골라 그 요리의 레시피를 자세히 알려 주세요.

2. Hãy nói về kinh nghiệm mà bạn nhớ nhất khi nấu ăn. Đó có thể là thất bại khi thử một công thức nấu ăn mới, hoặc thất bại do món ăn bị cháy, hoặc do vị món ăn không ngon. Hãy nói cho tôi nghe chi tiết về kinh nghiệm đó của bạn và bạn đã xử lý thế nào.

   요리할 때 가장 기억에 남는 경험에 대해 이야기해 주세요. 그 경험은 새로운 레시피를 시도할 때의 실패일 수도 있고 아니면 음식이 탔거나, 혹은 맛이 좋지 않아서의 실패일 수도 있습니다. 그 경험에 대해 자세히 이야기해 주시고 당신이 어떻게 해결했는지도 이야기해 주세요.

3. Bạn đã nói trong bảng khảo sát là bạn thích nấu ăn. Bạn bắt đầu thích nấu ăn như thế nào? Bạn đã học nấu ăn thế nào? Hãy nói cho tôi nghe về quá trình học nấu ăn của bạn.

   당신은 설문조사에서 요리하는 것을 좋아한다고 했습니다. 당신은 요리하는 것을 어떻게 좋아하게 되었나요? 어떻게 요리를 배웠나요? 요리를 배우는 과정에 대해 이야기해 주세요.

4. Hãy nói về cách nấu một món ăn gần đây nhất mà bạn đã nấu. Để nấu món ăn đó thì cần các nguyên liệu nào? Bạn phải chuẩn bị gì trước khi nấu? Hãy nói cho tôi nghe chi tiết.

   당신이 가장 최근에 했던 요리법에 대해 이야기해 주세요. 그 요리를 하기 위해 어떤 재료가 필요한가요? 요리하기 전에 무엇을 준비해야 하나요? 자세히 이야기해 주세요.

5. Hãy nói cho tôi biết ẩm thực của nước bạn có gì khác với ẩm thực của các nước khác. Hãy so sánh điểm giống và khác nhau giữa ẩm thực của nước bạn và quốc gia khác.

   당신 나라의 음식들은 다른 나라의 음식과 무엇이 다른지 이야기해 주세요. 당신 나라의 음식과 다른 나라의 음식을 비교해서 유사한 점과 차이점에 대해 이야기해 주세요.

IH 또는 AL 등급에 어울리는 베트남어의 문법과 구조 형태 등을 학습하고 답변에 응용해 보세요. 자연스러운 표현과 언어 구사 능력이 올라갑니다.

● **Chỉ + 동사/명사/대명사 + mới + 동사**

Chỉ có + 명사 + mới + 동사/절

'chỉ'는 '오직, 단지', 'mới'는 '비로소'라는 뜻입니다. 'chỉ ~ mới ~'는 '오직 ~만 ~'이라는 의미로 어떤 일을 하는 데 필요한 유일한 조건을 강조할 때 쓰입니다.

Chỉ ăn món ăn ngon mới là cách giải tỏa căng thẳng hiệu quả nhất.

오직 맛있는 음식을 먹는 것만이 가장 효과적으로 스트레스를 푸는 방법입니다.

Chỉ có thời gian nấu ăn ở trong bếp mới làm tôi hạnh phúc.

오직 부엌에서 요리하는 시간만이 나를 행복하게 합니다.

● **không + 동사/형용사 + gì cả** : 전혀 ~하지 않는다/하지 않다

부정적인 의미를 강조하고 싶을 때 '전혀 ~하지 않는다/하지 않다'라는 의미로 사용합니다.

Tôi đã nấu món mì Ý nhưng nó không ngon gì cả.

저는 파스타를 했는데 전혀 맛있지 않았습니다.

Tôi muốn nấu ăn nhưng không có gì trong tủ lạnh cả.

저는 요리하고 싶은데 냉장고에 아무것도 있지 않습니다.

콤보 형식의 답변을 활용해서 질문별 모범 답변을 제시합니다.

🎧 05-13

Q1. **Bạn đã nói trong bảng khảo sát là bạn thích nấu ăn. Bạn có thường nấu ăn không? Bạn thường nấu ăn khi nào? Bạn thích nấu món ăn nào? Bạn thường nấu ăn cho ai?**

당신은 설문조사에서 요리하는 것을 좋아한다고 했습니다. 당신은 요리를 자주 하나요? 보통 언제 요리를 하나요? 당신은 어떤 요리 하는 것을 좋아하나요? 당신은 보통 누구를 위해 요리를 하나요?

Vâng, nấu ăn là sở thích của tôi. Vì ngày thường tôi rất bận rộn với việc ở công ty nên tôi hầu như không nấu ăn mà thường gọi món ăn giao đến nhà. Và tôi thường nấu ăn vào cuối tuần cho chồng và các con của tôi. Tôi thích nấu các món nước như mì udon, mì gà, mì ngao, mì lạnh sữa đậu nành, thỉnh thoảng thì tôi cũng thích nấu các món ăn nước ngoài như mì Ý, pizza, gỏi cuốn Việt Nam, cơm rang hải sản kiểu Thái Lan v.v…. Ngoài ra tôi cũng làm bánh, kem hoặc nước hoa quả. Khi nhìn chồng và các con ăn ngon miệng món ăn mà tôi đã dành thời gian và công sức để nấu, thì mọi mệt mỏi dường như tan biến. Theo tôi thì chỉ có nấu ăn mới giúp tôi cảm thấy hạnh phúc và quên đi căng thẳng của cuộc sống.

네, 요리는 제 취미입니다. 저는 평일에 회사일 때문에 많이 바빠서 거의 요리를 하지 않고 주로 배달 음식을 시킵니다. 그리고 저는 보통 주말에 남편과 아이들을 위해 요리합니다. 저는 우동, 닭칼국수, 바지락칼국수, 콩국수 등 국물이 있는 요리를 하는 것을 좋아하는데, 가끔 파스타, 피자, 월남쌈, 태국식 해물볶음밥 등 외국 요리를 하는 것도 좋아합니다. 그 밖에 빵, 아이스크림이나 과일주스도 만듭니다. 남편과 아이들이 시간과 노력을 들여 요리한 음식을 맛있게 먹는 것을 보면 모든 피로가 사라지는 것 같았습니다. 제 생각에는 오직 요리만이 행복을 느끼고 삶의 스트레스를 잊게 해 줄 수 있는 것 같습니다.

단어

- gọi 부르다, (음식을) 시키다
- món ăn giao đến nhà 배달 음식
- món nước 국물이 있는 요리
- mì udon 우동
- mì gà 닭칼국수
- mì ngao 바지락칼국수
- mì lạnh sữa đậu nành 콩국수

- mì ý 파스타
- pizza 피자
- gỏi cuốn Việt Nam 월남쌈
- cơm rang hải sản kiểu Thái Lan 태국식 해물볶음밥
- bánh 빵
- kem 아이스크림

- nước hoa quả 과일주스
- dành thời gian và công sức 시간과 노력을 들이다
- dường như 마치 ~처럼, ~인 것 같다
- tan biến 사라지다

콤보 형식의 답변을 활용해서 질문별 모범 답변을 제시합니다.

🎧 05-14

Q2. Tôi muốn biết về công thức nấu ăn. Hãy chọn một món ăn bạn thích nấu và cho tôi biết chi tiết công thức của món ăn đó.

저는 요리 레시피에 대해 알고 싶어요. 당신이 좋아하는 요리 하나를 골라 그 요리의 레시피를 자세히 알려 주세요.

Vâng, bây giờ tôi sẽ nói về công thức của món ăn mà tôi thích nấu vào ngày Trung thu, đó là món sườn hầm, tiếng Hàn Quốc gọi là galbijjim. Đây là món ăn không thể thiếu trong mâm cơm của người Hàn Quốc vào dịp Trung thu. Cách nấu không khó lắm. Đầu tiên, tôi rửa sạch sườn bò, sau đó ngâm trong nước lạnh khoảng một giờ để loại bỏ máu trong thịt. Sau đó tôi cho sườn bò và nước vào trong nồi, rồi đun. Khi nước sôi thì tôi cho lá nguyệt quế và tiêu hạt vào đun cùng để thịt thơm hơn. Sau khi đun khoảng 10 phút thì tôi bỏ nước đi và rửa sườn bò lại trong nước lạnh một lần nữa. Tiếp theo tôi cho xì dầu, nước, rượu nấu ăn, gừng xay, hành boa rô băm, đường với lượng vừa phải vào thịt rồi hầm trong khoảng một giờ. Cuối cùng tôi cho nấm đông cô, nấm đùi gà, ớt, cà rốt, củ cải trắng và hành tây vào rồi lại đun trong khoảng 10 phút nữa, sau đó tắt lửa và thưởng thức. Nếu cô có dịp thưởng thức vị cay mặn hòa với vị ngọt của món ăn này có lẽ cô sẽ không thể quên được.

네, 이제 저는 추석에 즐겨 만드는 요리인 '스언 버 험'의 레시피에 대해 이야기하려고 하는데, 한국어로 '갈비찜'이라고 불립니다. 이 요리는 추석에 한국인의 밥상에서 빠져서는 안 되는 음식입니다. 요리법은 그렇게 어렵지 않습니다. 먼저 소갈비를 깨끗이 씻은 다음 찬물에 1시간 정도 담가 고기의 핏물을 뺍니다. 그다음에 냄비에 소갈비와 물을 넣고 끓입니다. 물이 끓으면 고기에 좋은 냄새가 나도록 월계수잎과 통후추를 넣어 함께 끓입니다. 10분 정도 끓인 후 물을 버리고 다시 소갈비를 찬물에 씻습니다. 다음으로 고기에 간장, 물, 맛술, 다진 생강, 다진 대파, 설탕을 적당한 양으로 넣고 1시간 정도 끓입니다. 마지막으로 표고버섯, 새송이버섯, 고추, 당근, 무, 양파를 넣어 10분 정도 더 익힌 다음 불을 끄고 먹습니다. 선생님이 이 요리의 단맛과 섞인 짜고 매운맛을 즐길 기회가 있으면 아마 잊을 수 없을 것입니다.

단어

□ công thức 레시피	□ ngâm 담그다	□ thơm 냄새가 좋다
□ trung thu 추석	□ nước lạnh 찬물	□ bỏ 버리다
□ sườn hầm / sườn om 갈비찜	□ loại bỏ máu trong thịt 핏물을 빼다	□ hầm (오랫동안) 끓이다
□ không thể thiếu	□ cho A vào B B에 A를 넣다	□ tắt lửa 불을 끄다
빠질 수 없는, 빠져서는 안 되다	□ đun 끓이다	□ thưởng thức 음미하다, 감상하다
□ mâm cơm 밥상	□ sôi 끓다	□ vị 맛
□ rửa 씻다	□ tiêu hạt 통후추	□ hòa với ~ ~와/과 섞다

Q3. Hãy nói về kinh nghiệm mà bạn nhớ nhất khi nấu ăn. Đó có thể là thất bại khi thử một công thức nấu ăn mới, hoặc thất bại do món ăn bị cháy, hoặc do vị món ăn không ngon. Hãy nói cho tôi nghe chi tiết về kinh nghiệm đó của bạn và bạn đã xử lý thế nào.

요리할 때 가장 기억에 남는 경험에 대해 이야기해 주세요. 그 경험은 새로운 레시피를 시도할 때의 실패일 수도 있고 아니면 음식이 탔거나, 혹은 맛이 좋지 않아서의 실패일 수도 있습니다. 그 경험에 대해 자세히 이야기해 주시고 당신이 어떻게 해결했는지도 이야기해 주세요.

Một tuần trước, tôi đã thử làm món bánh mì Việt Nam ở nhà. Tôi đã ăn thử món ăn này ở quán ăn Việt Nam nhiều lần và rất thích vị giòn giòn của vỏ bánh mì, vị chua ngọt của cà rốt ngâm, và vị thơm ngon của thịt nướng bên trong. Thế nên tôi đã quyết định làm thử ở nhà. Tôi xem công thức làm bánh mì trên YouTube, sau đó nhào bột rồi nặn vài chiếc bánh mì và cho vào lò nướng. Trong thời gian chờ bánh mì chín tôi nướng thịt và làm cà rốt ngâm với tâm trạng háo hức mong chờ. Sau khi bánh mì chín, tôi và gia đình đã cùng nhau ăn thử nhưng bánh mì không ngon gì cả. Vỏ bánh thì không giòn như bánh mì tôi đã ăn ở quán ăn và vị cũng không ngon. Tôi không hiểu chuyện gì đã xảy ra. Tôi kiểm tra lại các nguyên liệu mà tôi đã sử dụng và phát hiện ra tôi đã không cho bơ và muối vào bột khi nhào bột! May mắn là chồng và con tôi đều ăn ngon miệng và nói muốn ăn một lần nữa vào tuần sau. Tôi nghĩ tôi phải tìm công thức khác để có thể làm ngon hơn.

일주일 전, 저는 집에서 베트남 반미를 만들어 보았습니다. 저는 베트남 식당에서 이 음식을 여러 번 맛보았고 반미 껍질의 바삭바삭한 맛과 절인 당근의 새콤달콤한 맛, 그리고 안에 들어있는 고기구이의 고소한 맛을 아주 좋아합니다. 그래서 집에서 한번 해보기로 했습니다. 유튜브에서 반미 레시피를 보고 나서 반죽을 한 다음에 빵 몇 개를 빚어 오븐에 넣었습니다. 빵이 익기를 기다리는 동안 저는 설레고 기대하는 마음으로 고기를 굽고 절인 당근을 만듭니다. 빵이 익고 난 후, 우리 가족과 함께 먹어봤지만 빵은 맛이 전혀 없었습니다. 식당에서 먹은 빵만큼 빵 껍질이 바삭하지도 않고 맛도 없었습니다. 저는 도대체 무슨 일이 일어났는지 이해가 안 갔습니다. 사용한 재료를 확인해보니 반죽에 버터와 소금을 넣지 않았던 것을 발견했습니다! 다행히도 남편과 아이 모두 잘 먹었고 다음 주에도 다시 먹고 싶다고 말했습니다. 저는 더 맛있게 만들 수 있도록 다른 레시피를 찾아야 할 것 같습니다.

단어		
▫ **bánh mì Việt Nam** 베트남 반미	▫ **thơm ngon** 고소하다. 맛있다. (냄새가) 구수하다	▫ **lò nướng** 오븐
▫ **giòn giòn** 바삭바삭하다		▫ **háo hức** 설레다
▫ **vỏ bánh mì** 반미 껍질	▫ **nướng** 굽다	▫ **mong chờ** 기대하다
▫ **chua ngọt** 새콤달콤하다	▫ **nhào bột** 반죽을 하다	▫ **chín** 익다
▫ **cà rốt ngâm** 절인 당근	▫ **nặn** (빵, 떡 등) 빚다	

자신에게 맞는 답변을 체크해 보세요. ☑

주제에 관한 다양하고 유용한 IH 등급의 표현들입니다. 자신에게 맞는 문장을 체크하고 재미있는 스토리를 만들어 보세요. 돌발 질문에도 당황하지 않고 나만의 표현력은 물론, 논리력에도 자신감이 생깁니다.

☐ 저는 요리를 좋아하지만 잘하지는 않습니다.

Tôi thích nấu ăn nhưng nấu không ngon lắm.

☐ 엄마는 제가 어렸을 때부터 간단한 요리를 가르쳐 주었습니다.

Mẹ đã dạy tôi nấu các món ăn đơn giản từ khi tôi còn bé.

☐ 혼자 살기 시작하면서 인터넷에서 요리를 배웠습니다.

Tôi đã học nấu ăn trên internet khi bắt đầu sống một mình.

☐ 저는 집 근처에 있는 요리학원에서 요리를 배웠습니다.

Tôi đã học nấu ăn ở trung tâm nấu ăn gần nhà.

☐ 제가 가장 맛있게 하는 요리는 '김치찌개'입니다.

Món ăn mà tôi nấu ngon nhất là 'canh kimchi'.

☐ 김치찌개의 주재료는 김치입니다.

Nguyên liệu chính của món canh kimchi là kimchi.

☐ 저는 요리할 때마다 엄마 생각이 납니다.

Mỗi lần nấu ăn tôi thường nhớ đến mẹ tôi.

☐ 요리를 할 때 불 조절하는 것이 쉽지 않습니다.

Điều chỉnh lửa khi nấu ăn là việc không dễ.

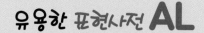

유용한 표현사전 AL

자신에게 맞는 답변을 체크해 보세요. ☑

주제에 관한 다양하고 유용한 AL 등급의 표현들입니다. 자신에게 맞는 문장을 체크하고 재미있는 스토리를 만들어 보세요. 돌발 질문에도 당황하지 않고 나만의 표현력은 물론, 논리력에도 자신감이 생깁니다.

☐ 저는 요리를 좋아하지만 조미료를 안 쓰기 때문에 맛있게 하지 못합니다.

Tôi thích nấu ăn nhưng nấu không ngon lắm vì tôi không sử dụng gia vị khi nấu ăn.

☐ 제가 어렸을 때부터 엄마가 간단한 요리를 가르쳐 주었기 때문에 저는 요리를 잘 합니다.

Mẹ đã dạy tôi nấu các món ăn đơn giản từ khi tôi còn bé nên tôi nấu ăn giỏi.

☐ 혼자 살기 시작하면서 인터넷에서 요리를 배웠고 수많은 실패를 했습니다.

Tôi đã học nấu ăn trên internet khi bắt đầu sống một mình và đã thất bại rất nhiều lần.

☐ 저는 집 근처에 있는 요리학원에서 요리를 배웠지만 여전히 잘 하지 못합니다.

Tôi đã học nấu ăn ở trung tâm nấu ăn gần nhà nhưng vẫn không thể nấu giỏi.

☐ 제가 가장 맛있게 하는 요리는 많은 한국 사람들이 좋아하는 '김치찌개'입니다.

Món ăn mà tôi nấu ngon nhất là 'canh kimchi', là món rất nhiều người Hàn Quốc thích.

☐ 김치찌개의 재료는 김치, 두부, 돼지고기, 대파, 양파, 그리고 고추입니다.

Nguyên liệu của món canh kimchi gồm kimchi, đậu phụ, thịt lợn, hành boa rô, hành tây và ớt.

☐ 저는 요리할 때마다 엄마 생각과 저를 위해 엄마가 시간과 노력을 들여 해준 요리 생각도 납니다.

Mỗi lần nấu ăn tôi thường nhớ đến mẹ và các món ăn mà mẹ dành thời gian và công sức nấu cho tôi.

☐ 요리를 할 때 가장 중요한 것은 신선한 재료를 고르고 적절하게 불을 조절하는 것입니다.

Việc quan trọng nhất khi nấu ăn là chọn nguyên liệu tươi và điều chỉnh lửa phù hợp.

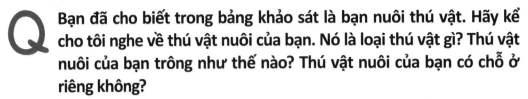

애완동물 기르기

질문에 관한 답변을 하기 전, 핵심 어휘를 떠올리며 답변 내용을 머릿속으로 미리 정리해 보세요. 핵심 표현을 단계적으로 나열한 Tip을 참고하여 나만의 핵심 어휘도 만들어 보세요.

Q Bạn đã cho biết trong bảng khảo sát là bạn nuôi thú vật. Hãy kể cho tôi nghe về thú vật nuôi của bạn. Nó là loại thú vật gì? Thú vật nuôi của bạn trông như thế nào? Thú vật nuôi của bạn có chỗ ở riêng không?

당신은 설문조사에서 애완동물을 키운다고 말했습니다. 당신의 애완동물에 대해 이야기해 주세요. 당신의 애완동물은 어떤 동물인가요? 당신의 애완동물은 어떻게 생겼나요? 당신의 애완동물은 따로 사는 공간이 있나요?

 핵심 어휘 떠올리기

chó con 강아지
một tuổi 한 살
giống Samoyed 사모예드 종

đi dạo với chó 강아지와 산책하다
cho ăn 먹여주다
tắm cho chó 강아지 목욕을 시키다
chải lông 털을 빗다
đánh răng 이를 닦다
chơi với chó 강아지와 놀다

lông màu trắng, dài và mềm 털이 하얗고 길고 부드럽다
mắt to 눈이 크다
khuôn mặt như đang cười 웃는 듯한 얼굴
nặng khoảng 15 kg 몸무게 약 15kg
thông minh 똑똑하다
đáng yêu 사랑스럽다
có nhiều hành động đáng yêu 애교가 많다

OPIc 시험에서는 질문의 의도를 빠르게 파악하는 것이 매우 중요합니다. 익숙한 질문일수록, 당황하지 않고 자연스럽게 답변을 할 수 있습니다. 주제에 관한 다양한 질문 유형들을 반복해서 익히고 학습해 보세요.

1. Hãy kể cho tôi nghe về cách bạn chăm sóc thú vật nuôi. Bạn làm gì cho thú vật nuôi hàng ngày, hàng tuần, hàng tháng?

당신이 애완동물을 돌봐주는 방법에 대해 이야기해 주세요. 당신은 애완동물을 위해 매일, 매주, 혹은 매월 무엇을 하나요?

----

2. Hãy nhớ lại khoảng thời gian khi bạn mới nuôi thú. Tuần lễ đầu tiên như thế nào? Thú vật nuôi của bạn phản ứng như thế nào khi đến chỗ ở mới?

애완동물을 처음으로 키우던 때를 떠올려 보세요. 첫 주는 어땠나요? 당신의 애완동물은 새로운 곳에 와서 어떻게 반응했나요?

----

3. Bạn đã cho biết trong bảng khảo sát là bạn nuôi thú cưng. Hãy miêu tả về thú cưng của bạn.

당신은 설문조사에서 애완동물을 키운다고 말했습니다. 당신의 애완동물을 묘사하세요.

----

4. Bạn nghĩ ưu điểm và nhược điểm khi nuôi thú cưng là gì? Bạn thích hành động nào của thú cưng của bạn? Bạn làm gì cho thú cưng của bạn? Hãy nói chi tiết.

당신은 애완동물 기르기의 장점과 단점은 무엇이라고 생각하나요? 당신 애완동물의 어떤 행동을 좋아하나요? 당신은 애완동물을 위해 무엇을 하나요? 자세히 이야기해 주세요.

----

5. Bạn đã trở nên khác như thế nào sau khi nuôi thú cưng? Hãy nói cho tôi nghe điểm khác nhau của bạn trước và sau khi nuôi thú cưng.

당신은 애완동물을 키운 후 어떻게 달라졌나요? 애완동물을 키우기 전과 후의 달라진 점에 대해 이야기해 주세요.

IH 또는 AL 등급에 어울리는 베트남어의 문법과 구조 형태 등을 학습하고 답변에 응용해 보세요. 자연스러운 표현과 언어 구사 능력이 올라 갑니다.

● **mỗi khi + (주어) 서술어** : ~할 때마다

'mỗi'는 '각각의, ~마다', 'khi'는 '때'라는 뜻으로, 「mỗi khi+(주어) 서술어」 구조는 '~할 때마다'라는 의미를 나타냅니다. 'mỗi khi'는 문장 앞에 또는 중간에 위치할 수 있습니다.

> Con chó của tôi cảm thấy không thoải mái mỗi khi tắm.
> 제 강아지는 목욕할 때마다 불편해합니다.

> Mỗi khi chơi với chó, tôi cảm thấy rất hạnh phúc.
> 저는 강아지와 놀 때마다 아주 행복합니다.

Tip * khi+(주어) 서술어 : ~할 때
　　 * sau khi+(주어) 서술어 : ~한 후
　　 * trước khi+(주어) 서술어 : ~하기 전
　　 * ngay khi+(주어) 서술어 : ~하자마자

● **dám + 동사** : 감히 ~하다

'dám'은 '어려운 일이나 위험한 일이라는 것을 알고도 할 자신이 있다'라는 의미로, 뒤에 동사가 오면 '감히 ~하다'라는 의미로 표현할 수 있습니다.

> Tôi không dám để chú chó của tôi ở nhà một mình khi đi du lịch vài ngày.
> 저는 며칠 동안 여행을 갈 때 감히 강아지를 집에 혼자 둘 수가 없습니다.

> Tôi không dám nghĩ đến việc phải sống mà không có con chó của tôi.
> 저는 제 강아지 없는 삶은 감히 생각도 못 합니다.

콤보 형식의 답변을 활용해서 질문별 모범 답변을 제시합니다.

🎧 05-18

Q1. Bạn đã cho biết trong bảng khảo sát là bạn nuôi thú vật. Hãy kể cho tôi nghe về thú vật nuôi của bạn. Nó là loại thú vật gì? Thú vật nuôi của bạn trông như thế nào? Thú vật nuôi của bạn có chỗ ở riêng không?

당신은 설문조사에서 애완동물을 키운다고 말했습니다. 당신의 애완동물에 대해 이야기해 주세요. 당신의 애완동물은 어떤 종인가요? 당신의 애완동물은 어떻게 생겼나요? 당신의 애완동물은 따로 사는 공간이 있나요?

Tôi đang nuôi một con chó con giống Samoyed, nó vừa được một tuổi vào tháng trước. Con chó của tôi có lông màu trắng, dài và rất mềm, mắt to và khuôn mặt lúc nào cũng như đang cười. Đây là giống chó lớn, nên dù con chó của tôi chỉ mới 1 tuổi nhưng nó nặng khoảng 15 kg, trông rất mũm mĩm. Nó rất háu ăn và thích hầu hết mọi thức ăn mà tôi cho nó. Tính cách của nó rất hiền, có nhiều hành động rất đáng yêu và ngộ nghĩnh. Ngoài ra nó cũng rất thông minh. Mỗi khi tôi mở cửa vào nhà, thì nó luôn ngồi đợi tôi ở phòng khách và vẫy đuôi như chào mừng tôi. Trong nhà tôi có một phòng riêng cho nó, trong đó có khay vệ sinh cho chó, nệm, đồ chơi v.v… nhưng nó không thích ở đó mà thích ngủ cùng tôi mỗi ngày. Đối với tôi, không có gì đáng yêu bằng con chó của tôi.

저는 사모예드 종의 강아지를 키우고 있고, 제 강아지는 지난달에 한 살이 되었습니다. 저의 강아지는 길고 부드러운 하얀 털과 큰 눈, 그리고 항상 웃는 듯한 얼굴을 가지고 있습니다. 이 품종은 대형견이기 때문에 겨우 한 살인데도 15kg 정도 되고 매우 뭉실뭉실해 보입니다. 제 강아지는 매우 식탐이 많고 제가 주는 거의 모든 음식을 좋아합니다. 성격은 매우 착하며, 애교 있고 신기한 행동을 많이 합니다. 게다가 아주 똑똑합니다. 제가 문을 열고 집에 들어갈 때마다 강아지는 거실에서 저를 기다리며 반겨주듯 꼬리를 흔듭니다. 저의 집에는 강아지용 화장실, 매트리스, 장난감 등을 갖춘 강아지를 위한 방이 따로 있지만 거기에 있는 것을 좋아하지 않고 매일 저와 함께 자는 것을 좋아합니다. 저에게는 제 강아지만큼 사랑스러운 것이 없습니다.

> **Tip** * 1번 문항은 실제 OPIc 시험에서 출제된 질문입니다. 그러나 질문 중, 'thú vật'은 동물을 통틀어 나타내는 어휘로, '애완동물/반려동물'을 말할 때는 'thú cưng' 또는 '(thú) vật nuôi'라고 표현하는 것이 올바릅니다. 최근에는 'thú cưng'을 많이 쓰는 경향이 있습니다.

단어

- □ giống chó lớn 대형견
- □ mũm mĩm
  뭉실뭉실하다, 포동포동하다
- □ háu ăn 식탐이 많다
- □ ngộ nghĩnh 이상하다, 색다르다
- □ vẫy đuôi 꼬리를 흔들다
- □ chào mừng 환영하다, 반기다
- □ khay vệ sinh cho chó
  강아지용 화장실
- □ nệm 매트리스
- □ đồ chơi 장난감

콤보 형식의 답변을 활용해서 질문별 모범 답변을 제시합니다.

🎧 05-19

Q2. Hãy kể cho tôi nghe về cách bạn chăm sóc thú vật nuôi. Bạn làm gì cho thú vật nuôi hàng ngày, hàng tuần, hàng tháng?

당신이 애완동물을 돌봐주는 방법에 대해 이야기해 주세요. 당신은 애완동물을 위해 매일, 매주, 혹은 매월 무엇을 하나요?

Theo tôi, việc chăm sóc cho thú vật nuôi không dễ và mất rất nhiều thời gian nên nếu không có tình yêu động vật thì không thể làm được. Mỗi ngày tôi phải dành ít nhất một giờ để đi dạo cùng chú chó của tôi ở công viên, vì nếu không cho nó đi ra ngoài thì nó rất dễ bị căng thẳng. Bên cạnh đó, một ngày tôi cho nó ăn 2 bữa, và mỗi tối trước khi đi ngủ thì tôi đánh răng cho nó, vì nếu không đánh răng thì sẽ ảnh hưởng đến sức khỏe của nó, rồi dọn khay vệ sinh của nó. Cuối tuần thì tôi dành thời gian tắm và chải lông cho nó. Chú chó của tôi bị rụng lông nhiều nên việc chăm sóc lông cũng rất quan trọng. Mỗi tháng tôi đưa nó đi hồ bơi hoặc công viên cho chó một lần. Chú chó của tôi không thích ở một mình nên tôi không dám để nó ở nhà một mình hơn 2 ngày. Nói chung, từ khi nuôi chó tôi không cảm thấy cô đơn nhưng tôi phải dành thời gian cho nó rất nhiều.

제 생각에 애완동물을 돌보는 것은 쉽지 않고 많은 시간이 소모되기 때문에 동물에 대한 사랑이 없으면 불가능한 것 같습니다. 강아지는 밖으로 나가지 못하면 쉽게 스트레스를 받기 때문에 저는 매일 공원에서 강아지와 산책하는 데 최소 한 시간을 보내야 합니다. 그 외에 매일 두 끼를 먹여주고, 이를 닦지 않으면 건강에 영향을 끼치기 때문에 매일 밤 잠자기 전에 이를 닦아주고 화장실을 청소해 줍니다. 주말에는 목욕시키고 털을 빗어주는 데 시간을 보냅니다. 제 강아지는 털이 많이 빠져서 털 관리도 중요합니다. 매월 한 번씩 강아지를 데리고 강아지 수영장이나 공원에 갑니다. 제 강아지는 혼자 있는 것을 싫어해서 집에서 감히 이틀 이상 혼자 둘 수가 없습니다. 대체로 저는 강아지를 키울 때부터 외롭지는 않지만 강아지를 위해 많은 시간을 보내야 합니다.

단어

□ chăm sóc 돌보다
□ thú vật nuôi/thú cưng 애완동물
□ tình yêu động vật
  동물에 대한 사랑

□ đi ra ngoài 밖에 나가다
□ bữa (식사) 끼
□ ảnh hưởng (đến ~)
  (~에) 영향을 끼치다

□ dọn 청소하다, 정리하다
□ bị rụng lông 털이 빠지다
□ hồ bơi 수영장
□ cô đơn 외롭다

Q3. **Hãy nhớ lại khoảng thời gian khi bạn mới nuôi thú. Tuần lễ đầu tiên như thế nào? Thú vật nuôi của bạn phản ứng như thế nào khi đến chỗ ở mới?**

애완동물을 처음으로 키우던 때를 떠올려 보세요. 첫 주는 어땠나요? 당신의 애완동물은 새로운 곳에 와서 어떻게 반응했나요?

Đó là lần đầu tiên tôi nuôi thú nên đã rất bỡ ngỡ. Khi con chó của tôi về nhà tôi, nó đã không ăn uống trong ngày đầu tiên mà chỉ trốn ở dưới ghế sofa trong phòng khách. Ngày thứ hai thì nó bắt đầu ra khỏi ghế sofa rồi đi tham quan tất cả các phòng trong nhà và ăn những thức ăn mà tôi cho nó. Nhưng nó vẫn cảnh giác và không đến gần tôi mà chỉ chơi một mình thôi. Ngày thứ ba thì nó bắt đầu chạy lon ton theo tôi và chơi bóng với tôi. May mắn là từ ngày thứ tư thì nó trở nên hoạt bát hơn, học những cái tôi huấn luyện rất nhanh và không còn nhút nhát như ngày đầu tiên nữa. Nhờ vậy mà sau đó tôi có thể chăm sóc cho nó một cách dễ dàng và thoải mái hơn. Tôi cảm thấy rất may mắn vì chú chó của tôi đã thích ứng nơi ở mới nhanh chóng và chúng tôi trở nên thân thiết với nhau hơn.

애완동물을 키우는 것은 처음이었기 때문에 많이 낯설었습니다. 강아지가 저의 집에 왔을 때, 첫날은 먹지도 마시지도 않고 거실에 있는 소파 밑에 숨기만 했습니다. 둘째 날에는 소파에서 나와 집의 모든 방을 구경하러 돌아다니며 제가 준 음식을 먹었습니다. 하지만 강아지는 여전히 저를 경계하고 제 가까이에 다가오지 않고 혼자 놀기만 했습니다. 셋째 날에는 저를 따라 총총 뛰어다니며 함께 공놀이를 하기 시작했습니다. 다행히도 넷째 날부터는 더 활발해졌고, 제가 훈련시키는 것을 매우 빨리 배웠으며 첫날처럼 수줍어하지도 않았습니다. 덕분에 저는 그 이후 강아지를 더 쉽고 편하게 돌볼 수 있었습니다. 저는 제 강아지가 새로운 장소에 빠르게 적응하고, 우리가 더 가까워져서 매우 다행이라고 느꼈습니다.

단어

- ▫ **bỡ ngỡ** (일, 환경 등) 낯설다
- ▫ **trốn** 숨다
- ▫ **tham quan** 구경하다
- ▫ **cảnh giác** 경계하다
- ▫ **đến gần** 가까이에 가다/오다
- ▫ **chạy lon ton** 총총 뛰다
- ▫ **chơi bóng** 공놀이를 하다
- ▫ **hoạt bát** 활발하다
- ▫ **huấn luyện** 훈련하다
- ▫ **nhút nhát** 수줍다, 소심하다
- ▫ **dễ dàng** 쉽다
- ▫ **thoải mái** 편하다
- ▫ **thích ứng** 적응하다
- ▫ **nhanh chóng** 빠르게, 신속히
- ▫ **thân thiết** 친하다, 가깝다

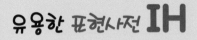

유용한 표현사전 IH

자신에게 맞는 답변을 체크해 보세요. ☑

주제에 관한 다양하고 유용한 IH 등급의 표현들입니다. 자신에게 맞는 문장을 체크하고 재미있는 스토리를 만들어 보세요. 돌발 질문에도 당황하지 않고 나만의 표현력은 물론, 논리력에도 자신감이 생깁니다.

☐ 저는 강아지를 키울 때부터 TV를 늦게까지 보는 습관이 없어졌습니다.

Từ khi nuôi chó thì tôi không còn thói quen xem tivi muộn nữa.

☐ 저는 애완동물에게 장난감을 사주기 위해 돈을 아꼈습니다.

Tôi tiết kiệm tiền để mua đồ chơi cho thú cưng của tôi.

→ ngắm : 보다, 구경하다, (눈으로) 감상하다

☐ 저의 강아지는 창문 앞에 앉아 나뭇잎이 흔들리는 것을 보는 걸 좋아합니다.

→ 나뭇잎   → (나뭇잎, 열매 등) 흔들리다

Con chó của tôi thích ngồi trước cửa sổ ngắm lá cây đung đưa.

☐ 저의 강아지는 동물을 위한 TV 프로그램 보는 것을 좋아합니다.

Con chó của tôi thích xem các chương trình tivi cho động vật.

☐ 저는 매우 아름다운 하얀 고양이를 키우고 있습니다.

Tôi đang nuôi một con mèo trắng rất đẹp.

☐ 저의 고양이는 따뜻한 물로 목욕하는 것을 좋아합니다.

Con mèo của tôi thích tắm bằng nước ấm.

☐ 저의 고양이는 제 품에 안기는 것을 좋아합니다.

→ được ôm : 안기다

Con mèo của tôi thích được tôi ôm trong lòng.

☐ 요즘 한국에는 애완동물을 위한 유치원이 있습니다.

Dạo này ở Hàn Quốc có nhà trẻ cho thú cưng.

주제에 관한 다양하고 유용한 AL 등급의 표현들입니다. 자신에게 맞는 문장을 체크하고 재미있는 스토리를 만들어 보세요. 돌발 질문에도 당황하지 않고 나만의 표현력은 물론, 논리력에도 자신감이 생깁니다.

☐ 저는 강아지를 키울 때부터 TV를 늦게까지 보는 습관이 없어졌으며 강아지와 함께 노는 데 시간을 보냅니다.

Từ khi nuôi chó thì tôi không còn thói quen xem tivi muộn nữa mà dành thời gian chơi với nó.

☐ 전에는 옷을 사기 위해 돈을 아껴 썼지만 지금은 애완동물에게 장난감을 사주기 위해 돈을 아껴 씁니다.

Trước đây tôi thường tiết kiệm tiền để mua quần áo nhưng bây giờ thì để mua đồ chơi cho thú cưng của tôi.

☐ 저의 강아지는 창문 앞에 앉아 밖의 경치와 사람 구경하는 것을 좋아합니다.

Con chó của tôi thích ngồi trước cửa sổ ngắm cảnh và người bên ngoài.

☐ 저의 강아지는 동물을 위한 TV 프로그램 보는 것을 좋아하고 제가 TV를 끄면 짖습니다.

Con chó của tôi thích xem các chương trình tivi cho động vật và thường sủa nếu tôi tắt tivi.

☐ 저는 매우 아름답고 영리한 하얀 고양이를 키우고 있습니다.

Tôi đang nuôi một con mèo trắng rất đẹp và lanh lợi.

☐ 저의 고양이는 따뜻한 물로 목욕하고 목욕한 후에 털을 드라이하는 것을 좋아합니다.

Con mèo của tôi thích tắm bằng nước ấm và sấy lông sau khi tắm.

☐ 저의 고양이는 제가 품에 안아줄 때 얌전히 누워 안깁니다.

Con mèo của tôi nằm yên ngoan ngoãn khi tôi ôm nó trong lòng.

☐ 요즘 한국에는 애완동물을 위한 유치원이 있어서 저는 제 강아지를 유치원에 보내는 것을 고민하고 있습니다.

Dạo này ở Hàn Quốc có nhà trẻ cho thú cưng nên tôi đang suy nghĩ về việc cho con chó của tôi đi nhà trẻ.

Chương

6

운동

학습목표 출제경향

Background Survey에서 수험자는 최소 1개 이상의 운동을 선택해야 합니다. 이때 서로 연관성 있는 운동을 선택하는 것이 전략적입니다. 예를 들어, 농구를 선택할 경우에는 야구와 축구를 함께 선택하고, 걷기를 선택할 경우에는 조깅이나 하이킹/트레킹을, 요가를 선택할 경우에는 헬스 등과 같이 비슷한 운동으로 선택하는 것이 체계적이고 유연한 답변을 하기에 좋습니다. 운동에 관한 답변으로는 운동 과정 및 준비물과 운동하는 방법 그리고 에피소드 등을 함께 준비해야 합니다. 그러므로 각 운동에 관한 어휘를 기본적으로 숙지해 두는 것이 무엇보다 중요합니다.

주제별 고득점 꿀팁 ★

Bài 1 걷기/조깅	✱ 걷기/조깅을 시작하게 된 계기 → 걷기/조깅을 하는 빈도 → 걷기/조깅을 한 후의 변화 → 주의사항 말하기
	✱ 걷기/조깅을 하기 전과 후의 활동 → 기억에 남는 일 말하기
	✱ 걷기/조깅을 자주 하는 장소 묘사 → 그 장소를 좋아하거나 자주 가는 이유 말하기
	☞ 걷기와 조깅은 몇 가지 어휘만 바꾸면 쉽게 답변을 할 수 있기 때문에, survey에서 2가지 모두 선택하는 것이 좋습니다.
	☞ 다른 운동과 비교해서 유사한 점과 다른 점에 대한 내용을 함께 준비하는 것이 좋습니다.
Bài 2 헬스	✱ 헬스장 묘사하기
	✱ 헬스를 하게 된 계기 → 헬스를 하는 빈도 → 헬스를 하고 난 후의 변화 → 느낀 점 말하기
	✱ 헬스를 할 때 준비물 → 주의사항 말하기
Bài 3 축구/야구/농구	✱ 축구/야구/농구를 하는 장소 묘사 → 그곳에서 하는 이유 설명하기
	✱ 축구/야구/농구를 좋아하게 된 계기 → 축구/야구/농구를 하는 빈도 → 축구/야구/농구의 경기 방식 → 좋아하는 선수에 관한 소개 및 이유 설명하기
	✱ 기억에 남는 축구 에피소드 → 느낀 점 말하기
Bài 4 자전거 타기	✱ 자전거 타기를 좋아하게 된 계기 → 자전거를 타는 빈도 말하기
	✱ 자전거 묘사 → 자전거 타기와 관련된 에피소드 → 느낀 점 말하기

✦ Background Survey에서 해당 항목을 선택했을 경우, 출제되는 빈출도 높은 질문 유형들입니다. 인터뷰식 외국어 말하기 평가는 시험관이 말하는 질문의 의도를 빠르게 파악하는 것이 무엇보다 중요하므로, 다양한 주제별 질문 유형을 반복해서 익혀 보세요.

🎧 06-01

걷기/조깅

질문에 관한 답변을 하기 전, 핵심 어휘를 떠올리며 답변 내용을 머릿속으로 미리 정리해 보세요. 핵심 표현을 단계적으로 나열한 Tip을 참고하여 나만의 핵심 어휘도 만들어 보세요.

Q Hãy nói về kỷ niệm đáng nhớ khi bạn đi bộ/chạy bộ. Chuyện gì đã xảy ra? Chuyện đó xảy ra khi nào, ở đâu? Bạn đã ở cùng với ai?

당신이 걷기/조깅을 했을 때 기억에 남는 일에 대해 이야기해 주세요. 무슨 일이 있었나요? 그 일은 언제, 어디서 일어났나요? 당신은 누구와 같이 있었나요?

  핵심 어휘 떠올리기

quần áo thể thao 운동복, **tai nghe** 이어폰
bình nước 물병, **khởi động** 준비 운동을 하다
vừa đi bộ vừa nghe nhạc hoặc tin tức
걸으면서 음악이나 뉴스를 듣다

gặp cầu thủ bóng đá mà tôi thích
제가 좋아하는 축구선수를 만나다
xin chữ ký 사인을 받다
chụp ảnh 사진을 찍다

miễn phí 무료
có thể đi bộ/chạy bộ bất cứ lúc nào
언제든지 걷기/조깅을 할 수 있다

OPIc 시험에서는 질문의 의도를 빠르게 파악하는 것이 매우 중요합니다. 익숙한 질문일수록, 당황하지 않고 자연스럽게 답변을 할 수 있습니다. 주제에 관한 다양한 질문 유형들을 반복해서 익히고 학습해 보세요.

1. Bạn thường đi bộ/chạy bộ khi nào? Bạn thường chuẩn bị gì để đi bộ/chạy bộ? Bạn thường làm gì khi đi bộ/chạy bộ? Bạn thường đi bộ/chạy bộ trong bao lâu? Hãy nói cho tôi nghe về quá trình chuẩn bị và quá trình đi bộ/chạy bộ của bạn.

   당신은 보통 언제 걷기/조깅을 하나요? 당신은 걷기/조깅을 하기 위해 무엇을 준비하나요? 당신은 보통 걷기/조깅을 할 때 무엇을 하나요? 보통 얼마 동안 걷기/조깅을 하나요? 준비 과정과 걷기/조깅 과정에 대해 이야기해 주세요.

2. Bạn đã nói trong bảng khảo sát là bạn thích đi bộ/chạy bộ. Tôi muốn biết về nơi bạn thường đi bộ/chạy bộ. Tại sao bạn thích đi bộ/chạy bộ ở nơi đó? Bạn có thể thấy gì ở đó? Hãy miêu tả chi tiết.

   당신은 설문조사에서 걷기/조깅을 좋아한다고 말했어요. 당신이 주로 걷기/조깅하는 장소에 대해 알고 싶습니다. 당신은 왜 그곳에서 걷기/조깅하는 것을 좋아하나요? 그곳에서 무엇을 볼 수 있나요? 자세히 묘사하세요.

3. Từ khi nào bạn thích đi bộ/chạy bộ? Có ai, việc gì làm cho bạn thích đi bộ/chạy bộ không? Hãy nói cho tôi nghe bạn bắt đầu thích đi bộ/chạy bộ thế nào.

   당신은 언제부터 걷기/조깅을 좋아했나요? 걷기/조깅을 좋아하게 하는 일, 또는 사람이 있었나요? 당신은 어떻게 걷기/조깅을 좋아하게 되었는지 이야기해 주세요.

4. Hãy so sánh chạy bộ và môn thể thao khác như bóng chuyền, bóng rổ hay gôn. Điểm khác nhau của các môn thể thao này là gì?

   당신은 조깅을 배구, 농구 또는 골프 등 다른 스포츠와 비교해 보세요. 이와 같은 스포츠의 다른 점은 무엇인가요?

5. Chạy bộ có nguy hiểm cho người chạy bộ không? Hãy nói về một vài chấn thương mà người chạy bộ có thể gặp. Các biện pháp hay các bước để phòng tránh chấn thương là gì?

   조깅은 조깅하는 사람에게 위험한 영향을 주나요? 조깅하는 사람들이 겪을 수 있는 몇 가지 부상에 대해 이야기해 주세요. 부상을 방지하기 위한 방법이나 단계는 무엇인가요?

 **문법 익히기**

IH 또는 AL 등급에 어울리는 베트남어의 문법과 구조 형태 등을 학습하고 답변에 응용해 보세요. 자연스러운 표현과 언어 구사 능력이 올라 갑니다.

● **Nếu + 주어 + không + 서술어 + thì + 주어 + 서술어** : ~하지 않으면 ~

Nếu không thì ~ : 안 그러면 ~

'nếu không ~ thì ~'는 부정의 의미를 가정할 때 쓰이는 표현으로, 'nếu'는 '만약', 'không'은 '아니하다', 'thì'는 '은/는, 그러면'이라는 뜻을 가지고 있습니다.

Nếu không đi bộ vào buổi tối thì tôi cảm thấy không khỏe.

저녁에 걷지 않으면 몸이 좋지 않을 것입니다.

Nếu mẹ không đi cùng thì tôi sẽ đi một mình.

엄마가 같이 가지 않으면 저는 혼자 갈 것입니다.

● **Hóa ra ~** : 알고 보니 ~더라/로군요

「hóa ra+주어+서술어」 구조는 화자가 새롭게 깨닫거나 알게 된 사실에 주목함을 표현할 때 쓰이며, '알고 보니 ~더라/로군요'라는 의미를 나타냅니다.

Hóa ra cầu thủ bóng đá mà tôi thích đang chụp ảnh cùng người hâm mộ ở đó.

알고 보니 제가 좋아하는 축구선수가 그곳에서 팬들과 사진을 찍고 있더군요.

Hóa ra có một người bị ngất trên bãi cỏ.

알고 보니 잔디밭에서 기절한 사람이 있더군요.

콤보 형식의 답변을 활용해서 질문별 모범 답변을 제시합니다.

🎧 06-03

Q1. Bạn thường đi bộ/chạy bộ khi nào? Bạn thường chuẩn bị gì để đi bộ/ chạy bộ? Bạn thường làm gì khi đi bộ/chạy bộ? Bạn thường đi bộ/chạy bộ trong bao lâu? Hãy nói cho tôi nghe về quá trình chuẩn bị và quá trình đi bộ/chạy bộ của bạn.

당신은 보통 언제 걷기/조깅을 하나요? 당신은 걷기/조깅을 하기 위해 무엇을 준비하나요? 당신은 보통 걷기/조깅을 할 때 무엇을 하나요? 보통 얼마 동안 걷기/조깅을 하나요? 준비 과정과 걷기/조깅 과정에 대해 이야기해 주세요.

Việc chuẩn bị trước khi đi bộ của tôi khá đơn giản. Trước khi đi bộ tôi chuẩn bị quần áo thể thao và tai nghe điện thoại. Và tôi cũng chuẩn bị một bình nước nhỏ khoảng 300 ml để không bị khát nước. Sau đó tôi ra khỏi nhà và đi đến công viên mà tôi thường đi bộ. Ngay khi đến công viên tôi sẽ khởi động bằng cách xoay cổ, cổ tay và cổ chân, sau đó bắt đầu đi bộ nhanh. Tôi thường vừa đi bộ vừa hít thở sâu, và nghe nhạc hoặc nghe tin tức. Đôi khi tôi không nghe nhạc mà vừa đi vừa suy nghĩ về những việc đã xảy ra trong ngày. Tôi thường đi bộ vào mỗi buổi tối như thế trong khoảng hai giờ. Đối với tôi, việc đi bộ mỗi ngày đã trở thành thói quen, nên nếu không đi bộ thì tôi sẽ thấy không khỏe.

제가 걷기 전에 하는 준비는 꽤 간단합니다. 걷기 전에 운동복과 이어폰을 준비합니다. 그리고 목이 마르지 않도록 300ml 정도의 작은 물병도 준비합니다. 그리고 집에서 나와 자주 걷는 공원에 갑니다. 저는 공원에 도착하자마자 목, 손목, 발목을 돌리는 것으로 준비 운동을 하고 빠른 걸음으로 걷기를 시작합니다. 저는 보통 걸으면서 심호흡을 하고 음악이나 뉴스를 듣습니다. 가끔 저는 음악을 듣지 않은 채로 걸으면서 낮에 일어난 일들에 대해 생각합니다. 저는 보통 그렇게 매일 저녁 2시간 정도 걷습니다. 저에게는 매일 걷는 것이 습관이 되었기 때문에, 걷지 않으면 몸이 좋지 않을 것입니다.

단어		
▫ chuẩn bị 준비하다	▫ khởi động	▫ cổ tay 손목
▫ đơn giản 간단하다	준비 운동을 하다, 시동을 걸다	▫ cổ chân 발목
▫ quần áo thể thao 운동복	▫ xoay 돌리다, 돌다	▫ hít thở sâu 심호흡을 하다
▫ tai nghe 이어폰	▫ cổ 목	▫ thói quen 습관
▫ khát nước 목이 마르다		

콤보 형식의 답변을 활용해서 질문별 모범 답변을 제시합니다.

🎧 06-04

Q2. Hãy nói về kỷ niệm đáng nhớ khi bạn đi bộ/chạy bộ. Chuyện gì đã xảy ra? Chuyện đó xảy ra khi nào, ở đâu? Bạn đã ở cùng với ai?

당신이 걷기/조깅을 했을 때 기억에 남는 일에 대해 이야기해 주세요. 무슨 일이 있었나요? 그 일은 언제, 어디서 일어났나요? 당신은 누구와 같이 있었나요?

Khoảng 6 tháng trước tôi đã đến công viên gần nhà để đi bộ như thường lệ. Sau khi đi bộ được khoảng 15 phút, tôi thấy có rất đông người đang đứng ở quán cà phê trong công viên. Tôi tò mò không biết có chuyện gì xảy ra nên đã quyết định đi vào quán cà phê. Càng đi lại gần quán cà phê thì tôi nghe thấy tiếng cười và tiếng hoan hô càng to. Tôi đã chen vào đám đông và tiến về phía trước để xem. Hóa ra một cầu thủ bóng đá nổi tiếng đang ký tên và chụp ảnh cùng người hâm mộ ở đó. Và đó cũng là cầu thủ mà tôi rất thích! Trong khoảnh khắc đó, tâm trạng của tôi trở nên phấn khích hơn và tôi càng cố gắng đi về phía trước. Sau khi mất gần 20 phút trong đám đông đó, tôi đã được nhận chữ ký và chụp ảnh cùng thần tượng của tôi. Thật là kì diệu! Bây giờ thì chữ ký và bức ảnh chụp ngày hôm đó vẫn được treo trên tường trong phòng tôi và tôi vẫn không thể quên cảm giác vui sướng của ngày hôm đó.

저는 약 6개월 전에 평소처럼 집 근처에 있는 공원에 산책을 갔었습니다. 15분 정도 걸었더니 공원 카페에 많은 사람들이 서 있는 것을 보았습니다. 저는 무슨 일이 일어났는지 궁금해서 카페에 들어가기로 했습니다. 커피숍에 가까이 가면 갈수록 웃음소리와 환호소리가 크게 들렸습니다. 저는 수많은 인파를 밀치고 들어가 앞으로 나아갔습니다. 알고 보니 한 유명한 축구선수가 그곳에서 사인을 해 주고 팬들과 함께 사진을 찍고 있었습니다. 그리고 그것도 제가 아주 좋아하는 선수이더군요! 그 순간 더 흥분된 마음에 앞으로 나아가려고 노력했습니다. 그 인파 속에서 거의 20분을 보낸 후, 저는 사인을 받았고 제가 좋아하는 우상과 함께 사진을 찍었습니다. 정말 신기했습니다! 지금도 그날에 받은 사인과 찍은 사진이 제 방 벽에 걸려 있고 그날의 뿌듯했던 감정은 아직도 잊을 수 없습니다.

단어

- □ thường lệ 평소
- □ đứng 서다
- □ tò mò 궁금하다
- □ tiếng cười 웃음소리
- □ tiếng hoan hô 환호소리
- □ chen vào 끼어들다, 밀치고 들어가다

- □ đám đông 군중, 인파, 무리
- □ tiến về phía trước 앞으로 나아가다
- □ ký tên 사인을 하다
- □ người hâm mộ 팬
- □ khoảnh khắc 순간
- □ phấn khích 흥분하다, 신나다

- □ thần tượng 우상
- □ kì diệu 신기하다
- □ treo (trên ~) (~에) 걸다
- □ tường 벽
- □ cảm giác 느낌, 감정
- □ vui sướng 기쁘다, 행복하다, 뿌듯하다

Q3. Hãy so sánh chạy bộ và môn thể thao khác như bóng chuyền, bóng rổ hay gôn. Điểm khác nhau của các môn thể thao này là gì?

당신은 조깅을 배구, 농구 또는 골프 등 다른 스포츠와 비교해 보세요. 이와 같은 스포츠의 다른 점은 무엇인가요?

Bây giờ tôi sẽ so sánh chạy bộ với các môn thể thao khác. Theo tôi, điểm khác biệt lớn nhất đó là chạy bộ thì miễn phí còn các môn thể thao khác như bóng chày, bóng rổ, bơi hay gôn thì tôi cần đi đến sân vận động và trả tiền để sử dụng cơ sở vật chất. Ngoài ra để chơi các môn thể thao khác thì tôi cần phải mua các dụng cụ thể thao phù hợp, như gậy đánh gôn nếu chơi gôn, gậy bóng chày, găng tay khi chơi bóng chày v.v.… Dĩ nhiên khi chạy bộ thì cũng cần giày thể thao và quần áo phù hợp nhưng nó không quá đắt. Điểm khác biệt thứ hai là nếu chạy bộ thì tôi có thể thực hiện bất cứ lúc nào tôi có thời gian mà không cần quan tâm đến giờ hoạt động của công viên. Nhưng các môn thể thao khác thì cần phải biết giờ hoạt động của sân vận động. Tôi nghĩ các môn thể thao đều có sức hút riêng nhưng tôi thích chạy bộ vì tính tiện lợi của nó.

이제 저는 조깅을 다른 스포츠와 비교하겠습니다. 제 생각에는, 가장 큰 차이점은 조깅은 무료이고 야구, 농구, 수영, 골프 같은 다른 스포츠는 운동장에 가서 시설을 이용하기 위해 돈을 내야 한다는 것입니다. 그 밖에 다른 스포츠를 하기 위해 저는 골프채, 야구 방망이, 글러브 등 적합한 스포츠 도구를 사야 합니다. 물론 조깅을 할 때도 운동화와 적합한 옷이 필요하지만 너무 비싸지는 않습니다. 두 번째 차이점은 조깅을 하면 공원 운영시간에 신경을 쓸 필요 없이 언제든지 시간이 날 때 할 수 있다는 것입니다. 하지만 다른 스포츠들은 운동장의 운영시간을 알아야 합니다. 저는 모든 스포츠는 나름의 매력이 있다고 생각하지만 편리성 때문에 조깅을 좋아합니다.

단어		
□ so sánh 비교하다	□ trả tiền 돈을 내다	□ giày thể thao 운동화
□ điểm khác biệt 차이점	□ cơ sở vật chất 시설, 부대시설	□ thực hiện 하다, 실현하다, 시행하다
□ bóng chày 야구	□ dụng cụ thể thao 스포츠 도구	□ quan tâm
□ bóng rổ 농구	□ phù hợp 적절하다, 적합하다, 맞다	관심이 있다, 관심을 갖다, 신경을 쓰다
□ bơi 수영	□ gậy đánh gôn 골프채	□ giờ hoạt động 운영시간
□ gôn 골프	□ gậy bóng chày 야구 방망이	□ sức hút 매력
□ sân vận động 운동장	□ găng tay 글러브, 장갑	□ tính tiện lợi 편리성

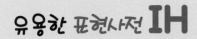
주제에 관한 다양하고 유용한 IH 등급의 표현들입니다. 자신에게 맞는 문장을 체크하고 재미있는 스토리를 만들어 보세요. 돌발 질문에도 당황하지 않고 나만의 표현력은 물론, 논리력에도 자신감이 생깁니다.

□ 저는 살을 빼기 위해 매일 걷기/조깅을 합니다.

Tôi đi bộ/chạy bộ mỗi ngày để giảm cân.

□ 직장 동료로부터 공원에서 걷기/조깅을 하는 것은 스트레스를 해소하는 효과적인 방법이라고 들었습니다.

Tôi nghe đồng nghiệp nói đi bộ/chạy bộ ở công viên là cách giải tỏa căng thẳng hiệu quả.

□ 저는 보통 일주일에 최소 3번 걷기/조깅을 합니다.

Tôi thường đi bộ/chạy bộ ít nhất 3 lần 1 tuần.

□ 제 생각에 걷기/조깅은 하기 쉽고 모든 연령대에 맞는 스포츠인 것 같습니다.

Theo tôi đi bộ/chạy bộ là môn thể thao dễ thực hiện và phù hợp mọi lứa tuổi.

□ 조깅을 하기 전에 준비 운동을 꼼꼼히 해야 합니다.

Trước khi chạy bộ phải khởi động kỹ.

□ 겨울에는 공원에서 걷기/조깅을 하면 감기에 걸릴 수 있습니다.

Vào mùa đông nếu đi bộ/chạy bộ ở công viên có thể bị cảm.

□ 저는 공원보다 헬스장에서 걷기/조깅을 하는 게 더 좋습니다.

Tôi thích đi bộ/chạy bộ ở phòng gym hơn ở công viên.

□ 저는 보통 저녁에 걷기/조깅을 하면 잠을 더 잘 잡니다.

Tôi thường ngủ ngon hơn nếu đi bộ/chạy bộ vào buổi tối.

자신에게 맞는 답변을 체크해 보세요. ☑

주제에 관한 다양하고 유용한 AL 등급의 표현들입니다. 자신에게 맞는 문장을 체크하고 재미있는 스토리를 만들어 보세요. 돌발 질문에도 당황하지 않고 나만의 표현력은 물론, 논리력에도 자신감이 생깁니다.

☐ 저는 살이 많이 쪘기 때문에 친구가 살을 빼기 위해 걷기/조깅을 하라고 충고했습니다.

Tôi đã tăng cân nhiều nên bạn tôi khuyên nên đi bộ/chạy bộ để giảm cân.

☐ 직장 동료로부터 공원에서 걷기/조깅을 하는 것은 스트레스를 해소하는 효과적인 방법이라고 들어서 따라 했습니다.

Tôi nghe đồng nghiệp nói đi bộ/chạy bộ ở công viên là cách giải tỏa căng thẳng hiệu quả nên đã làm theo.

☐ 저는 건강을 유지하기 위해 보통 일주일에 최소 3번 걷기/조깅을 합니다.

Tôi thường đi bộ/chạy bộ ít nhất 3 lần 1 tuần để giữ gìn sức khỏe.

☐ 제 생각에 걷기/조깅은 하기 쉽고, 모든 연령대에 맞으며 비용이 많이 들지 않는 스포츠인 것 같습니다.

Theo tôi đi bộ/chạy bộ là môn thể thao dễ thực hiện, phù hợp mọi lứa tuổi và không tốn nhiều chi phí.

☐ 조깅을 하기 전에 준비 운동을 꼼꼼히 하지 않으면 쉽게 부상을 입을 것입니다.

Nếu không khởi động kỹ trước khi chạy bộ sẽ dễ bị chấn thương.

☐ 겨울에는 공원에서 걷기/조깅을 하면 찬 공기를 마셔서 감기에 걸릴 수 있습니다.

Vào mùa đông nếu đi bộ/chạy bộ ở công viên có thể bị cảm do hít không khí lạnh.

☐ 저의 집 근처에 공원이 없어서 헬스장에서 걷기/조깅을 합니다.

Vì gần nhà tôi không có công viên nên tôi đi bộ/chạy bộ ở phòng gym.

☐ 저는 저녁에 걷기/조깅을 하면 힐링이 되고 잠을 더 잘 잡니다.

Tôi cảm thấy thư giãn và ngủ ngon hơn nếu đi bộ/chạy bộ vào buổi tối.

Bài 2

헬스

질문에 관한 답변을 하기 전, 핵심 어휘를 떠올리며 답변 내용을 머릿속으로 미리 정리해 보세요. 핵심 표현을 단계적으로 나열한 Tip을 참고하여 나만의 핵심 어휘도 만들어 보세요.

Q Bạn đã cho biết trong bảng khảo sát là bạn đi câu lạc bộ thể dục hoặc gym. Hãy mô tả chi tiết về phòng tập thể dục hoặc gym. Phòng tập đó ở đâu? Nó trông như thế nào?

당신은 설문조사에서 헬스클럽 또는 헬스장에 다닌다고 했습니다. 헬스장을 자세히 묘사하세요.
그 헬스장은 어디인가요? 어떻게 생겼나요?

 핵심 어휘 떠올리기

phòng tập gym gần nhà 집 근처 헬스장
ở tầng 2 của tòa nhà 건물 2층에 있다

cơ bắp ở vai và tay xuất hiện
어깨와 팔 근육이 나타나다
đùi săn chắc hơn
허벅지가 더 튼튼하다
chứng đau lưng và đau vai mãn tính đã biến mất
만성적인 허리와 어깨 통증이 사라졌다
ngủ ngon hơn
잠을 더 잘 자다

quầy hướng dẫn 안내 데스크
máy chạy bộ 러닝머신
tạ đòn 역기(바벨)
tạ cầm tay 덤벨
xe đạp tập 헬스사이클
phòng tập yoga 요가실
phòng xông hơi 사우나
phòng tắm 샤워실

OPIc 시험에서는 질문의 의도를 빠르게 파악하는 것이 매우 중요합니다. 익숙한 질문일수록, 당황하지 않고 자연스럽게 답변을 할 수 있습니다. 주제에 관한 다양한 질문 유형들을 반복해서 익히고 학습해 보세요.

1. Bạn đã đăng ký lớp học nào ở câu lạc bộ thể dục hoặc gym? Bạn thường đi đến lớp học mấy lần một tuần? Trong lớp học ngoài bạn ra còn có ai? Hãy nói cho tôi nghe về lớp học ở câu lạc bộ thể dục hoặc gym của bạn.

당신은 헬스클럽 또는 헬스장의 어떤 운동 수업에 등록했나요? 당신은 보통 일주일에 몇 번 그 운동 수업에 가나요? 그 수업에 당신 외에 누가 있나요? 헬스클럽 또는 헬스장의 운동 수업에 대해 이야기해 주세요.

---

2. Cơ thể của bạn đã thay đổi như thế nào từ sau khi bạn bắt đầu tham gia lớp học ở câu lạc bộ thể dục hoặc gym? Và trạng thái tinh thần của bạn đã có thay đổi nào? Hãy nói cho tôi nghe về những thay đổi đó.

헬스클럽 또는 헬스장의 운동 수업에 참여하기 시작한 이후 당신의 몸은 어떻게 변했나요? 그리고 당신의 정신 상태는 어떤 달라진 점이 있나요? 그 변화들에 대해 이야기해 주세요.

---

3. Lần đầu bạn đến phòng tập thể dục hoặc gym là khi nào? Kể cho tôi biết chi tiết về lần đầu tiên bạn đến phòng tập thể dục hoặc phòng gym.

당신이 헬스클럽 또는 헬스장에 처음으로 간 것은 언제였나요? 당신이 처음으로 헬스클럽 또는 헬스장에 간 것에 대해 자세히 이야기해 주세요.

---

4. Bạn đã nói trong bảng khảo sát là bạn đi câu lạc bộ thể dục hoặc gym. Lần đầu tiên bạn bắt đầu tập thể dục ở phòng tập thể dục hoặc gym là khi nào? Bạn đã thích cái gì ở đó? Và bạn không thích cái gì? Hãy nói cho tôi nghe càng chi tiết càng tốt về kinh nghiệm lần đầu tiên của bạn ở phòng tập thể dục hoặc gym.

당신은 설문조사에서 헬스클럽 또는 헬스장에 다닌다고 했습니다. 당신이 헬스클럽 또는 헬스장에서 처음으로 운동을 좋아하기 시작한 것은 언제였나요? 좋았던 것은 무엇인가요? 그리고 싫었던 것은 무엇인가요? 헬스클럽 또는 헬스장에서의 첫 경험에 대해 가능한 한 자세히 이야기해 주세요.

---

5. Cho tôi biết bạn thường làm gì ở phòng tập thể dục hoặc gym. Bạn đến đó khi nào? Bạn chuẩn bị như thế nào và thường làm gì ở đó?

당신은 헬스클럽 또는 헬스장에서 주로 무엇을 하는지 알려주세요. 당신은 언제 그곳에 가나요? 어떻게 준비하고 그곳에서 주로 무엇을 하나요?

IH 또는 AL 등급에 어울리는 베트남어의 문법과 구조 형태 등을 학습하고 답변에 응용해 보세요. 자연스러운 표현과 언어 구사 능력이 올라갑니다.

● **동사/형용사 + trước** : 미리 ~하다, 먼저 ~하다

'trước'은 '미리, 먼저'라는 뜻으로, 보통 동사/형용사 뒤에 위치합니다.

Tôi thường chạy trên máy chạy bộ trước, sau đó nâng tạ.

저는 보통 러닝머신에서 먼저 달리고 나서 웨이트를 합니다.

Tôi thích tập yoga trước rồi đạp xe đạp.

저는 요가를 먼저 하고 나서 사이클 하는 것을 좋아합니다.

● **Không phải là A mà là B** : A가 아니라 B이다

앞에서 언급한 내용을 부정하고 뒤에 어떠한 사실, 옳은 정보를 제공할 때 쓰이는 표현입니다.

Tôi không phải là cao thủ yoga mà là người mới bắt đầu.

저는 요가 숙련자가 아니라 초보자입니다.

Tôi không phải là tập một mình mà là tập với mẹ tôi.

저는 혼자 운동을 하는 것이 아니라 엄마와 같이 하는 것입니다.

콤보 형식의 답변을 활용해서 질문별 모범 답변을 제시합니다.

🎧 06-08

Q1. Bạn đã cho biết trong bảng khảo sát là bạn đi câu lạc bộ thể dục hoặc gym. Hãy mô tả chi tiết về phòng tập thể dục hoặc gym. Phòng tập đó ở đâu? Nó trông như thế nào?

당신은 설문조사에서 헬스클럽 또는 헬스장에 다닌다고 했습니다. 헬스장을 자세히 묘사하세요. 그 헬스장은 어디인가요? 어떻게 생겼나요?

Từ bây giờ tôi sẽ miêu tả về phòng gym mà tôi thường đi. Phòng gym đó nằm ở tầng 2 của một tòa nhà 5 tầng cách nhà tôi khoảng 10 phút đi bộ. Khi vừa bước vào phòng gym thì có thể thấy một quầy hướng dẫn ở bên tay phải, ở đây có nhân viên hướng dẫn và hỗ trợ cho khách đến tập. Đối diện quầy hướng dẫn là phòng tập yoga. Đây là nơi tôi học yoga vào mỗi thứ Hai và thứ Tư. Đi qua khỏi quầy hướng dẫn và phòng tập yoga sẽ có khoảng 8 chiếc máy chạy bộ. Tôi thường chạy bộ khoảng 20 phút ở đây trước khi tập yoga. Phía sau máy chạy bộ là 4 chiếc xe đạp tập, ghế gập bụng, các loại tạ như tạ tay, tạ đòn v.v.... Trước đây tôi thường tập tạ tay nhưng bây giờ thì không. Phía cuối của phòng tập có phòng tắm và phòng xông hơi. Phòng xông hơi là không gian mà tôi thích nhất ở phòng gym này. Vì sau khi xông hơi tôi luôn cảm thấy rất thư giãn và sảng khoái. Thật ra phòng gym đó không to lắm nhưng tôi thích vì nó là nơi tôi có thể rèn luyện sức khỏe và giải tỏa căng thẳng sau giờ làm việc.

지금부터 저는 주로 다니는 헬스장에 대해 설명하겠습니다. 그 헬스장은 저희 집에서 걸어서 10분 정도 거리에 있는 5층짜리 건물의 2층에 있습니다. 헬스장에 들어가자마자 오른쪽에 안내 데스크가 보이는데, 그곳에는 운동하러 오는 고객들에게 안내하고 도와주는 직원이 있습니다. 안내데스크 맞은편에는 요가실이 있습니다. 이곳은 제가 매주 월요일과 수요일에 요가를 배우는 곳입니다. 안내 데스크와 요가실을 지나가면 약 8개의 러닝머신이 있습니다. 저는 요가를 하기 전에 보통 여기서 20분 정도 달리기를 합니다. 러닝머신 뒤에는 헬스사이클 4대, 복근 벤치, 덤벨, 역기 등의 웨이트 기구가 있습니다. 전에는 핸드 웨이트를 하곤 했지만 지금은 하지 않습니다. 헬스장 끝에는 샤워실과 사우나가 있습니다. 사우나는 이 헬스장에서 제가 가장 좋아하는 공간입니다. 왜냐하면 사우나를 하고 나면 항상 힐링이 되고 상쾌하기 때문입니다. 사실 그 헬스장은 그렇게 크지는 않지만 퇴근 후에 몸을 만들고 스트레스도 풀 수 있는 곳이라서 좋습니다.

단어

- quầy hướng dẫn 안내 데스크
- hướng dẫn 안내(하다)
- hỗ trợ 지원하다, 도움을 주다
- phòng tập yoga 요가실
- ghế gập bụng 복근 벤치
- phòng tắm 샤워실
- phòng xông hơi 사우나
- thư giãn 힐링이 되다
- sảng khoái 상쾌하다
- rèn luyện sức khỏe 몸을 만들다(단련하다)

콤보 형식의 답변을 활용해서 질문별 모범 답변을 제시합니다.

🎧 06-09

Q2. Bạn đã đăng ký lớp học nào ở câu lạc bộ thể dục hoặc gym? Bạn thường đi đến lớp học mấy lần một tuần? Trong lớp học ngoài bạn ra còn có ai? Hãy nói cho tôi nghe về lớp học ở câu lạc bộ thể dục hoặc gym của bạn.

당신은 헬스클럽 또는 헬스장의 어떤 운동 수업에 등록했나요? 당신은 보통 일주일에 몇 번 그 운동 수업에 가나요? 그 수업에 당신 외에 누가 있나요? 헬스클럽 또는 헬스장의 운동 수업에 대해 이야기해 주세요.

Ba tháng trước tôi đã đăng ký lớp học yoga ở phòng gym mà tôi đi trong vài năm qua. Lớp học đó vào thứ Hai và thứ Tư hàng tuần, từ 7 giờ 30 đến 9 giờ tối. Đó là lớp học yoga cơ bản cho người mới bắt đầu, nam và nữ đều có thể tham gia, và tối đa là 15 người. Trong lớp học đó tôi học phương pháp hô hấp sâu, tư thế thiền, và các động tác cơ bản. Cô giáo luôn thị phạm các động tác trước, sau đó chúng tôi làm theo. Khi học các động tác khó, tôi cảm thấy đau vô cùng, và thỉnh thoảng nghe thấy tiếng kêu la của những người tập cùng ở xung quanh tôi. Sau ba tháng tập yoga cùng nhau thì tôi và những người khác đã trở nên thân nhau hơn và thường tán gẫu trước và sau khi tập. Mặc dù không dễ nhưng tôi thích lớp học này và sẽ luyện tập cho đến khi thành thạo.

저는 3개월 전에 지난 몇 년 동안 다녔던 헬스장에서 요가 수업을 등록했습니다. 그 수업은 월요일과 수요일 오후 7시 30분부터 9시까지입니다. 초보자를 위한 기본 요가 수업으로 남자와 여자 모두 참여 가능하며 최대 15명까지입니다. 그 수업에서 저는 심호흡법, 명상 자세, 기본 동작을 배웠습니다. 선생님이 항상 먼저 시범을 보여주고, 그다음에 우리가 따라 합니다. 어려운 동작을 배웠을 때 극도로 아팠고, 가끔 주위에 같이 배우는 사람들의 비명 소리가 들렸습니다. 3개월 동안 함께 요가를 배운 후, 저와 다른 사람들은 더 친해졌고 수업 전후에 자주 수다를 떨었습니다. 쉽지는 않지만 저는 이 수업을 좋아하고 마스터할 때까지 배울 예정입니다.

단어

- □ đăng ký 신청하다, 등록하다
- □ cơ bản 기본, 기초
- □ người mới bắt đầu 초보자
- □ tham gia 참가하다
- □ tối đa 최대

- □ phương pháp 방법
- □ hô hấp sâu 심호흡(하다)
- □ tư thế thiền 명상 자세
- □ động tác 동작
- □ thị phạm 시범을 보여주다

- □ tiếng kêu la 비명 소리
- □ xung quanh 주변에, 주위에
- □ tán gẫu 수다를 떨다
- □ thành thạo 능숙하다, 마스터하다

Q3. Cơ thể của bạn đã thay đổi như thế nào từ sau khi bạn bắt đầu tham gia lớp học ở câu lạc bộ thể dục hoặc gym? Và trạng thái tinh thần của bạn đã có thay đổi nào? Hãy nói cho tôi nghe về những thay đổi đó.

헬스클럽 또는 헬스장의 운동 수업에 참여하기 시작한 이후 당신의 몸은 어떻게 변했나요? 그리고 당신의 정신 상태는 어떤 달라진 점이 있나요? 그 변화들에 대해 이야기해 주세요.

Ba năm trước tôi đã đăng ký hội viên ở phòng gym và bắt đầu tập với huấn luyện viên cá nhân. Mục đích tập của tôi không phải là để có cơ bắp vạm vỡ mà là để khỏe mạnh hơn. Một tháng đầu tôi thấy việc tập luyện rất vất vả và cả người rất đau sau khi phải chạy bộ, nâng tạ, gập bụng theo sự hướng dẫn của huấn luyện viên. Nhưng khi tập được khoảng hai tháng, tôi thấy cơ bắp ở vai và tay bắt đầu xuất hiện, đùi cũng săn chắc hơn, và quan trọng nhất là chứng đau lưng và đau vai mãn tính đã biến mất. Bây giờ thì tôi có thể chạy bộ trong những 30 phút, nâng tạ và gập bụng nhiều hơn trước đây khoảng 2 lần. Ngoài ra việc tập thể dục giúp nâng cao sức miễn dịch, nên tôi không bị cảm vào mùa đông như lúc trước nữa. Hơn nữa, tôi cũng cảm thấy ngủ ngon hơn và không thức dậy một cách khó khăn vào buổi sáng. Tôi nghĩ quyết định tập thể dục là quyết định đúng đắn và tôi sẽ tiếp tục tập.

3년 전에 저는 헬스장에 회원가입을 했고 개인 트레이너와 함께 운동을 시작했습니다. 저의 운동 목표는 큰 근육을 만들기 위함이 아니라 더 건강해지기 위해서입니다. 첫 달은 단련하기가 너무 힘들었고 트레이너의 지도에 따라 달리기, 웨이트와 윗몸 일으키기를 한 후 몸이 매우 아팠습니다. 그러나 운동한 지 2달이 되었을 때, 어깨와 팔의 근육이 나타나기 시작했고, 허벅지가 더 튼튼해졌으며, 가장 중요한 것은 만성적인 허리와 어깨 통증이 사라졌습니다. 이제 저는 무려 30분이나 달리기를 할 수 있고, 웨이트와 윗몸 일으키기는 전보다 약 2배 더 할 수 있습니다. 그 밖에 운동은 면역력 향상에 도움을 주기 때문에, 예전처럼 겨울에 감기에 걸리지도 않습니다. 게다가 잠을 더 잘 자고 아침에 힘들게 일어나지 않습니다. 운동하기로 한 것은 올바른 결정이라고 생각하고 앞으로도 계속 운동할 예정입니다.

단어				
□ **hội viên** 회원		□ **vất vả** 힘들다		□ **biến mất** 사라지다
□ **huấn luyện viên cá nhân** 개인 트레이너		□ **chạy bộ** 달리다, 조깅하다		□ **lần** 번, 회, 배
□ **cơ bắp** 근육		□ **nâng tạ** 웨이트를 하다		□ **nâng cao** 향상시키다
□ **vạm vỡ** 몸집이 굵다, 키가 크고 건장하다		□ **gập bụng** 윗몸 일으키기		□ **sức miễn dịch** 면역력
		□ **huấn luyện viên** 코치, 트레이너		□ **đúng đắn** 올바르다, 바르다
□ **khỏe mạnh** 건장하다, 건강하다		□ **mãn tính** 만성, 만성적인		□ **tiếp tục** 계속하다

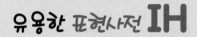

유용한 표현사전 IH

자신에게 맞는 답변을 체크해 보세요. ☑

주제에 관한 다양하고 유용한 IH 등급의 표현들입니다. 자신에게 맞는 문장을 체크하고 재미있는 스토리를 만들어 보세요. 돌발 질문에도 당황하지 않고 나만의 표현력은 물론, 논리력에도 자신감이 생깁니다.

☐ 저는 몸이 더 유연해지기를 원해서 요가를 시작했습니다.

Tôi muốn cơ thể trở nên dẻo hơn nên đã bắt đầu tập yoga.

☐ 저의 요가 선생님은 적당한 몸매를 가지고 있습니다.

Giáo viên yoga của tôi có thân hình cân đối.

→ đo : 측정하다

☐ 매월 코치가 제 체질량지수를 측정하고 식단을 줍니다.

→ 체질량지수   → 식단
Mỗi tháng huấn luyện viên đo chỉ số cơ thể và cho tôi thực đơn ăn uống.

☐ 운동을 시작한 다음 날에는 온몸이 아프고 쑤셨습니다.

Một ngày sau khi bắt đầu tập thể dục thì toàn thân tôi đau nhức.

☐ 저는 보통 1시간 동안 쉬지 않고 운동을 합니다.

Tôi thường tập không nghỉ trong 1 tiếng.

☐ 근육을 만들기는 어렵지만 사라지기는 쉽습니다.

Việc tạo cơ bắp rất khó nhưng biến mất thì dễ.

☐ 저의 부모님이 제 몸이 연약하니까 운동하라고 충고하셨습니다.

Bố mẹ khuyên tôi nên tập thể dục vì cơ thể tôi ốm yếu.

☐ 엄마가 요가 수업을 먼저 등록해 주고 저에게 참여하라고 했습니다.

Mẹ đã đăng ký lớp yoga cho tôi và bảo tôi tham gia.

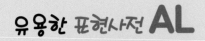
주제에 관한 다양하고 유용한 AL 등급의 표현들입니다. 자신에게 맞는 문장을 체크하고 재미있는 스토리를 만들어 보세요. 돌발 질문에도 당황하지 않고 나만의 표현력은 물론, 논리력에도 자신감이 생깁니다.

☐ 저는 더 유연한 몸을 가지고 싶어서 요가를 시작했고, 1년 후에 효과를 보게 되었습니다.

Tôi muốn cơ thể dẻo hơn nên đã bắt đầu tập yoga và đã thấy được hiệu quả sau một năm tập.

☐ 저의 요가 선생님은 적당한 몸매를 가지고 있으며, 저에게 차근차근 가르쳐 줍니다.

Giáo viên yoga của tôi có thân hình cân đối và dạy cho tôi rất từ tốn.

☐ 매월 코치가 제 체질량지수를 측정하고 식단을 주기 때문에 저는 갈수록 더 건강해지고 있습니다.

Mỗi tháng huấn luyện viên đo chỉ số cơ thể và cho tôi thực đơn ăn uống nên tôi ngày càng khỏe mạnh hơn.

☐ 운동을 시작한 다음 날에는 온몸이 아프고 쑤셨기 때문에 저는 포기하고 싶다는 생각을 했었습니다.

Một ngày sau khi bắt đầu tập thể dục thì toàn thân đau nhức nên tôi đã nghĩ đến việc bỏ cuộc.

☐ 저는 헬스장에서 많은 시간을 보내고 싶지 않기 때문에 보통 1시간 동안 쉬지 않고 운동을 하고 집에 갑니다.

Tôi thường tập không nghỉ trong 1 tiếng rồi đi về nhà chứ không muốn dành nhiều thời gian ở phòng tập.

☐ 근육을 만들기는 어렵지만 사라지기는 쉽기 때문에 저는 운동을 더 열심히 해야 합니다.

Việc tạo cơ bắp rất khó nhưng biến mất thì dễ nên tôi phải tập thể dục chăm chỉ hơn.

☐ 저의 부모님이 제 몸이 연약하니까 운동하라고 충고하셨기 때문에 요가를 알아봤습니다.

Bố mẹ khuyên tôi nên tập thể dục vì cơ thể tôi ốm yếu nên tôi đã tìm hiểu về yoga.

☐ 엄마가 요가 수업을 먼저 등록해 주고 저에게 참여하라고 했기 때문에 열심히 운동했습니다.

Mẹ đã đăng ký lớp yoga và bảo tôi tham gia nên tôi đã chăm chỉ luyện tập.

Bài 3

축구/야구/농구

06-11

질문에 관한 답변을 하기 전, 핵심 어휘를 떠올리며 답변 내용을 머릿속으로 미리 정리해 보세요. 핵심 표현을 단계적으로 나열한 Tip을 참고하여 나만의 핵심 어휘도 만들어 보세요.

Q Bạn đã nói trong bảng khảo sát là bạn thích bóng đá/bóng chày/ bóng rổ. Hãy miêu tả về nơi mà bạn chơi bóng đá/bóng chày/ bóng rổ. Hãy nói càng chi tiết càng tốt.

당신은 설문조사에서 축구/야구/농구를 좋아한다고 했습니다. 당신이 축구/야구/농구하는 장소를 묘사해 보세요. 가능한 한 자세히 이야기해 주세요.

sân bóng rổ nằm trong trường đại học gần nhà 집 근처 대학교에 있는 농구장
rộng 넓다. **có ghế cho khán giả** 관람 좌석이 있다

chơi bóng rổ giúp phát triển chiều cao 농구는 키 크는 데 도움을 주다
giúp tâm trạng hưng phấn 신나게 해주다
giải tỏa căng thẳng 스트레스를 해소하다

chia đội luyện tập 팀을 나눠 연습하다
hậu vệ 가드(방어자)
bạn thân 친한 친구
học từ các anh/chị khóa trên 선배들에게 배우다
xem video 동영상을 보다

OPlc 시험에서는 질문의 의도를 빠르게 파악하는 것이 매우 중요합니다. 익숙한 질문일수록, 당황하지 않고 자연스럽게 답변을 할 수 있습니다. 주제에 관한 다양한 질문 유형들을 반복해서 익히고 학습해 보세요.

1. Bạn thường làm gì khi chơi bóng đá/bóng chày/bóng rổ? Hãy nói về cách mà bạn luyện tập và chơi môn thể thao đó. Bạn thường chơi với ai? Ai là người đã dạy bạn luật chơi và kỹ thuật chơi? Bạn bao nhiêu tuổi khi bắt đầu chơi bóng đá/bóng chày/bóng rổ? Ai đã cùng đội với bạn khi bạn bắt đầu chơi?

당신은 축구/야구/농구를 할 때 주로 무엇을 하나요? 그 스포츠를 어떻게 연습하고 하는지 이야기해 주세요. 그리고 당신은 보통 누구와 같이 하나요? 누가 당신에게 룰과 기술을 가르쳐 줬나요? 축구/야구/농구를 하기 시작했을 때 당신은 몇 살이었나요? 그때 당신과 같은 팀인 사람은 누구였나요?

2. Bạn có nhớ khi lần đầu tiên chơi bóng đá/bóng chày/bóng rổ không? Hãy nói về kinh nghiệm lần đầu tiên chơi bóng đá/bóng chày/bóng rổ.

당신은 축구/야구/농구를 처음 했을 때를 기억하나요? 축구/야구/농구를 처음 할 때의 경험에 대해 이야기해 주세요.

3. Khi các huấn luyện viên và cầu thủ nói về bóng đá/bóng chày/bóng rổ, họ cho rằng bóng đá/bóng chày/bóng rổ giúp phát triển các bộ phận trên cơ thể. Cho lý do về việc nên hay không nên chơi để phát triển cơ thể và để giải trí.

코치와 선수들이 축구/야구/농구에 대해 이야기할 때, 그들은 축구/야구/농구가 신체 부위의 발달에 도움이 된다고 주장합니다. 신체발달과 오락을 위해 (축구/야구/농구를) 하는 게 좋겠는지 그렇지 않은지에 관한 이유를 말해 주세요.

4. Hãy nói về một tình huống đáng nhớ khi bạn chơi bóng đá/bóng chày/bóng rổ. Đó có thể là một trận đấu đặc biệt, hoặc một tình huống mà bạn bị chấn thương. Hãy nói chi tiết từ đầu đến cuối.

축구/야구/농구를 했던 기억에 남는 일에 대해 이야기해 주세요. 그것은 특별한 경기일 수도 있고, 또는 당신이 부상을 입었던 상황일 수도 있어요. 처음부터 끝까지 자세히 이야기해 주세요.

5. Hãy giải thích cho tôi nghe về luật chơi bóng đá/bóng chày/bóng rổ. Có quy tắc nào chỉ được áp dụng cho bóng đá/bóng chày/bóng rổ không?

나에게 축구/야구/농구의 룰을 설명해 주세요. 축구/야구/농구에만 적용되는 룰이 있나요?

IH 또는 AL 등급에 어울리는 베트남어의 문법과 구조 형태 등을 학습하고 답변에 응용해 보세요. 자연스러운 표현과 언어 구사 능력이 올라 갑니다.

● 주어 + 형용사/동사(목적어) + 부사 + hơn (비교 대상) nhiều : 훨씬 더 ~하다, 훨씬 더 ~하게 하다

'hơn nhiều'는 '훨씬 더'라는 뜻입니다. 정도 이상으로 차이가 난다는 의미를 나타낼 때 사용하는 구조로 'A가 B보다 훨씬 더 ~하다'라는 의미로 표현할 수 있습니다.

Anh ấy chơi bóng rổ giỏi hơn tôi nhiều.

그는 저보다 농구를 훨씬 더 잘합니다.

Kỹ thuật của anh ấy tốt hơn của tôi nhiều.

그 사람의 기술은 저보다 훨씬 더 좋습니다.

● càng A càng B : A 할수록 더 B하다

정도를 강조하는 표현으로 다음과 같은 구조로 표현할 수 있습니다.

– 주어가 동일한 경우 : 주어 càng A càng B

Tôi càng chơi bóng rổ càng giỏi.

저는 농구를 하면 할수록 더 잘해요.

– 주어가 다른 경우 : 주어1 càng A (thì) 주어2 càng B

Tôi càng dành thời gian luyện tập, kỹ thuật càng tốt hơn.

저는 시간을 내서 연습하면 할수록, 기술이 더 좋아집니다.

콤보 형식의 답변을 활용해서 질문별 모범 답변을 제시합니다.

🎧 06-13

Q1. Bạn đã nói trong bảng khảo sát là bạn thích bóng đá/bóng chày/bóng rổ. Hãy miêu tả về nơi mà bạn chơi bóng đá/bóng chày/bóng rổ. Hãy nói càng chi tiết càng tốt.

당신은 설문조사에서 축구/야구/농구를 좋아한다고 했습니다. 당신이 축구/야구/농구하는 장소를 묘사해 보세요. 가능한 한 자세히 이야기해 주세요.

Từ bây giờ tôi sẽ nói về nơi mà tôi thường chơi bóng rổ. Tôi thường chơi bóng rổ ở sân bóng rổ nằm trong một trường đại học gần nhà tôi. Nơi đó mở cửa 24/24 và miễn phí nên cuối tuần tôi thường cùng các bạn đến đây chơi. Sân bóng rổ đó rộng 15 m, dài 28 m, có 2 cột bóng rổ ở 2 phía. Bên ngoài sân có ghế cho khán giả. Thường thì khi có nhiều người chơi, chúng tôi sẽ chơi ở đó. Còn vào tối ngày thường, khi không có bạn cùng chơi, thì tôi luyện tập một mình ở sân bóng rổ ngoài trời trong công viên gần nhà. Sân bóng rổ đó thì nhỏ hơn sân bóng rổ trong trường đại học nhiều, chỉ có 1 rổ và sàn bằng xi măng. Cả 2 sân đều rất tốt để luyện tập và đều miễn phí nên tôi thích cả 2.

지금부터 제가 주로 농구를 하는 장소에 대해 이야기하겠습니다. 저는 집 근처 대학교에 있는 농구장에서 농구를 자주 합니다. 그곳은 24시간 열려 있으며 무료이기 때문에 주말에 친구들과 같이 자주 놀러 갑니다. 그 농구장은 폭 15m, 길이 28m로 양쪽에 2개의 농구대가 있습니다. 밖에는 관람 좌석이 있습니다. 보통 같이 하는 사람이 많으면 그곳에서 합니다. 하지만 같이 놀 친구가 없는 평일 저녁에는 집 근처 공원에 있는 야외 농구장에서 혼자 연습합니다. 그 농구장은 대학 농구장보다 훨씬 더 작고, 골대가 하나만 있으며 바닥이 시멘트입니다. 2개의 농구장 모두 연습하기에 좋고 다 무료이기 때문에 2개 다 좋습니다.

단어
- rộng 넓다, 폭
- dài 길다
- cột bóng rổ 농구대
- ngày thường 평일
- ngoài trời 실외, 야외
- sàn 바닥
- xi măng 시멘트

🎧 06-14

Q2. Bạn thường làm gì khi chơi bóng đá/bóng chày/bóng rổ? Hãy nói về cách mà bạn luyện tập và chơi môn thể thao đó. Bạn thường chơi với ai? Ai là người đã dạy bạn luật chơi và kỹ thuật chơi? Bạn bao nhiêu tuổi khi bắt đầu chơi bóng đá/bóng chày/bóng rổ? Ai đã cùng đội với bạn khi bạn bắt đầu chơi?

당신은 축구/야구/농구를 할 때 주로 무엇을 하나요? 그 스포츠를 어떻게 연습하고 하는지 이야기해 주세요. 그리고 당신은 보통 누구와 같이 하나요? 누가 당신에게 룰과 기술을 가르쳐 줬나요? 축구/야구/농구를 하기 시작했을 때 당신은 몇 살이었나요? 그때 당신과 같은 팀인 사람은 누구였나요?

Tôi chơi bóng rổ với vai trò hậu vệ. Hậu vệ là vai trò cần phải chạy nhanh, kỹ thuật xử lý bóng tốt và dẫn dắt trận đấu. Do đó trong trận đấu tôi phải rất tập trung. Do hiện nay tôi không có người dạy bóng rổ nên tôi thường luyện tập bằng cách vừa xem video clip bóng rổ về cách chơi của cầu thủ nổi tiếng vừa bắt chước theo. Sau đó khi thi đấu với các bạn thì tôi áp dụng các kỹ thuật đã học thông qua video. Trước đây tôi đã học kỹ thuật và luật chơi từ các anh khóa trên ở trường cấp 3 và bắt đầu chơi bóng rổ ở cùng đội với các anh năm tôi 18 tuổi, nhưng dạo này thì tôi tự học thôi. Tôi thấy bóng rổ là một môn thể thao càng chơi càng thú vị và tốt cho sức khỏe.

저는 농구에서 가드 역할을 합니다. 가드는 빨리 뛰어야 하고 볼 핸들링 기술이 좋아야 하며, 경기를 리드해야 하는 역할입니다. 그래서 경기를 할 때 저는 매우 집중해야 합니다. 요즘 저에게 농구를 가르쳐 주는 사람이 없어서 유명한 선수들의 농구 방법에 대한 동영상을 보며 흉내 내는 방법으로 연습합니다. 그런 다음에 친구들과 경기를 할 때 동영상을 통해 배운 기술을 활용합니다. 예전에는 고등학교 때 선배들에게 경기 기술과 룰을 배웠고, 18살 때 선배들과 같은 팀에서 농구를 시작했는데, 요즘은 스스로 배우고 있을 뿐입니다. 농구는 하면 할수록 더 재미있고 건강에 좋은 스포츠라고 생각합니다.

단어

- □ vai trò 역할
- □ hậu vệ 가드 (방어자)
- □ kỹ thuật xử lý bóng 볼 핸들링 기술
- □ dẫn dắt 이끌다
- □ trận đấu 경기, 게임

- □ tập trung 집중하다
- □ bắt chước (theo) 흉내 내다
- □ áp dụng 적용하다, 활용하다
- □ kỹ thuật 스킬, 기술

- □ thông qua (+ 명사/명사절) (~을/를) 통해
- □ luật chơi (시합/경기/게임) 룰, 규칙
- □ anh khóa trên (남자) 선배
- □ chị khóa trên (여자) 선배

Q3. Khi các huấn luyện viên và cầu thủ nói về bóng đá/bóng chày/bóng rổ, họ cho rằng bóng đá/bóng chày/bóng rổ giúp phát triển các bộ phận trên cơ thể. Cho lý do về việc nên hay không nên chơi để phát triển cơ thể và để giải trí.

코치와 선수들이 축구/야구/농구에 대해 이야기할 때, 그들은 축구/야구/농구가 신체 부위의 발달에 도움이 된다고 주장합니다. 신체 발달과 오락을 위해 (축구/야구/농구를) 하는 게 좋겠는지 그렇지 않은지에 관한 이유를 말해 주세요.

Tôi đồng ý với ý kiến này và luôn nghĩ là nên chơi các môn thể thao như bóng rổ để phát triển cơ thể và giải trí. Lý do thứ nhất là bóng rổ giúp tăng chiều cao nếu bắt đầu chơi vào thời kì tăng trưởng. Vì khi chơi bóng rổ sẽ phải thực hiện các động tác bật nhảy và vươn người lên để ném bóng. Thứ hai là nếu chơi bóng rổ thì có thể có cơ thể khỏe mạnh, săn chắc, do đó sẽ có sự tự tin. Thứ ba là khi chơi bóng rổ thì có thể chơi cùng nhiều người chứ không phải chơi một mình nên có thể học kĩ năng làm việc nhóm và cách hợp tác với những người khác. Do những lợi ích tuyệt vời này, tôi nghĩ nên đầu tư thời gian để chơi bóng rổ.

저는 이 의견에 동의하고 항상 신체 발달과 오락을 위해 농구와 같은 스포츠를 하는 편이 좋겠다고 생각합니다. 첫 번째 이유는 성장기 때 농구를 시작하면 키 성장에 도움이 됩니다. 왜냐하면 농구를 할 때 공을 던지기 위해 점프와 몸을 뻗는 동작을 해야 하기 때문입니다. 두 번째, 농구를 하면 건강하고 튼튼한 몸을 가질 수 있기 때문에 자신감이 생깁니다. 세 번째, 농구를 하면 혼자가 아니라 많은 사람들과 함께 할 수 있기 때문에 팀워크 능력과 남과 협동하는 방법을 배울 수 있습니다. 이러한 월등한 이점들 때문에, 저는 농구를 하는 데 시간을 투자하는 게 좋다고 생각합니다.

단어		
▫ **đồng ý** 동의하다	▫ **tăng chiều cao** 키 성장	▫ **có sự tự tin** 자신감을 갖다, 자신감이 생기다
▫ **phát triển** 발전하다, 발달하다	▫ **thời kì tăng trưởng** 성장기	
▫ **cơ thể** 몸, 신체	▫ **động tác** 동작	▫ **kĩ năng** 능력, 기능
▫ **giải trí** 오락	▫ **bật nhảy** 점프하다	▫ **làm việc nhóm** 팀워크
▫ **lý do** 이유	▫ **vươn người lên** 몸을 위로 뻗다	▫ **hợp tác** 협조/협력/협동하다
▫ **thứ nhất** 첫 번째	▫ **ném** 던지다	▫ **lợi ích** 이점
▫ **thứ hai** 두 번째	▫ **khỏe mạnh** 건강하다	▫ **tuyệt vời** 월등하다, 대단하다
▫ **thứ ba** 세 번째	▫ **săn chắc** (몸이) 튼튼하다	▫ **đầu tư** 투자하다

주제에 관한 다양하고 유용한 IH 등급의 표현들입니다. 자신에게 맞는 문장을 체크하고 재미있는 스토리를 만들어 보세요. 돌발 질문에도 당황하지 않고 나만의 표현력은 물론, 논리력에도 자신감이 생깁니다.

☐ 저는 보통 일주일에 한 번 동료들과 같이 축구를 합니다.

Tôi thường chơi bóng đá một tuần một lần với các đồng nghiệp.

☐ 저는 보통 대학교에 있는 축구장에서 축구를 합니다.

Tôi thường chơi bóng đá ở sân bóng của trường đại học.

☐ 저는 스트라이커이기 때문에 게임을 할 때 많이 뛰어야 합니다.

Tôi là tiền đạo nên trong trận đấu tôi phải chạy rất nhiều.

☐ 지난주에 저는 2골을 넣었습니다.

→ ghi bàn : 골을 넣다, 골을 득점하다

Tuần trước tôi đã ghi 2 bàn.

☐ 저희 집 근처에 야구 연습장이 있기 때문에 그곳에 자주 갑니다.

Gần nhà tôi có sân tập bóng chày nên tôi thường đi sân đó.

☐ 저는 보통 대학교 야구 동호회 회원들과 같이 야구를 합니다.

→ 회원, 구성원 → 야구 동호회/동아리

Tôi thường chơi bóng chày với thành viên trong hội bóng chày của trường đại học.

☐ 저는 야구를 하다가 어깨 부상을 입은 적이 있습니다.

Tôi đã từng bị chấn thương vai khi chơi bóng chày.

☐ 저는 저희 팀에서 수비 역할을 합니다.

Tôi đóng vai trò phòng thủ trong đội của tôi.

주제에 관한 다양하고 유용한 AL 등급의 표현들입니다. 자신에게 맞는 문장을 체크하고 재미있는 스토리를 만들어 보세요. 돌발 질문에도 당황하지 않고 나만의 표현력은 물론, 논리력에도 자신감이 생깁니다.

☐ 저는 보통 일주일에 한 번 동료들과 같이 축구를 하고 나서 맥주를 마십니다.

Tôi thường chơi bóng đá một tuần một lần với các đồng nghiệp sau đó cùng nhau uống bia.

☐ 저는 보통 금요일 오후마다 대학교에 있는 축구장에서 축구를 합니다.

Tôi thường chơi bóng đá ở sân bóng của trường đại học vào mỗi chiều thứ Sáu.

☐ 저는 스트라이커이기 때문에 게임을 할 때 많이 뛰어야 하고 최소 1골을 넣으려고 노력합니다.

Tôi là tiền đạo nên trong trận đấu phải chạy rất nhiều và cố gắng ghi ít nhất 1 bàn.

☐ 지난주에 저는 2골을 넣었고 저희 팀은 경기에서 극적으로 이겼습니다.

Tuần trước tôi đã ghi 2 bàn và đội của tôi đã giành chiến thắng một cách kịch tính.

☐ 저희 집 근처에 야구 연습장이 있기 때문에 퇴근 후 그곳에 자주 가서 연습합니다.

Gần nhà tôi có sân tập bóng chày nên tôi thường đi tập ở đó sau giờ làm việc.

☐ 저는 보통 대학교 야구 동호회 회원들과 같이 일주일에 2번, 화요일과 목요일에 야구를 합니다.

Tôi thường chơi bóng chày với thành viên trong hội bóng chày của trường đại học hai lần một tuần vào thứ Ba và thứ Năm.

☐ 저는 야구를 하다가 어깨 부상을 입은 적이 있기 때문에 하기 전에 준비 운동을 꼼꼼히 해야 합니다.

Tôi đã từng bị chấn thương vai khi chơi bóng chày nên trước khi chơi tôi phải khởi động thật kỹ.

☐ 저는 저희 팀에서 수비 역할을 맡고 있고 이 역할이 좋습니다.

Tôi đóng vai trò phòng thủ trong đội và tôi thích vai trò này.

자전거 타기

질문에 관한 답변을 하기 전, 핵심 어휘를 떠올리며 답변 내용을 머릿속으로 미리 정리해 보세요. 핵심 표현을 단계적으로 나열한 Tip을 참고하여 나만의 핵심 어휘도 만들어 보세요.

Q **Bạn đã nói trong bảng khảo sát là bạn thích đi xe đạp. Xe đạp của bạn trông như thế nào? Hãy miêu tả chi tiết xe đạp của bạn.**

당신은 설문조사에서 자전거 타는 것을 좋아한다고 했습니다. 당신의 자전거는 어떻게 생겼나요? 자전거를 자세히 묘사하세요.

  핵심 어휘 떠올리기

xe đạp màu xanh dương 파란색 자전거
yên xe êm 부드러운 안장, **đèn led** 레드 조명
chuông 벨

yếu tố thời tiết 날씨 요소
chất lượng của xe đạp
자전거의 품질
mặt đường gồ ghề
노면이 울퉁불퉁하다

bố dạy đi xe đạp
아버지가 자전거 타는 법을 가르쳐 주다
đi xe đạp ở công viên
공원에서 타다
đường cho xe đạp
자전거 길

OPIc 시험에서는 질문의 의도를 빠르게 파악하는 것이 매우 중요합니다. 익숙한 질문일수록, 당황하지 않고 자연스럽게 답변을 할 수 있습니다. 주제에 관한 다양한 질문 유형들을 반복해서 익히고 학습해 보세요.

1. Khi nào bạn thường đi xe đạp? Bao nhiêu lâu một lần bạn đi xe đạp? Vì sao bạn thích đi xe đạp?

당신은 보통 언제 자전거를 타나요? 당신은 얼마나 자주 자전거를 타나요? 당신은 왜 자전거 타는 것을 좋아하나요?

2. Bạn bắt đầu học đi xe đạp khi nào, và ai đã dạy bạn? Bạn cảm thấy có hứng thú với xe đạp lần đầu tiên là khi nào? Có gì thay đổi từ sau khi bạn bắt đầu đi xe đạp không?

당신은 언제부터 자전거 타는 법을 배우기 시작했으며, 누가 당신에게 가르쳐 줬나요? 당신이 처음으로 자전거에 관심을 갖게 된 것은 언제였나요? 자전거를 타기 시작한 후에 달라진 점은 있었나요?

3. Hãy kể về kinh nghiệm đáng nhớ của bạn khi đi xe đạp. Việc đó xảy ra khi nào và ở đâu? Bạn đã đi với ai?

당신이 자전거를 탔던 기억에 남는 경험에 대해 이야기해 주세요. 그것은 언제, 어디서 일어났나요? 누구와 같이 탔나요?

4. Bạn hãy so sánh chiếc xe đạp bây giờ của bạn và chiếc xe đạp mà trước đây bạn có. Có gì khác nhau và giống nhau? Hãy nói càng chi tiết càng tốt.

지금 당신이 가지고 있는 자전거와 전에 가지고 있었던 자전거를 비교해 보세요. 차이점과 유사한 점은 무엇인가요? 가능한 한 자세히 이야기해 주세요.

5. Theo bạn thì có yếu tố gì ảnh hưởng đến an toàn khi đi xe đạp không? Các yếu tố đó là gì và nguyên nhân dẫn đến các yếu tố đó là gì? Những người đi xe đạp phải giải quyết như thư nào?

자전거를 탈 때 안전에 영향을 끼치는 어떤 요소가 있다고 생각하나요? 그 요소들은 무엇이며 그 요소들을 초래하는 원인은 무엇인가요? 자전거를 타는 사람들은 어떻게 해결해야 하나요?

IH 또는 AL 등급에 어울리는 베트남어의 문법과 구조 형태 등을 학습하고 답변에 응용해 보세요. 자연스러운 표현과 언어 구사 능력이 올라 갑니다.

● 동사(+ 목적어) + riêng : 따로/각자 ~하다

  명사 + riêng : 자신의, 개인의, 나름의

  'riêng'은 '각자, 따로, 자신의, 개인의'라는 다양한 의미를 가지고 있으며, 동사와 명사 뒤의 위 치에 따라서 그 의미가 달라집니다.

  Tôi không thích đi xe đạp riêng mà thích đi cùng mẹ.

  저는 따로 자전거 타는 것을 좋아하지 않고 엄마와 같이 타는 것을 좋아합니다.

  Tôi thấy đi xe đạp có sự quyến rũ riêng của nó.

  제 생각에 자전거를 타는 것은 나름의 매력이 있는 것 같습니다.

● một cách + 형용사

  'một cách'은 형용사 앞에 붙어서 부사를 만듭니다. 단, 두 음절 이상으로 구성되는 형용사만 'một cách'와 결합할 수 있습니다.

  Tôi thích đi xe đạp một cách nhẹ nhàng ở công viên sông Hàn.

  저는 한강 공원에서 가볍게 자전거 타는 것을 좋아합니다.

  Tôi thích vừa đạp xe vừa nghe nhạc một cách phấn khởi.

  저는 신나게 음악을 들으면서 자전거 타는 것을 좋아합니다.

콤보 형식의 답변을 활용해서 질문별 모범 답변을 제시합니다.

🎧 06-18

Q1. **Bạn đã nói trong bảng khảo sát là bạn thích đi xe đạp. Xe đạp của bạn trông như thế nào? Hãy miêu tả chi tiết xe đạp của bạn.**

당신은 설문조사에서 자전거 타는 것을 좋아한다고 했습니다. 당신의 자전거는 어떻게 생겼나요? 자전거를 자세히 묘사하세요.

Vâng, từ bây giờ tôi sẽ miêu tả về chiếc xe đạp của tôi. Chiếc xe đạp của tôi có màu xanh dương vì tôi thích màu này. Yên xe đạp rất êm vì tôi đã mua một chiếc yên **riêng** với giá 150.000 won. Phía trước của xe đạp có đèn led để chiếu sáng khi đi vào buổi tối và có chuông nữa. Ở sườn xe đạp thì có giá để bình nước. Tôi đã mua chiếc xe này vào 2 năm trước ở siêu thị gần nhà vì chiếc xe cũ của tôi đã bị hỏng. Tuy chiếc xe này đắt hơn chiếc xe cũ nhưng tôi thấy rất hài lòng vì chất lượng của nó.

네, 지금부터 제 자전거를 묘사하겠습니다. 제가 파란색을 좋아하기 때문에 자전거는 파란색입니다. 150,000원에 안장을 **따로** 샀기 때문에 안장은 매우 부드럽습니다. 자전거 앞부분에는 저녁에 앞을 밝히기 위한 레드 조명과 벨이 있습니다. 자전거 다운튜브에는 물통 케이지가 있습니다. 제 옛날 자전거가 고장 나서 이 자전거를 2년 전에 집 근처 마트에서 샀습니다. 이 자전거는 예전 자전거보다 더 비싸지만 품질에 매우 만족합니다.

단어
- **màu xanh dương** 파란색
- **yên xe đạp** 안장
- **êm** 부드럽다, 폭신하다
- **phía trước** 앞쪽, 앞부분
- **đèn led** 레드 조명
- **chiếu sáng** 밝히다, 비추다
- **chuông** 벨, 종
- **sườn** 다운튜브, 옆구리, 갈비
- **giá để bình nước** 물통 케이지
- **hỏng** 고장 나다
- **hài lòng** 맘에 들다, 만족하다
- **chất lượng** 품질

콤보 형식의 답변을 활용해서 질문별 모범 답변을 제시합니다.

🎧 06-19

Q2. **Bạn bắt đầu học đi xe đạp khi nào, và ai đã dạy bạn? Bạn cảm thấy có hứng thú với xe đạp lần đầu tiên là khi nào? Có gì thay đổi từ sau khi bạn bắt đầu đi xe đạp không?**

당신은 언제부터 자전거 타는 법을 배우기 시작했으며, 누가 당신에게 가르쳐 줬나요? 당신이 처음으로 자전거에 관심을 갖게 된 것은 언제였나요? 자전거를 타기 시작한 후에 달라진 점이 있었나요?

5 năm trước tôi đã đi công viên sông Hán chơi với bố mẹ tôi. Ở đó có đường dành riêng cho xe đạp rất dài và chúng tôi đã có dịp xem nhiều người đi xe đạp ở đó cùng với gia đình của họ. Lúc đó cả bố mẹ và tôi đều nghĩ nếu chúng tôi có thể đi xe đạp cùng nhau vào cuối tuần thì chắc là sẽ thú vị lắm, và bố tôi đã đề nghị cả gia đình tôi cùng mua xe đạp và luyện tập. Thế là chúng tôi đã bắt đầu luyện tập ở công viên gần nhà. Thật ra bố tôi đã dạy cho tôi cách đi xe đạp lúc tôi còn bé, nhưng do không đi xe đạp trong một thời gian dài nên tôi đã quên mất cách đi xe đạp. Nên bố tôi đã dạy lại cho tôi một lần nữa. Hiện nay thì gia đình tôi vẫn thường cùng nhau đạp xe khoảng 1 giờ vào mỗi thứ 7. Tôi thấy sau khi bắt đầu đi xe đạp một cách định kì thì sức khỏe và tâm trạng của tôi trở nên tốt hơn.

저는 5년 전에 부모님과 같이 한강공원에 놀러 갔었습니다. 그곳에는 매우 긴 자전거 도로가 있었고 저희는 그곳에서 많은 사람들이 가족들과 함께 자전거 타는 것을 볼 기회가 있었습니다. 그때 부모님과 저는 주말에 함께 자전거를 탄다면 재미있을 거라고 생각했고 아버지는 우리 가족 모두에게 자전거를 사서 연습하자고 제의하셨습니다. 그 결과 우리는 집 근처 공원에서 연습을 시작했습니다. 사실 어렸을 때 아버지가 저에게 자전거 타는 방법을 가르쳐 주셨는데, 오랫동안 자전거를 타지 않아서 자전거 타는 법을 잊어버렸습니다. 그래서 아버지가 한 번 더 다시 가르쳐 주셨습니다. 요즘도 우리 가족은 여전히 토요일마다 1시간 정도 같이 자전거를 타고 다닙니다. 주기적으로 자전거를 타기 시작한 후 제 건강과 기분이 좋아진다는 것이 느껴졌습니다.

단어		
▫ đường dành riêng cho xe đạp 자전거길, 자전거 전용 도로	▫ dịp (~할 수 있는 시간적) 기회, 때	▫ cách 방법
▫ dài 길다	▫ đề nghị 제의하다, 제안하다	▫ quên mất 잊어버리다
	▫ thế là 그러므로, 그 결과	▫ định kì 주기, 주기적

🎧 06-20

Q3. Theo bạn thì có yếu tố gì ảnh hưởng đến an toàn khi đi xe đạp không? Các yếu tố đó là gì và nguyên nhân dẫn đến các yếu tố đó là gì? Những người đi xe đạp phải giải quyết như thế nào?

자전거를 탈 때 안전에 영향을 끼치는 어떤 요소가 있다고 생각하나요? 그 요소들은 무엇이며 그 요소들을 초래하는 원인은 무엇인 가요? 자전거를 타는 사람들은 어떻게 해결해야 하나요?

Theo tôi thì có một số yếu tố ảnh hưởng đến an toàn khi đi xe đạp. Đầu tiên là chất lượng xe đạp. Nếu xe đạp có chất lượng không tốt thì sẽ có khả năng bị hỏng trên đường. Mà ở Hàn Quốc thì việc tìm cửa hàng sửa chữa xe đạp không dễ. Thứ hai là yếu tố thời tiết. Nếu đi xe đạp vào ngày thời tiết không tốt, như ngày trời mưa hoặc trời quá nóng thì sẽ ảnh hưởng đến sức khỏe của người đi xe đạp. Thứ ba là chất lượng mặt đường. Tai nạn có thể xảy ra nếu mặt đường gồ ghề. Để giảm các yếu tố nguy hiểm này, tôi nghĩ người đi xe đạp nên kiểm tra xe đạp một cách định kì để biết xe đạp có bị hỏng ở đâu không. Và trước khi đi xe đạp nên kiểm tra thông tin thời tiết, thông tin lộ trình mà mình sẽ đi. Đây là những việc không quá khó nhưng có thể đảm bảo an toàn của bản thân.

제 생각에는 자전거를 탈 때 안전에 영향을 미치는 요소들이 몇 가지 있는 것 같습니다. 첫 번째는 자전거의 품질입 니다. 자전거의 품질이 좋지 않으면 도로에서 고장 날 가능성이 있습니다. 그런데 한국에서는 자전거 수리점을 찾는 것이 쉽지 않습니다. 두 번째는 날씨 요소입니다. 비 오는 날이나 매우 더운 날 등 날씨가 좋지 않은 날에 자전거를 타면 자전거를 타는 사람의 건강에 영향을 줄 것입니다. 세 번째는 노면 품질입니다. 노면이 울퉁불퉁하면 사고가 날 수 있습니다. 이러한 위험요소를 줄이기 위해 자전거 타는 사람들은 주기적으로 자전거를 점검해 자신의 자전거 가 고장 난 데가 있는지 알아야 한다고 생각합니다. 그리고 자전거를 타기 전에 날씨 정보, 경로 정보를 확인해야 합 니다. 이것들은 그리 어려운 일은 아니지만 자신의 안전을 보장할 수 있습니다.

단어

- yếu tố 요소
- ảnh hưởng (đến ~) (~에) 영향을 주다, 영향
- an toàn 안전
- chất lượng 품질
- tìm 찾다

- thời tiết 날씨
- sức khỏe 건강
- mặt đường 노면
- gồ ghề 울퉁불퉁하다
- giảm 줄이다

- kiểm tra 검사하다, 확인하다
- thông tin 정보
- lộ trình 경로
- đảm bảo 보장하다
- bản thân 자신

주제에 관한 다양하고 유용한 IH 등급의 표현들입니다. 자신에게 맞는 문장을 체크하고 재미있는 스토리를 만들어 보세요. 돌발 질문에도 당황하지 않고 나만의 표현력은 물론, 논리력에도 자신감이 생깁니다.

☐ 예전의 자전거는 오늘날의 자전거만큼 가볍지 않았습니다.

Xe đạp trước đây không nhẹ như xe đạp bây giờ.

☐ 저는 자전거 타는 법을 배웠을 때 아주 힘들었습니다.

Tôi đã rất vất vả khi học cách đi xe đạp.

☐ 제 꿈은 서울에서 부산까지 자전거를 타고 가는 것입니다.

Ước mơ của tôi là đi từ Seoul đến Busan bằng xe đạp.

☐ 저는 해변길에서 자전거를 타봤는데 그 느낌을 잊을 수가 없습니다.

Tôi đã thử đi xe đạp ở đường ven biển và không thể quên được cảm giác đó.

☐ 제가 사는 도시에는 자전거 동호회가 있습니다.

Ở thành phố tôi sống có hội những người yêu thích xe đạp.

☐ 지난달에 저는 자전거를 타다가 강아지 한 마리가 제 자전거 앞에 나타나서 넘어졌습니다.

Tháng trước tôi đã bị ngã khi đang đạp xe vì một chú chó đã xuất hiện trước xe của tôi.

☐ 자전거 타는 것의 단점은 겨울에 탈 수 없는 것입니다.

Nhược điểm của việc đi xe đạp là không thể đi vào mùa đông.

☐ 저는 가을 날씨가 시원하고 공기가 맑아서 가을에 자전거 타는 것을 좋아합니다.

Tôi thích đi xe đạp vào mùa thu vì thời tiết mùa thu mát mẻ và không khí trong lành.

자신에게 맞는 답변을 체크해 보세요. ☑

주제에 관한 다양하고 유용한 AL 등급의 표현들입니다. 자신에게 맞는 문장을 체크하고 재미있는 스토리를 만들어 보세요. 돌발 질문에도 당황하지 않고 나만의 표현력은 물론, 논리력에도 자신감이 생깁니다.

☐ 예전의 자전거는 오늘날의 자전거만큼 가볍지 않았고 충격 흡수장치도 좋지 않았습니다.

Xe đạp trước đây không nhẹ như xe đạp bây giờ và bộ phận chống sốc cũng không tốt.

☐ 저는 자전거 타는 법을 배웠을 때 중심을 잡지 못해서 아주 힘들었습니다.

Tôi đã rất vất vả khi học cách đi xe đạp vì không thể giữ thăng bằng.

☐ 제 꿈은 서울에서 부산까지 자전거를 타고 가는 것이며, 반드시 실현할 겁니다.

Ước mơ của tôi là đi từ Seoul đến Busan bằng xe đạp và tôi nhất định sẽ thực hiện.

☐ 저는 해변길에서 자전거를 타봤고 그때 산들 바닷바람을 맞은 느낌을 잊을 수가 없습니다.

Tôi đã thử đi xe đạp ở đường ven biển và không thể quên được cảm giác

↱ đón gió 바람을 맞다 / gió biển 바닷바람 / gió mát dịu 산들바람

đón gió biển mát dịu.

☐ 제가 사는 도시에는 자전거 동호회가 있어서 저도 막 참여했습니다.

Ở thành phố tôi sống có hội những người yêu thích xe đạp nên tôi vừa tham gia.

☐ 지난달에 저는 자전거를 타다가 강아지 한 마리가 갑자기 제 자전거 앞에 나타나서 놀라서 넘어졌습니다.

Tháng trước, khi tôi đang đi xe đạp thì một chú chó xuất hiện đột ngột trước xe của tôi, nên tôi đã bị ngã do giật mình.

☐ 자전거 타는 것의 단점은 겨울에 탈 수 없어서 저는 이 계절에 다른 스포츠를 해야 합니다.

Nhược điểm của việc đi xe đạp là không thể đi vào mùa đông nên tôi phải chơi môn thể thao khác vào mùa này.

☐ 저는 가을 날씨가 시원하고 공기가 맑으며 미세먼지가 없어서 가을에 자전거 타는 것을 좋아합니다.

Tôi thích đi xe đạp vào mùa thu vì thời tiết mùa thu mát mẻ, không khí trong lành và không có bụi mịn.

Chương

7

여행

학습목표 출제경향

Background Survey에서 수험자는 최소 1개 이상의 여행 항목을 선택해야 합니다. 세부적으로 국내/해외 여행, 국내/해외 출장, 집에서 보내는 휴가'로 나누어집니다. 다른 항목보다 '집에서 보내는 휴가'는 상대적으로 쉽습니다. 여행을 선택한 경우에는 여행가기 전의 준비물과 가게 된 계기 및 재미있는 에피소드 등을 준비하고, 집에서 보내는 휴가의 경우에는 취미나 여가 활동을 연관지어서 답변하는 것이 좋습니다.

주제별 고득점 꿀팁

Bài 1 국내 여행	★ 국내 여행에 필요한 준비물 → 국내 여행 준비 과정에 관해 말하기 ★ 좋아하는 국내 여행지 → 좋아하는 이유 → 국내 여행할 때의 활동에 관해 말하기 ★ 기억에 남는 여행과 여행지 소개하기 ☞ 여행을 하는 동안 나의 취미 및 여가 활동을 연관 지어서 전략적으로 답변을 준비하는 것이 좋습니다.
Bài 2 해외여행	★ 해외여행에 필요한 준비물 → 해외여행 준비 과정에 관해 말하기 ★ 좋아하는 해외 여행지 → 좋아하는 이유 → 해외여행할 때의 활동에 관해 말하기 ★ 해외여행에서 기억에 남는 에피소드 → 느낀 점 말하기 ☞ 국내 여행과 해외여행을 연관 지어서 전략적으로 답변을 준비하는 것이 좋습니다.
Bài 3 국내/해외 출장	★ 국내/해외 출장에 필요한 준비물 → 국내/해외 출장 준비 과정에 관해 말하기 ★ 출장 중 하는 일 → 기억에 남는 출장 또는 출장지 → 느낀 점 말하기 ☞ 나의 업무와 연관 지어서 출장에 관한 답변을 준비하는 것이 좋습니다.
Bài 4 집에서 보내는 휴가	★ 집에서 휴가를 보낼 때 하는 일 → 집에서 휴가를 보내는 것의 장점과 단점 말하기 ★ 집에서 보낸 휴가 중 기억에 남는 에피소드 → 느낀 점 말하기 ☞ 나의 취미나 여가 활동을 연관 지어서 전략적으로 답변을 준비하는 것이 좋습니다.

✦ Background Survey에서 해당 항목을 선택했을 경우, 출제되는 빈출도 높은 질문 유형들입니다. 인터뷰식 외국어 말하기 평가는 시험관이 말하는 질문의 의도를 빠르게 파악하는 것이 무엇보다 중요하므로, 다양한 주제별 질문 유형을 반복해서 익혀 보세요.

주제별 질문 유형 한눈에 파악하기

Bài 1 **국내 여행**	• Bạn đã nói trong bảng khảo sát là bạn thích đi du lịch trong nước. Bạn thích nơi nào trong nước của bạn? Tại sao bạn thích nơi đó? – 당신은 설문조사에서 국내 여행을 좋아한다고 했습니다. 당신은 당신 나라의 지역 중 어디를 좋아하나요? 왜 그곳을 좋아하나요?
Bài 2 **해외여행**	• Bạn thích làm gì khi đi du lịch nước ngoài? Hãy nói về các hoạt động bạn thích làm trong kỳ nghỉ khi đi du lịch ở nước khác. – 당신은 해외여행을 갈 때 무엇을 즐겨 하나요? 다른 나라로 여행 가서 휴가를 보낼 때 즐겨 하는 활동에 대해 이야기해 주세요.
Bài 3 **국내/해외 출장**	• Từ lúc bạn rời nhà cho đến lúc bạn lấy chìa khóa phòng khách sạn, bạn thường phải trải qua những bước nào trong một chuyến công tác quốc tế? – 해외 출장을 갈 때 집에서 나올 때부터 호텔방 열쇠를 받을 때까지 당신은 보통 어떤 단계들을 거쳐야 하나요?
Bài 4 **집에서 보내는 휴가**	• Hãy mô tả một vài việc bạn thích làm với những người mà bạn đến thăm hoặc gặp trong kỳ nghỉ của mình. – 당신이 휴가 때 방문하거나 만나는 사람들과 함께 즐겨 하는 일 중 몇 가지에 대해 설명해 보세요.

국내 여행

질문에 관한 답변을 하기 전, 핵심 어휘를 떠올리며 답변 내용을 머릿속으로 미리 정리해 보세요. 핵심 표현을 단계적으로 나열한 Tip을 참고하여 나만의 핵심 어휘도 만들어 보세요.

Q Bạn đã nói trong bảng khảo sát là bạn thích đi du lịch trong nước. Bạn thích nơi nào trong nước của bạn? Tại sao bạn thích nơi đó?

당신은 설문조사에서 국내 여행을 좋아한다고 했습니다. 당신은 당신 나라의 지역 중 어디를 좋아하나요? 왜 그곳을 좋아하나요?

  핵심 어휘 떠올리기

đảo Jeju 제주도, **núi Halla** 한라산
di sản tự nhiên thế giới được UNESCO công nhận
유네스코 세계자연유산

ý kiến mang tính tương đối 상대적인 의견

giao thông phát triển
교통이 발전하다

nhà nghỉ và khách sạn bình dân xuất hiện nhiều
모텔과 저렴한 호텔이 많이 생겼다

bị mất ví 지갑을 잃다

vay tiền của bạn
친구에게 돈을 빌리다

làm lại thẻ ngân hàng
은행카드를 재발급하다

🎧 07-02

OPIc 시험에서는 질문의 의도를 빠르게 파악하는 것이 매우 중요합니다. 익숙한 질문일수록, 당황하지 않고 자연스럽게 답변을 할 수 있습니다. 주제에 관한 다양한 질문 유형들을 반복해서 익히고 학습해 보세요.

1. Bạn hãy nói về chuyến du lịch mà bạn nhớ nhất. Tại sao chuyến du lịch đó đáng nhớ?

당신이 가장 기억에 남는 여행에 대해 이야기해 주세요. 왜 그 여행이 기억에 남나요?

---

2. Khi đi du lịch thường có những tình huống bất ngờ. Bạn có gặp tình huống bất ngờ khi đi du lịch bao giờ chưa? Đó là tình huống gì? Bạn đã giải quyết thế nào? Bạn hãy kể cho tôi nghe từ đầu đến cuối.

여행을 갈 때 예상하지 못한 상황이 자주 일어납니다. 당신은 여행 중 예상하지 못한 상황에 처한 적이 있나요? 그것은 어떤 상황이었나요? 당신은 어떻게 해결했나요? 처음부터 끝까지 이야기해 주세요.

---

3. Bạn thường chuẩn bị như thế nào trước khi đi du lịch trong nước? Bạn thường mang theo gì khi đi du lịch trong nước? Hãy nói cho tôi nghe càng chi tiết càng tốt.

당신은 보통 국내 여행을 가기 전에 어떻게 준비를 하나요? 국내 여행을 갈 때 보통 무엇을 챙겨 가나요? 가능한 한 자세히 이야기해 주세요.

---

4. Nhiều người nghĩ rằng việc đi du lịch đã trở nên khó khăn hơn so với 10 năm trước. Hãy nói về những thay đổi mà bạn đã cảm nhận được khi đi du lịch. Những thay đổi này ảnh hưởng đến khách du lịch và việc đi du lịch như thế nào?

많은 사람들이 10년 전에 비해 여행이 더 힘들어졌다고 생각합니다. 당신이 여행하면서 느낀 변화에 대해 이야기해 주세요. 이러한 변화는 여행객과 여행하는 것에 어떤 영향을 미치나요?

---

5. Khi người ta nói về du lịch, có những lo lắng hoặc khó khăn nào mà người ta nói đến nhiều nhất? Nguyên nhân của những lo lắng hoặc khó khăn đó là gì? Có thể giải quyết chúng như thế nào?

사람들이 여행을 이야기할 때 가장 많이 하는 걱정이나 어려움은 무엇인가요? 이러한 걱정이나 어려움의 원인은 무엇인가요? 어떻게 해결할 수 있나요?

콤보 응용편 7. 여행 **233**

IH 또는 AL 등급에 어울리는 베트남어의 문법과 구조 형태 등을 학습하고 답변에 응용해 보세요. 자연스러운 표현과 언어 구사 능력이 올라 갑니다.

- **Không quá lời khi nói ~** : ~라고 해도 과언이 아니다

'quá lời'는 '과언', 'nói'는 '말하다'라는 뜻으로, 대상의 상태를 다른 예로 빗대어 설명할 때 사용합니다.

  ### Không quá lời khi nói Seoul là nơi địa linh nhân kiệt.
  서울은 인걸지령((人傑地靈)이라고 해도 과언이 아닙니다. (서울은 땅이 좋아 훌륭한 사람이 많다고 해도 과언이 아닙니다.)

  Tip * địa linh nhân kiệt : 인걸지령(人傑地靈) – 훌륭한 인물은 영검한 땅에서 난다

  ### Không quá lời khi nói Hyeopjae là bãi biển đẹp nhất ở Hàn Quốc.
  협재는 한국에서 가장 아름다운 해변이라고 해도 과언이 아닙니다.

- **không hẳn + 형용사** : 딱히 ~하지 않다

'hẳn'은 '분명한, 확실한'이라는 뜻으로 부정 형태에서 자주 사용합니다. 'không hẳn'은 '형용사, 동사+부사, là+명사' 앞에 위치할 경우, 각각 '딱히 ~하지 않는다', '딱히 ~하지 않다', '딱히 ~이지 않다'라는 의미를 나타냅니다. 이 외에 'không hẳn như thế, không hẳn như vậy (딱히 그렇지 않다)' 등으로 활용할 수도 있습니다.

  ### Busan không hẳn là nơi tôi thích.
  부산은 딱히 제가 좋아하는 곳이 아닙니다.

  ### Món ăn đó không hẳn ngon.
  그 음식은 딱히 맛있는 것이 아닙니다.

콤보 형식의 답변을 활용해서 질문별 모범 답변을 제시합니다.

🎧 07-03

Q1. Bạn đã nói trong bảng khảo sát là bạn thích đi du lịch trong nước. Bạn thích nơi nào trong nước của bạn? Tại sao bạn thích nơi đó?

당신은 설문조사에서 국내 여행을 좋아한다고 했습니다. 당신은 당신 나라의 지역 중 어디를 좋아하나요? 왜 그곳을 좋아하나요?

Từ bây giờ tôi sẽ nói về điểm du lịch trong nước yêu thích của tôi. Tôi thích đi du lịch vào cuối tuần cùng với gia đình. Chúng tôi đã đi hầu hết các điểm du lịch nổi tiếng của Hàn Quốc, trong đó tôi thích đảo Jeju nhất. Đảo Jeju là khu vực duy nhất trên thế giới được UNESCO chỉ định với cả ba danh hiệu: Khu dự trữ sinh quyển thế giới, Di sản thiên nhiên thế giới và Công viên địa chất toàn cầu. Không quá lời khi nói đó là nơi được thiên nhiên ban tặng rất nhiều tuyệt cảnh. Tiêu biểu trong các tuyệt cảnh có núi Halla, ngọn núi cao thứ hai trên bán đảo Hàn và có hệ sinh thái phong phú quanh năm, bãi biển Hyeopjae với nước trong xanh, cát trắng mịn và gió biển mát dịu. Thịt lợn đen nướng là đặc sản của đảo Jeju, nên tôi muốn giới thiệu cô ăn thử món đó nếu có cơ hội. Những điều này là sự độc đáo mà chỉ ở Jeju mới có thể trải nghiệm nên nơi đó đã trở thành điểm du lịch yêu thích nhất của tôi.

지금부터 제가 좋아하는 국내 여행지에 대해 이야기하겠습니다. 저는 주말에 가족과 함께 여행하는 것을 좋아합니다. 저희는 한국의 유명한 여행지를 거의 다 갔었는데 그중에 저는 제주도를 가장 좋아합니다. 제주도는 세계적으로 유일한 지역으로 생물권보전지역, 세계자연유산, 세계 지질공원까지 유네스코 3관왕을 지정받았습니다. 그곳의 많은 절경은 자연이 선물해 준 곳이라고 해도 과언이 아닙니다. 대표적인 절경으로는 한반도에서 두 번째로 높은 산이자 연중 생태계가 풍부한 한라산, 맑고 푸른 물과 부드러운 백사장, 그리고 산들 바닷바람을 가지고 있는 협재해변이 있습니다. 흑돼지구이는 제주도의 특산물이므로, 기회가 된다면 드셔보시기를 추천합니다. 이런 것들은 제주에서만 체험할 수 있는 독특함이라서 그곳은 제가 가장 좋아하는 여행지가 되었습니다.

단어

- điểm du lịch 여행지
- hầu hết 거의 모든
- khu vực 지역, 구역
- duy nhất 유일하다
- trên thế giới 세계적으로
- được ~ chỉ định (~에 의해) 지정받다
- ba danh hiệu 3관왕
- khu dự trữ sinh quyển thế giới 생물권보전지역

- di sản thiên nhiên thế giới 세계자연유산
- công viên địa chất toàn cầu 세계 지질공원
- thiên nhiên ban tặng 자연이 선물해 주다
- tuyệt cảnh 절경
- cao 높다
- bán đảo 반도
- hệ sinh thái 생태계

- phong phú 풍부하다
- quanh năm 일 년 내내
- trong xanh 맑고 푸르다
- mịn 부드럽다
- gió biển 바닷바람
- mát dịu 산들, 시원한
- thịt lợn đen 흑돼지 고기
- nướng 굽다
- sự độc đáo 독특함
- trải nghiệm 체험/경험하다

콤보 형식의 답변을 활용해서 질문별 모범 답변을 제시합니다.

🎧 07-04

Q2. Khi đi du lịch thường có những tình huống bất ngờ. Bạn có gặp tình huống bất ngờ khi đi du lịch bao giờ chưa? Đó là tình huống gì? Bạn đã giải quyết thế nào? Bạn hãy kể cho tôi nghe từ đầu đến cuối.

여행을 갈 때 예상하지 못한 상황이 자주 일어납니다. 당신은 여행 중 예상하지 못한 상황에 처한 적이 있나요? 그것은 어떤 상황이었나요? 당신은 어떻게 해결했나요? 처음부터 끝까지 이야기해 주세요.

Vâng, bây giờ tôi sẽ nói về tình huống bất ngờ khi đi du dịch. Một năm trước tôi đã đi du lịch một mình ở đảo Jeju. Ngày đầu tiên rất bình yên, không có việc gì xảy ra cả. Ngày thứ 2, tôi đã đi uống cà phê sáng ở quán cà phê rồi đi ăn món thịt lợn đen nướng nổi tiếng của đảo Jeju. Sau khi ăn xong, tôi đến quầy tính tiền để thanh toán thì phát hiện ví của tôi đã biến mất. Tất cả tiền và thẻ tín dụng tôi đã cho vào ví nên vào khoảnh khắc đó, tôi đã trở thành người vô sản. Tôi đã giải thích tình huống cho chủ quán và để lại số điện thoại rồi trở lại quán cà phê để tìm ví. Nhưng nhân viên quán cà phê nói không thấy ví của tôi! Tôi đã rất bối rối và không biết phải làm thế nào, nhưng may mà tôi nhớ ra một người bạn từng học chung đại học đang sống ở Jeju. Tôi liền gọi cho bạn ấy để vay một ít tiền mặt rồi trở lại quán ăn thanh toán. Cuối cùng tôi đã không thể tìm thấy ví và đã trở về nhà để đi làm lại thẻ ngân hàng. Thật là một chuyến đi đáng tiếc!

네, 이제 저는 여행 중 예상하지 못한 상황에 대해 이야기하겠습니다. 1년 전에 저는 제주도에 혼자 여행을 갔었습니다. 첫날은 매우 평화로웠고, 아무 일도 일어나지 않았습니다. 둘째 날에는 모닝커피를 마시러 카페에 간 후에 제주도의 유명한 흑돼지구이를 먹으러 갔습니다. 밥을 다 먹고 계산하러 계산대에 갔는데 지갑이 사라졌다는 것을 발견했습니다. 지갑에 모든 현금과 신용카드를 넣었기에 그 순간에 한 푼도 없는 사람이 되었습니다. 저는 사장님에게 상황을 설명하고 전화번호를 남긴 뒤에 지갑을 찾으러 다시 카페로 돌아갔습니다. 하지만 카페 직원이 제 지갑을 못 봤다고 했습니다! 저는 너무 당황스럽고 어쩔 줄 몰랐는데, 다행히 대학 동창 한 명이 제주에 산다는 것이 기억났습니다. 저는 그 친구에게 바로 전화를 걸어 현금을 좀 빌리고 나서 식당으로 돌아가 계산했습니다. 결국 지갑을 찾지 못하고 은행 카드를 재발급하기 위해 집으로 돌아갔습니다. 정말 아쉬운 여행이더군요!

단어

- bất ngờ 예상하지 못하다
- bình yên 평화롭다
- quầy tính tiền 계산대
- thanh toán 결제하다, 계산하다
- phát hiện 발견하다
- ví 지갑

- biến mất 사라지다
- thẻ tín dụng 신용카드
- khoảnh khắc 순간
- vô sản 한 푼도 없다
- giải thích 설명하다
- để lại 남기다

- trở lại 돌아가다
- bối rối 당황하다, 혼란스럽다
- nhớ ra 생각나다, 기억나다
- vay (돈을) 빌리다
- tiền mặt 현금
- đáng tiếc 아쉽다

Q3. **Nhiều người nghĩ rằng việc đi du lịch đã trở nên khó khăn hơn so với 10 năm trước. Hãy nói về những thay đổi mà bạn đã cảm nhận được khi đi du lịch. Những thay đổi này ảnh hưởng đến khách du lịch và việc đi du lịch như thế nào?**

많은 사람들이 10년 전에 비해 여행이 더 어려워졌다고 생각합니다. 당신이 여행하면서 느낀 변화에 대해 이야기해 주세요. 이러한 변화는 여행객과 여행하는 것에 어떤 영향을 미치나요?

Thật ra thì tôi nghĩ ý kiến này mang tính tương đối. Có thể việc đi du lịch nước ngoài đã trở nên khó khăn hơn do ngày càng nhiều người có điều kiện đi du lịch nước ngoài nên các quốc gia siết chặt việc cấp visa. Nhưng việc đi du lịch trong nước thì không hẳn như thế. Ở Hàn Quốc, do đường cao tốc ngày càng được xây dựng nhiều hơn, hệ thống giao thông công cộng cũng phát triển hơn, nên việc đi lại trong nước ngày càng dễ dàng. Do đó, người Hàn Quốc thường dành thời gian đi du lịch trong nước vào mỗi cuối tuần bằng xe ô tô hoặc bằng tàu siêu tốc, xe buýt cao tốc. Điều này giúp các điểm du lịch trong nước luôn nhộn nhịp. Và ngoài các khách sạn cao cấp ra thì các khách sạn bình dân, nhà nghỉ cũng ngày càng nhiều nên người ta có thể thuê phòng mà không có gánh nặng về giá cả. Tôi nghĩ những điều này thúc đẩy ngành du lịch Hàn Quốc phát triển nhiều.

사실, 저는 이 의견이 상대적이라고 생각합니다. 해외여행을 할 여건이 있는 사람이 늘어나면서 각국이 비자 발급을 강화했기 때문에 해외여행은 힘들어졌을 가능성이 있습니다. 하지만 국내 여행은 그렇지 않습니다. 한국은 고속도로가 날이 갈수록 더 많이 건설되면서 대중교통 시스템도 발달하여 국내에서 돌아다니기가 쉬워졌습니다. 그래서 한국인들은 주말마다 자동차나 고속 열차 또는 고속버스를 타고 국내를 여행하며 시간을 보냅니다. 이것은 국내 여행지를 항상 붐비게 만듭니다. 그리고 고급 호텔 외에도 저렴한 호텔과 모텔이 많아져 가격 부담 없이 방을 빌릴 수 있습니다. 저는 이런 것들이 한국 관광산업을 많이 발전할 수 있도록 촉진한다고 생각합니다.

단어		
☐ ý kiến 의견	☐ hệ thống 체계, 시스템	☐ cao cấp 고급
☐ mang tính tương đối 상대적으로	☐ giao thông công cộng 대중교통	☐ bình dân 중저가, 저렴한
☐ điều kiện 조건, 여건	☐ đi lại 돌아다니다	☐ nhà nghỉ 모텔
☐ siết chặt 조르다, 강화하다	☐ tàu siêu tốc 고속 열차	☐ gánh nặng 부담
☐ cấp visa 비자를 발급하다	☐ xe buýt cao tốc 고속버스	☐ giá cả 가격
☐ đường cao tốc 고속도로	☐ nhộn nhịp 붐비다, 번화하다	☐ thúc đẩy 촉진하다, 진흥하다
☐ ngày càng 날이 갈수록	☐ khách sạn 호텔	☐ ngành du lịch 관광산업

자신에게 맞는 답변을 체크해 보세요. ☑

주제에 관한 다양하고 유용한 IH 등급의 표현들입니다. 자신에게 맞는 문장을 체크하고 재미있는 스토리를 만들어 보세요. 돌발 질문에도 당황하지 않고 나만의 표현력은 물론, 논리력에도 자신감이 생깁니다.

☐ 저는 여행을 가기 전에 항상 맛집을 먼저 검색합니다.

  Trước khi đi du lịch, tôi luôn luôn tìm quán ăn ngon trước.

☐ 여행할 때 셀카봉은 빠져서는 안 되는 것입니다.

  Gậy selfie là cái không thể thiếu khi đi du lịch.

☐ 저는 여행하면서 사진을 많이 찍는 것을 좋아합니다.

  Tôi thích chụp thật nhiều ảnh khi đi du lịch.

☐ 저는 여행을 가기 전에 항상 멀미약을 준비합니다.

  Tôi luôn luôn chuẩn bị thuốc say xe trước khi đi du lịch.

☐ 한국의 유명한 스키 장소인 강원도를 소개하고 싶습니다.

  Tôi muốn giới thiệu tỉnh Gangwon, nơi trượt tuyết nổi tiếng của Hàn Quốc.

☐ 한국은 사계절이 있는 나라이기 때문에 각 계절마다 여행하는 느낌이 매우 다릅니다.

  Hàn Quốc là đất nước có 4 mùa nên cảm giác đi du lịch vào mỗi mùa rất khác nhau.

☐ 저는 여행을 갈 때 가장 큰 걱정은 안전이라고 생각합니다.

  Tôi nghĩ lo lắng lớn nhất khi đi du lịch là sự an toàn.

☐ 한국을 여행하게 된다면, 걱정할 것이 없습니다.

  Nếu đi du lịch Hàn Quốc thì không có gì phải lo lắng cả.

주제에 관한 다양하고 유용한 AL 등급의 표현들입니다. 자신에게 맞는 문장을 체크하고 재미있는 스토리를 만들어 보세요. 돌발 질문에도 당황하지 않고 나만의 표현력은 물론, 논리력에도 자신감이 생깁니다.

☐ 저에게 음식은 가장 중요한 것이기 때문에 여행을 가기 전에 항상 맛집을 먼저 검색합니다.

Đối với tôi ẩm thực là điều quan trọng nhất nên trước khi đi du lịch, tôi luôn luôn tìm quán ăn ngon trước.

☐ 여행할 때 셀카봉과 카메라 삼각대는 빠져선 안 되는 것입니다.

Gậy selfie và chân máy ảnh là cái không thể thiếu khi đi du lịch.

☐ 여행이 끝나면 사진밖에 남지 않기 때문에 저는 여행하면서 사진을 많이 찍는 것을 좋아합니다.

Tôi thích chụp nhiều ảnh khi đi du lịch vì sau mỗi chuyến đi không còn gì lại ngoài ảnh.

☐ 저는 멀미가 있어서 여행을 가기 전에 항상 멀미약을 준비합니다.

Tôi bị say xe nên luôn luôn chuẩn bị thuốc say xe trước khi đi du lịch.

☐ 저는 '겨울연가'라는 유명한 드라마의 촬영지인 남이섬을 소개하고 싶습니다.

Tôi muốn giới thiệu đảo Nami, nơi quay bộ phim 'Bản tình ca mùa đông' nổi tiếng.

☐ 한국은 사계절이 있는 나라이기 때문에 각 계절마다 여행하는 느낌이 매우 다르고 모든 계절이 다 매력이 있습니다.

Hàn Quốc là đất nước có 4 mùa nên cảm giác đi du lịch vào mỗi mùa rất khác nhau và mùa nào cũng quyến rũ.

☐ 저는 여행을 갈 때 가장 큰 걱정은 안전과 비용이기 때문에 가기 전에 계획을 꼼꼼히 세우는 것이 좋다고 생각합니다.

Tôi nghĩ lo lắng lớn nhất khi đi du lịch là sự an toàn và chi phí nên trước khi đi nên lập kế hoạch kỹ.

☐ 한국은 치안이 좋은 나라라서 한국으로 여행을 오면 걱정할 것이 없습니다.

Nếu đi du lịch Hàn Quốc thì không có gì phải lo lắng cả vì Hàn Quốc là đất nước có an ninh tốt.

해외여행

질문에 관한 답변을 하기 전, 핵심 어휘를 떠올리며 답변 내용을 머릿속으로 미리 정리해 보세요. 핵심 표현을 단계적으로 나열한 Tip을 참고하여 나만의 핵심 어휘도 만들어 보세요.

Q Bạn thích làm gì khi đi du lịch nước ngoài? Hãy nói về các hoạt động bạn thích làm trong kỳ nghỉ khi đi du lịch ở nước khác.

당신은 해외여행을 갈 때 무엇을 즐겨 하나요? 다른 나라로 여행 가서 휴가를 보낼 때 즐겨 하는 활동에 대해 이야기해 주세요.

핵심 어휘 떠올리기

ăn món ăn tiêu biểu 대표적인 음식을 먹다
tham quan bảo tàng 박물관을 참관하다
đi lên đài quan sát 전망대에 올라가다

giao thông thuận lợi
교통이 편리하다
vé máy bay rẻ hơn
항공권이 더 저렴하다
miễn visa 무비자
điều kiện kinh tế trở nên tốt hơn
경제적인 여건이 좋아졌다

thăm cung điện Hoàng gia ở Bangkok
방콕 왕궁을 방문하다
ăn món ăn ở food court
푸드코트에서 음식을 먹다
đi chợ nổi
수상시장에 가다

OPIc 시험에서는 질문의 의도를 빠르게 파악하는 것이 매우 중요합니다. 익숙한 질문일수록, 당황하지 않고 자연스럽게 답변을 할 수 있습니다. 주제에 관한 다양한 질문 유형들을 반복해서 익히고 학습해 보세요.

1. Hãy kể về chuyến đi du lịch nước ngoài đầu tiên của bạn. Bạn đã đi đâu, và đi với ai? Chuyến đi của bạn thế nào?

당신의 첫 해외여행에 대해 이야기해 주세요. 당신은 어디로, 누구와 함께 갔나요? 당신의 여행은 어땠나요?

2. Bạn thường chuẩn bị gì trước khi đi du lịch? Bạn thường mang theo gì, và chuẩn bị hành lý gì?

당신은 여행 가기 전에 보통 무엇을 준비하나요? 보통 무엇을 챙겨가고, 어떤 짐을 싸나요?

3. Hãy nói về những cái mà khách du lịch thường có hứng thú xem hoặc trải nghiệm nhất khi đi du lịch nước ngoài.

여행객들이 해외여행을 할 때 가장 흥미롭게 구경하거나 경험하고 싶어 하는 것에 대해 이야기해 주세요.

4. Hãy so sánh việc đi du lịch nước ngoài hiện nay và việc đi du lịch nước ngoài 5~10 năm trước. Theo bạn thì có những thay đổi chủ yếu nào? Nguyên nhân của những thay đổi đó là gì? Hãy nói chi tiết.

오늘날의 해외여행과 5~10년 전의 해외여행을 비교해 보세요. 어떤 큰 변화가 있다고 생각하나요? 이러한 변화의 원인은 무엇인가요? 자세히 이야기해 주세요.

5. Khi chọn địa điểm du lịch, bạn thường cân nhắc đến điều gì nhiều nhất? Ví dụ như chi phí, văn hóa, an ninh của đất nước đó, vân vân, bạn quan tâm đến điều gì nhất?

당신이 관광지를 선택할 때 가장 많이 고려하는 것은 무엇인가요? 예를 들어, 비용, 그 나라의 문화와 치안 등등 당신이 가장 고려하는 것은 무엇인가요?

IH 또는 AL 등급에 어울리는 베트남어의 문법과 구조 형태 등을 학습하고 답변에 응용해 보세요. 자연스러운 표현과 언어 구사 능력이 올라 갑니다.

● **Dĩ nhiên (là) ~** : 당연히 ~, 물론 ~

'dĩ nhiên'은 '상식적으로 이상하거나 이해하기 어려운 것은 아무것도 없다'라는 의미를 가진 부사로, 문장 또는 서술어 앞에 위치할 경우 '당연히'라는 의미로 표현됩니다. 'là'는 생략 가능 합니다.

Dĩ nhiên ai cũng thích đi du lịch.
당연히 누구나 여행을 좋아합니다.

Dĩ nhiên là tôi có rất nhiều kỉ niệm khi đi du lịch.
당연히 저는 여행을 하면서 추억이 많습니다.

● **không thể ~ vào đâu được** : ~할 데가 없다

「không thể＋동사＋vào đâu được」은 '~할 데가 없다, ~할 수가 없다'라는 의미로 어떠한 내용, 사실에 대해 긍정적인 강조를 나타냅니다.

Vị cà phê ở đó rất đặc biệt, không thể nhầm vào đâu được.
그곳의 커피 맛은 아주 특별해서 헷갈릴 수가 없습니다.

Phong cảnh ở đó rất đẹp, không thể chê vào đâu được.
그곳의 경치는 너무 아름다워서 나무랄 데가 없습니다.

콤보 형식의 답변을 활용해서 질문별 모범 답변을 제시합니다.

🎧 07-08

Q1. Bạn thích làm gì khi đi du lịch nước ngoài? Hãy nói về các hoạt động bạn thích làm trong kỳ nghỉ khi đi du lịch ở nước khác.

당신은 해외여행을 갈 때 무엇을 즐겨 하나요? 다른 나라로 여행을 가서 휴가를 보낼 때 즐겨 하는 활동에 대해 이야기해 주세요.

Khi đi du lịch nước ngoài thì có rất nhiều việc mà tôi muốn làm. Trong đó có 3 việc không thể thiếu. Thứ nhất là ăn món ăn tiêu biểu của quốc gia đó. Tôi nghĩ đây là việc thú vị và hạnh phúc nhất không chỉ đối với tôi mà còn rất nhiều người khác. Khi đi du lịch thì tôi tạm quên đi việc phải giảm cân và tận hưởng thỏa thích các món ăn. Thứ hai là tôi thích tham quan bảo tàng. Vì tôi muốn hiểu hơn về lịch sử, văn hóa, nghệ thuật của quốc gia mà tôi đến thăm. Và việc thứ ba là tôi thích đi đài quan sát nếu ở nơi đó có. Nếu đi lên cao và ngắm nhìn thành phố thì có thể hiểu rõ hơn về kiến trúc, quy hoạch của thành phố đó, cũng như cảm nhận được một vẻ đẹp khác với khi đi tham quan trên đường. Ngoài ra thì dĩ nhiên là tôi cũng tham quan các điểm tham quan nổi tiếng khác. Nói chung khi đi du lịch nước ngoài thì tôi luôn lập kế hoạch kỹ để có thể làm hết tất cả những việc tôi muốn.

저는 해외여행을 갈 때 하고 싶은 것이 참 많습니다. 그중에 3가지는 빠져선 안 되는 것입니다. 첫 번째는 그 나라의 대표적인 음식을 먹는 것입니다. 이것은 저뿐만 아니라 다른 많은 사람들에게도 가장 재미있고 행복한 것이라고 생각합니다. 여행을 할 때 저는 살을 빼야 한다는 것을 잠시 잊고 음식을 마음껏 즐기며 먹습니다. 두 번째, 저는 박물관을 참관하는 것을 좋아합니다. 왜냐하면 제가 방문하는 나라의 역사, 문화, 예술에 대해 더 이해하고 싶기 때문입니다. 그리고 세 번째로 좋아하는 것은 전망대가 있으면 그곳에 가는 것입니다. 높은 곳에 올라가서 도시를 바라보면 그 도시의 건축과 계획을 더 잘 이해할 수 있으며, 길을 걸을 때와 다른 아름다움을 느낄 수 있습니다. 그 밖에 당연히 다른 명소도 관람하는 것입니다. 대체로 해외여행을 갈 때는 제가 원하는 것을 다 할 수 있도록 계획을 꼼꼼히 세웁니다.

단어
- món ăn tiêu biểu 대표적인 음식
- giảm cân 살을 빼다
- tận hưởng 즐기다
- thỏa thích 마음껏
- tham quan 참관하다, 관람하다
- bảo tàng 박물관
- lịch sử 역사
- văn hóa 문화
- nghệ thuật 예술
- đài quan sát 전망대
- ngắm nhìn 바라보다, 구경하다
- hiểu 이해하다
- rõ 뚜렷하다, 잘(알다, 이해하다 등)
- kiến trúc 건축
- quy hoạch (도시, 지역 등) 계획
- lập kế hoạch 계획을 세우다
- kỹ 꼼꼼히

콤보 형식의 답변을 활용해서 질문별 모범 답변을 제시합니다.

🎧 07-09

Q2. Hãy kể về chuyến đi du lịch nước ngoài đầu tiên của bạn. Bạn đã đi đâu, và đi với ai? Chuyến đi của bạn thế nào?

당신의 첫 해외여행에 대해 이야기해 주세요. 당신은 어디로, 누구와 함께 갔나요? 당신의 여행은 어땠나요?

Chuyến du lịch nước ngoài đầu tiên của tôi là chuyến du lịch đến Thái Lan trong 6 ngày cùng với các bạn thân của tôi sau khi tôi tốt nghiệp đại học. 3 ngày đầu tiên chúng tôi đã ở Bangkok, và đã đi thăm cung điện Hoàng gia ở Bangkok, ăn các món ăn tiêu biểu của Thái Lan như Pad Thái, xôi xoài, Tom Yum Goong ở food court nổi tiếng rồi đi chợ nổi. Cung điện Hoàng gia của Thái Lan rất to và có phong cách độc đáo khác hẳn với cung điện của Hàn Quốc. Món ăn thì không thể chê vào đâu được. Và vì đó là lần đầu tiên tôi đi chợ nổi nên đã rất sợ nhưng cũng rất háo hức. 3 ngày sau đó thì chúng tôi đã dành thời gian đi lặn biển, thư giãn ở Phuket. Chuyến du lịch nước ngoài đầu tiên cùng với các bạn thân của tôi đã rất hoàn hảo và nếu có dịp thì tôi muốn đi Thái Lan một lần nữa.

제 첫 해외여행은 대학 졸업 후 친한 친구들과 함께 6일 동안 태국으로 여행을 간 것입니다. 첫 3일간 방콕에 있었고, 방콕의 왕궁을 방문하였으며, 유명한 푸드코트에서 팟타이, 망고 밥, 똠얌꿍 등 태국의 대표적인 음식을 먹고 수상시장에 갔습니다. 태국의 왕궁은 매우 크고 한국의 궁전과는 완전히 다른 독특한 스타일을 가지고 있습니다. 음식은 흠잡을 데가 없었습니다. 그리고 수상시장에 처음 갔기 때문에 무서웠지만 매우 설레기도 했습니다. 그 후 3일 동안 저희는 푸껫에서 스노클링과 휴식을 취하며 시간을 보냈습니다. 제 친한 친구들과의 첫 해외여행은 아주 완벽했고 기회가 있다면 다시 태국에 가고 싶습니다.

단어		
□ bạn thân 친한 친구	□ tom yum goong 똠얌꿍	□ sợ 무섭다, 겁이 나다
□ tốt nghiệp đại học 대학을 졸업하다	□ food court 푸드코트	□ háo hức 설레다
□ thăm 방문하다	□ chợ nổi 수상시장	□ lặn biển 스노클링
□ cung điện Hoàng gia 왕궁	□ phong cách 스타일	□ thư giãn 휴식을 취하다, 힐링하다
□ pad thái 팟타이	□ độc đáo 독특하다	□ hoàn hảo 완벽하다
□ xôi xoài 망고 밥	□ khác hẳn 완전히 다르다	□ dịp (~갈, ~할) 기회

Q3. **Hãy so sánh việc đi du lịch nước ngoài hiện nay và việc đi du lịch nước ngoài 5~10 năm trước. Theo bạn thì có những thay đổi chủ yếu nào? Nguyên nhân của những thay đổi đó là gì? Hãy nói chi tiết.**

오늘날의 해외여행과 5~10년 전의 해외여행을 비교해 보세요. 어떤 큰 변화가 있다고 생각하나요? 이러한 변화의 원인은 무엇인가요? 자세히 이야기해 주세요.

Theo ý kiến cá nhân của tôi, thì việc đi du lịch nước ngoài hiện nay đã trở nên dễ dàng và tiện lợi hơn trước đây. Có một số lý do cho sự thay đổi này. Thứ nhất là dạo này giao thông thuận lợi hơn, vé máy bay rẻ hơn. Khoảng 10 năm trước thì đi du lịch là điều rất xa xỉ vì vé máy bay đắt và đi lại ở nước ngoài cũng không dễ. Nguyên nhân thứ hai là nhiều nước miễn visa cho khách du lịch. Hiện nay với hộ chiếu Hàn Quốc, chúng tôi được miễn visa ở hơn 180 nước gồm Việt Nam, Thái Lan, Nhật Bản v.v…. Và nguyên nhân cuối cùng là điều kiện kinh tế của nhiều người đã trở nên tốt hơn nên chi phí du lịch không còn là gánh nặng. Ngoài ra vì internet phát triển, việc tìm kiếm thông tin đơn giản nên du lịch tự túc cũng trở nên phổ biến hơn du lịch trọn gói. Tôi nghĩ trong tương lai sẽ có nhiều thay đổi nữa.

제 개인적인 의견으로는 현재 해외여행은 예전보다 더 쉽고 편리해졌습니다. 이 변화는 여러 가지 이유가 있습니다. 첫 번째는 요즘 교통이 더 편리하고, 항공권이 더 저렴하다는 것입니다. 한 10년 전만 해도 항공권이 비싸고 해외에서 다니는 것도 쉽지 않아서 여행은 사치였습니다. 두 번째 이유는 여행객을 대상으로 비자를 면제해 주는 나라들이 많아졌다는 것입니다. 현재 한국 여권은 베트남, 태국, 일본 등 180여 개 국에서 비자 면제를 받습니다. 그리고 마지막 이유는 많은 사람들의 경제적인 여건이 좋아졌기 때문에 더 이상 여행 비용이 부담이 되지 않기 때문입니다. 그 밖에 인터넷이 발달하면서 정보 찾기가 간단해져서 패키지여행보다 배낭여행이 더 보편적이게 되었습니다. 앞으로 더 많은 변화가 있을 것이라고 생각합니다.

단어			
□ giao thông 교통	□ hộ chiếu 여권	□ tìm kiếm 검색하다, 찾다
□ thuận lợi 편리하다	□ điều kiện 여건, 조건	□ thông tin 정보
□ vé máy bay 항공권	□ kinh tế 경제, 경제적인	□ đơn giản 간단하다
□ rẻ 저렴하다	□ chi phí du lịch 여행 비용	□ du lịch tự túc 배낭여행
□ xa xỉ 사치, 사치적이다	□ gánh nặng 부담	□ phổ biến 보편적이다
□ miễn visa 무비자, 비자를 면제하다	□ phát triển 발전하다, 발달하다	□ du lịch trọn gói 패키지여행

유용한 표현사전 IH

자신에게 맞는 답변을 체크해 보세요. ☑

주제에 관한 다양하고 유용한 IH 등급의 표현들입니다. 자신에게 맞는 문장을 체크하고 재미있는 스토리를 만들어 보세요. 돌발 질문에도 당황하지 않고 나만의 표현력은 물론, 논리력에도 자신감이 생깁니다.

☐ 저는 해외여행을 가기 전에 보통 그 나라의 인사말을 배웁니다.

Trước khi đi du lịch nước ngoài tôi thường học các câu chào hỏi của nước đó.

☐ 저는 보통 비수기에 해외여행을 갑니다.

Tôi thường đi du lịch nước ngoài vào mùa thấp điểm.

☐ 해외여행지를 선택할 때 저는 돈이 많지 않기 때문에 비용에 가장 신경 씁니다.

Khi chọn địa điểm đi du lịch nước ngoài, tôi quan tâm đến chi phí nhất vì tôi không có nhiều tiền.

☐ 저는 동남아 국가들의 기후와 문화를 좋아합니다.

Tôi thích khí hậu và văn hóa của các nước Đông Nam Á.

☐ 저는 항상 해외공항에 도착하자마자 유심 카드를 구매합니다.

Tôi luôn luôn mua sim điện thoại khi vừa đến sân bay ở nước ngoài.

☐ 저는 영어권 국가에서 여행하는 것을 좋아합니다.

Tôi thích đi du lịch ở các quốc gia nói tiếng Anh.

☐ 요즘은 어디를 가도 한국인 여행객들을 쉽게 볼 수 있습니다.

Dạo này đi du lịch ở đâu cũng dễ dàng nhìn thấy khách du lịch Hàn Quốc.

☐ 저는 그 나라의 음식이 입맛에 안 맞을까 봐 라면을 챙겨 갑니다.

Tôi mang theo mì ăn liền vì sợ món ăn ở nước đó không hợp khẩu vị.

주제에 관한 다양하고 유용한 AL 등급의 표현들입니다. 자신에게 맞는 문장을 체크하고 재미있는 스토리를 만들어 보세요. 돌발 질문에도 당황하지 않고 나만의 표현력은 물론, 논리력에도 자신감이 생깁니다.

☐ 저는 해외여행을 가기 전에 보통 그 나라의 인사말을 배우고 금기사항을 알아봅니다.

Trước khi đi du lịch nước ngoài tôi thường học các câu chào hỏi và tìm hiểu những điều cấm kị của nước đó.

☐ 저는 비용을 아끼기 위해서 보통 비수기에 해외여행을 갑니다.

Tôi thường đi du lịch nước ngoài vào mùa thấp điểm để tiết kiệm chi phí.

☐ 해외여행지를 선택할 때 저는 치안에 가장 많이 신경을 쓰고, 그다음에는 비용과 문화입니다.

Khi chọn địa điểm đi du lịch nước ngoài, tôi quan tâm đến trị an nhiều nhất, sau đó là chi phí và văn hóa.

☐ 저는 동남아 국가들의 열대 기후와 느긋한 문화를 좋아합니다.

Tôi thích khí hậu nhiệt đới và văn hóa chậm rãi của các nước Đông Nam Á.

☐ 저는 비상연락의 목적으로 항상 해외공항에 도착하자마자 유심 카드를 구매합니다.

Tôi luôn luôn mua sim điện thoại khi vừa đến sân bay ở nước ngoài cho mục đích liên hệ khẩn cấp.

☐ 저는 비영어권 나라에서 여행하면 언어장벽이 있을까 봐 영어권 나라에서 여행하는 것을 좋아합니다.

Tôi thích đi du lịch ở các quốc gia nói tiếng Anh vì sợ có rào cản ngôn ngữ khi du lịch ở các quốc gia không nói tiếng Anh.

☐ 요즘 한국 사람들은 해외여행을 좋아해서 어디를 가도 한국인 여행객들을 쉽게 볼 수 있습니다.

Dạo này vì người Hàn Quốc thích đi du lịch nước ngoài nên đi đâu cũng dễ dàng nhìn thấy khách du lịch Hàn Quốc.

☐ 저는 그 나라의 음식이 입맛에 안 맞을까 봐 라면을 챙겨 가고, 이것은 제 습관이 되어버렸습니다.

Tôi mang theo mì ăn liền vì sợ món ăn ở nước đó không hợp khẩu vị và việc này đã trở thành thói quen của tôi.

국내/해외 출장

질문에 관한 답변을 하기 전, 핵심 어휘를 떠올리며 답변 내용을 머릿속으로 미리 정리해 보세요. 핵심 표현을 단계적으로 나열한 Tip을 참고하여 나만의 핵심 어휘도 만들어 보세요.

Q Từ lúc bạn rời nhà cho đến lúc bạn lấy chìa khóa phòng khách sạn, bạn thường phải trải qua những bước nào trong một chuyến công tác quốc tế?

해외 출장을 갈 때 집에서 나올 때부터 호텔방 열쇠를 받을 때까지 당신은 보통 어떤 단계들을 거쳐야 하나요?

핵심 어휘 떠올리기

đi xe buýt đến sân bay 버스를 타고 공항에 가다
làm thủ tục check-in 체크인 수속을 하다
kiểm tra an ninh 보안 검색

phần mềm họp trực tuyến xuất hiện
화상회의 소프트웨어 등장
cắt giảm chi phí
비용 절감

công tác Việt Nam 베트남 출장
đi cùng đồng nghiệp
직장동료와 같이 가다
gặp khách hàng 고객을 만나다
thương thảo hợp đồng thành công
계약을 성공적으로 협상하다

kiểm tra xuất cảnh/nhập cảnh 출국/입국 심사
tìm hành lí 수하물을 찾다
đi taxi đến khách sạn 택시를 타고 호텔로 가다

🎧 07-12

OPIc 시험에서는 질문의 의도를 빠르게 파악하는 것이 매우 중요합니다. 익숙한 질문일수록, 당황하지 않고 자연스럽게 답변을 할 수 있습니다. 주제에 관한 다양한 질문 유형들을 반복해서 익히고 학습해 보세요.

1. Bạn đã nói trong bản khảo sát là bạn thường đi công tác nước ngoài. Hãy kể cho tôi nghe về thành phố mà bạn thường đi công tác. Thành phố đó trông như thế nào?

당신은 설문조사에서 해외 출장을 자주 간다고 했습니다. 당신이 자주 출장을 가는 도시에 대해 이야기해 주세요. 그 도시는 어떻게 생겼나요?

2. Bạn đã nói trong bảng khảo sát là bạn thường đi công tác nước ngoài. Khi đi công tác nước ngoài bạn thường chuẩn bị gì? Bạn thường mang theo cái gì? Và bạn thường làm gì trong chuyến công tác?

당신은 설문조사에서 해외 출장을 자주 간다고 했습니다. 당신은 해외 출장을 갈 때 보통 무엇을 준비하나요? 보통 무엇을 챙겨 가나요? 그리고 출장을 가면 주로 무엇을 하나요?

3. Khi đi công tác nước ngoài đôi khi có những việc bất ngờ xảy ra. Hãy nói cho tôi nghe về một việc đã xảy ra khi bạn đi công tác.

해외 출장 중에 예상하지 못한 일이 종종 일어납니다. 당신이 출장을 갔을 때 일어났던 일에 대해 이야기해 주세요.

4. Dạo này có nhiều người đi công tác nước ngoài không? Theo bạn, việc đi công tác nước ngoài có gì khác với trước đây không?

최근에 해외 출장을 가는 사람이 많나요? 당신 생각에, 해외 출장이 예전과 다른 점이 있나요?

5. Hãy mô tả một chuyến công tác mà bạn thích. Bạn đã đi lúc nào? Bạn đã đi đâu? Ở đâu? Bạn đã gặp ai và đã có điều gì đáng nhớ? Tôi muốn nghe chi tiết.

당신이 좋아했던 출장을 묘사하세요. 언제 갔었나요? 어디 갔었나요? 어디서 숙박했나요? 당신은 누구를 만났고 어떤 점이 기억에 남나요? 자세한 이야기를 듣고 싶습니다.

 문법 익히기

IH 또는 AL 등급에 어울리는 베트남어의 문법과 구조 형태 등을 학습하고 답변에 응용해 보세요. 자연스러운 표현과 언어 구사 능력이 올라갑니다.

● 동사 'xong'

'xong'은 '끝내다, 마치다'라는 단독 동사로서 서술어의 역할을 할 수 있습니다. 보통 「주어+동사(+목적어)+xong」 구조로 쓰이며, 주어가 어떤 행동을 완료했음을 나타냅니다.

Chúng tôi đã làm xong việc sau 5 ngày đến Việt Nam.
저희는 베트남에 온 지 5일 만에 일을 끝냈습니다.

Tôi đã xong việc báo cáo kết quả cuộc họp cho cấp trên.
저는 회의 결과를 상사에게 다 보고했습니다.

● 부사 nữa

부사 'nữa'는 쓰임에 따라 다양한 의미를 가지고 있습니다.

① 더 이상, 아직 : 행동이나 상태의 지속
② 다시, 또 : 행동이나 상태의 반복
③ 더 : 행동, 상태의 정도나 강도 증가, 양에 대한 추가

Tôi không muốn ăn nữa.
저는 더 이상 안 먹고 싶습니다(그만 먹고 싶습니다).

Tôi không muốn đi công tác nước ngoài nữa.
저는 해외 출장을 다시는 가고 싶지 않습니다.

Tôi đã phải ở đó 2 ngày nữa vì không có vé máy bay.
저는 비행기가 없었기 때문에 거기에 이틀 더 있어야 했습니다.

콤보 형식의 답변을 활용해서 질문별 모범 답변을 제시합니다.

🎧 07-13

Q1. Từ lúc bạn rời nhà cho đến lúc bạn lấy chìa khóa phòng khách sạn, bạn thường phải trải qua những bước nào trong một chuyến công tác quốc tế?

해외 출장을 갈 때 집에서 나올 때부터 호텔방 열쇠를 받을 때까지 당신은 보통 어떤 단계들을 거쳐야 하나요?

Vâng, bây giờ tôi sẽ nói về quá trình đi công tác nước ngoài. Đầu tiên tôi phải di chuyển từ nhà ra sân bay quốc tế để làm thủ tục xuất cảnh. Tôi thường đi xe buýt sân bay vì đây là phương tiện rẻ và tiện nhất, mất khoảng 1 giờ từ nhà tôi đến sân bay quốc tế Incheon. Sau đó tôi làm các thủ tục cần thiết tại sân bay như check-in, gửi hành lí, kiểm tra an ninh, kiểm tra xuất cảnh v.v…. Tiếp theo tôi ngồi ở phòng chờ đến khi lên máy bay. Khi trên máy bay, tôi thường xem lại lịch trình công tác, các việc phải làm trong chuyến công tác, rồi xem phim hoặc chợp mắt một chút. Khi đến sân bay ở nước ngoài thì tôi làm thủ tục nhập cảnh, tìm hành lí rồi đi taxi đến khách sạn nhận phòng. Tôi thấy việc di chuyển và làm các thủ tục xuất nhập cảnh khá phiền phức và mất thời gian, khiến tôi mệt mỏi hơn khi làm việc.

네, 이제 저는 해외 출장 가는 과정에 대해 이야기하겠습니다. 우선 저는 출국 수속을 하기 위해 집에서 국제공항으로 이동해야 합니다. 공항버스는 가장 저렴하고 편리한 수단이기 때문에 저는 보통 공항버스를 이용하며, 집에서 인천국제공항까지 약 1시간 정도 걸립니다. 그 후에는 공항에서 체크인, 수하물 붙이기, 보안 검색, 출국 심사 등 필요한 절차를 밟습니다. 그다음 비행기에 탑승할 때까지 대합실에 앉아 기다립니다. 저는 비행기에 있는 동안 보통 출장 일정, 출장 중 할 일 등을 다시 본 다음 영화를 보거나 눈을 붙입니다. 외국 공항에 도착하면 입국 수속을 하고 수하물을 찾고 택시를 타고 호텔에 가서 체크인을 합니다. 이동하고 출입국 수속을 하는 것은 상당히 귀찮고 시간이 많이 걸려서 일할 때보다 더 피곤해진다고 생각합니다.

단어

- quá trình 과정
- di chuyển 이동하다
- sân bay quốc tế 국제공항
- thủ tục 수속
- xuất cảnh 출국(하다)
- xe buýt sân bay 공항버스
- phương tiện 수단
- cần thiết 필수적이다, 필요하다

- gửi hành lí 수하물을 붙이다
- kiểm tra an ninh 보안 검색
- kiểm tra xuất cảnh/nhập cảnh 출국/입국 심사
- phòng chờ 대기실, 대합실
- lên máy bay 비행기에 탑승하다
- lịch trình công tác 출장 일정
- chợp mắt 눈을 붙이다

- thủ tục nhập cảnh 입국 수속
- tìm hành lí 수하물을 찾다
- nhận phòng 입실하다, 체크인하다
- thủ tục xuất nhập cảnh 출입국 수속
- phiền phức 귀찮다
- mất thời gian 시간이 (많이) 걸리다
- mệt mỏi 피곤하다, 지치다

콤보 형식의 답변을 활용해서 질문별 모범 답변을 제시합니다.

🎧 07-14

Q2. Hãy mô tả một chuyến công tác mà bạn thích. Bạn đã đi lúc nào? Bạn đã đi đâu? Ở đâu? Bạn đã gặp ai và đã có điều gì đáng nhớ? Tôi muốn nghe chi tiết.

당신이 좋아했던 출장을 묘사하세요. 언제 갔었나요? 어디 갔었나요? 어디서 숙박했나요? 당신은 누구를 만났고 어떤 점이 기억에 남나요? 자세한 이야기를 듣고 싶습니다.

Bây giờ tôi sẽ nói về chuyến công tác mà tôi thích. 6 tháng trước, tôi đã đi công tác Việt Nam lần đầu tiên với đồng nghiệp của tôi. Mục đích của chuyến công tác đó là gặp khách hàng Việt Nam để thương thảo hợp đồng bán sản phẩm của công ty tôi. Bầu không khí của cuộc họp đã rất căng thẳng vì có nhiều bất đồng ý kiến giữa chúng tôi và khách hàng về giá cả cũng như thời gian giao hàng. Nhưng may mắn là sau 2 ngày họp thì chúng tôi đã thương thảo hợp đồng thành công. Sau khi xong việc, tôi và đồng nghiệp đã có 1 ngày để đi tham quan đường phố. Đây là lần đầu tiên tôi đến Việt Nam, và Việt Nam rất khác với những gì tôi đã nghĩ. Tôi thích thời tiết ấm áp và món ăn của Việt Nam, đặc biệt là phở. Tôi hy vọng sau này sẽ có cơ hội đi công tác ở Việt Nam một lần nữa.

이제 제가 좋아하는 출장에 대해 이야기하겠습니다. 6개월 전, 직장동료와 처음으로 베트남 출장을 갔었습니다. 그 출장의 목적은 베트남 고객을 만나서 우리 회사 제품 판매 계약을 협상하기 위한 것이었습니다. 가격과 납품 시간에 대해 저희와 고객 사이에 의견 불일치가 많았기 때문에 회의의 분위기가 아주 팽팽했습니다. 하지만 다행히 이틀간의 회의 끝에 저희는 성공적으로 계약을 협상했습니다. 일을 마친 후, 동료와 저는 하루 동안 거리를 관광했습니다. 베트남에 처음 가 봤는데 베트남은 제가 생각했던 것과 많이 다른 것 같습니다. 저는 베트남의 따뜻한 날씨와 음식, 특히 쌀국수를 좋아합니다. 앞으로 한 번 더 베트남에 출장을 갈 기회가 있었으면 좋겠습니다.

단어		
□ đi công tác 출장을 가다	□ bầu không khí 분위기	□ thành công 성공적으로, 성공적, 성공
□ đồng nghiệp 직장동료	□ cuộc họp 회의	□ tham quan đường phố
□ mục đích 목적	□ căng thẳng	거리를 관광하다
□ khách hàng 고객	긴장하다, 팽팽하다, 스트레스를 받다	□ thời tiết 날씨
□ thương thảo 협상하다	□ bất đồng ý kiến 의견 불일치	□ ấm áp 따뜻하다
□ hợp đồng 계약, 계약서	□ giá cả 가격	□ sau này 나중에, 앞으로
□ bán sản phẩm 제품 판매	□ thời gian giao hàng 납품 시간	

Q3. Dạo này có nhiều người đi công tác nước ngoài không? Theo bạn, việc đi công tác nước ngoài có gì khác với trước đây không?

최근에 해외 출장을 가는 사람이 많나요? 당신 생각에, 해외 출장이 예전과 다른 점이 있나요?

Theo ý kiến cá nhân của tôi thì vẫn có nhiều người đi công tác nước ngoài. Tuy nhiên, một số công ty ở Hàn Quốc đã giảm việc đi công tác nước ngoài vì vài lý do. Lý do lớn nhất là dạo này phần mềm họp trực tuyến như Zoom, Google Meet xuất hiện và ngày càng hoàn thiện hơn, do đó việc họp trực tuyến trở nên hiệu quả và tiện lợi hơn rất nhiều. Người ta có thể thông qua phần mềm họp trực tuyến họp bất cứ lúc nào, bất cứ ở đâu. Lý do thứ hai là dạo này tình hình kinh tế không tốt nên nhiều công ty muốn cắt giảm chi phí bằng cách giảm việc đi công tác nước ngoài và làm việc thông qua email, điện thoại, họp trực tuyến. Do đó, có thể nói ở các công ty lớn thì việc đi công tác nước ngoài không thay đổi nhiều, nhưng ở các công ty vừa và nhỏ thì việc đi công tác nước ngoài đã giảm.

제 개인적인 생각에는 해외 출장을 가는 사람들이 아직도 많은 것 같습니다. 그렇지만, 몇몇의 한국 기업은 여러 가지 이유로 해외 출장을 줄였습니다. 가장 큰 이유는 요즘 줌, 구글 미트 등 화상회의 소프트웨어가 나타났고 날이 갈수록 더욱 완벽해져서 화상회의가 훨씬 효율적이고 편리해졌기 때문입니다. 사람들은 화상회의 소프트웨어를 통해 언제 어디서나 회의를 할 수 있습니다. 두 번째 이유는 최근 경제 상황이 좋지 않아서 많은 기업이 이메일, 전화, 화상회의 등을 통해 업무를 하고 해외 출장을 줄이는 방법으로 비용을 절감하고자 하기 때문입니다. 따라서, 대기업에서는 해외 출장이 크게 달라지지 않았지만 중소기업에서는 해외 출장이 줄었다고 할 수 있습니다.

단어

- **giảm** 줄이다
- **phần mềm họp trực tuyến** 화상회의 소프트웨어
- **xuất hiện** 나타나다
- **ngày càng** 날이 갈수록
- **hoàn thiện** 완벽하다, 완성되다
- **hiệu quả** 효과, 효율적이다
- **tiện lợi** 편리하다
- **bất cứ lúc nào** 늘, 언제든
- **bất cứ ở đâu** 어디든, 어디서나
- **tình hình kinh tế** 경제 상황, 경기
- **cắt giảm chi phí** 비용을 절감하다
- **công ty vừa và nhỏ** 중소기업

자신에게 맞는 답변을 체크해 보세요. ☑

주제에 관한 다양하고 유용한 IH 등급의 표현들입니다. 자신에게 맞는 문장을 체크하고 재미있는 스토리를 만들어 보세요. 돌발 질문에도 당황하지 않고 나만의 표현력은 물론, 논리력에도 자신감이 생깁니다.

☐ 저는 보통 해외 출장을 안 가고 한국에서 지방 출장을 많이 갑니다.

Tôi thường đi công tác tỉnh ở Hàn Quốc chứ không đi công tác nước ngoài.

☐ 지난겨울, 차를 운전해서 강원도로 출장을 가는 길에 앞 차가 사고를 내서 막힌 적이 있습니다.

Mùa đông năm trước, trên đường lái xe ô tô đi công tác ở tỉnh Gangwon tôi đã bị tắc đường do xe phía trước gây tai nạn.

☐ 날씨가 안 좋아서 비행기가 다 취소됐었습니다.

Tất cả các chuyến bay đã bị hủy do thời tiết xấu.

☐ 출장을 가면 평소보다 일을 더 많이 해야 합니다.

Nếu đi công tác thì phải làm việc nhiều hơn bình thường.

☐ 저는 자주 중국에 시장 조사하러 갑니다.

Tôi thường đi khảo sát thị trường ở Trung Quốc.

☐ 저는 짐을 잘 싸지 못해서 아내가 저를 자주 도와줍니다.

Vì tôi không giỏi xếp hành lí nên vợ tôi thường giúp tôi.

☐ 저는 해외 출장을 가면 아이들에게 줄 기념품을 구입합니다.

Nếu đi công tác nước ngoài thì tôi mua quà lưu niệm cho các con tôi.

☐ 저는 공항 면세점에서 물건을 구경하면서 시간 보내는 것을 좋아합니다.

Tôi thích dành thời gian xem hàng hóa ở quầy miễn thuế trong sân bay.

주제에 관한 다양하고 유용한 AL 등급의 표현들입니다. 자신에게 맞는 문장을 체크하고 재미있는 스토리를 만들어 보세요. 돌발 질문에도 당황하지 않고 나만의 표현력은 물론, 논리력에도 자신감이 생깁니다.

☐ 저희 회사는 한국 시장에서만 활동하고 있기 때문에 저는 보통 해외 출장을 안 가고 한국에서 지방 출장을 많이 갑니다.

Tôi thường đi công tác tỉnh ở Hàn Quốc chứ không đi công tác nước ngoài vì công ty tôi chỉ hoạt động ở thị trường Hàn Quốc.

☐ 지난겨울, 차를 운전해서 강원도로 출장을 가는 길에 앞 차가 사고를 냈을 뿐만 아니라 눈 때문에 길이 미끄러워서 교통 체증이 심했습니다.

Mùa đông năm trước, trên đường lái xe ô tô đi công tác ở tỉnh Gangwon tôi đã bị tắc đường nghiêm trọng do xe phía trước gây tai nạn và đường trơn do tuyết.

☐ 저는 일을 마치고 서울로 돌아가야 했는데 날씨가 안 좋아서 비행기가 다 취소됐었습니다.

Sau khi xong việc tôi phải về Seoul nhưng tất cả các chuyến bay đã bị hủy do thời tiết xấu.

☐ 출장을 가면 평소보다 일을 더 많이 해야 하기 때문에 저는 출장을 좋아하지 않습니다.

Vì khi đi công tác thì phải làm việc nhiều hơn bình thường nên tôi không thích đi công tác.

☐ 저는 자주 중국에 시장 조사를 하고 세미나에 참석하러 갑니다.

Tôi thường đi khảo sát thị trường và tham dự hội thảo ở Trung Quốc.

☐ 제가 출장을 갈 때마다 아내가 짐 싸는 것을 도와줘서 정말 고맙게 생각합니다.

Tôi rất biết ơn vợ vì cô ấy thường giúp xếp hành lí mỗi khi tôi đi công tác.

☐ 저는 해외 출장을 가면 공항 면세점에서 제 아이들에게 줄 기념품과 아내에게 줄 화장품을 자주 구입합니다.

Khi đi công tác nước ngoài tôi thường mua quà lưu niệm cho các con và mua mỹ phẩm cho vợ ở cửa hàng miễn thuế trong sân bay.

☐ 저는 비행기 탑승 대기 중에 공항 면세점에서 물건을 구경하며 시간 보내는 것을 좋아합니다.

Tôi thích dành thời gian xem hàng hóa ở quầy miễn thuế trong sân bay trong thời gian chờ lên máy bay.

Bài 4

🎧 07-16

집에서 보내는 휴가

질문에 관한 답변을 하기 전, 핵심 어휘를 떠올리며 답변 내용을 머릿속으로 미리 정리해 보세요. 핵심 표현을 단계적으로 나열한 Tip을 참고하여 나만의 핵심 어휘도 만들어 보세요.

Q **Hãy mô tả một vài việc bạn thích làm với những người mà bạn đến thăm hoặc gặp trong kỳ nghỉ của mình.**

당신이 휴가 때 방문하거나 만나는 사람들과 함께 즐겨 하는 일 중 몇 가지에 대해 설명해 보세요.

  핵심 어휘 떠올리기

gia đình chị gái 언니네 가족, **nấu ăn** 요리하다
vừa ăn cơm vừa tán gẫu 밥을 먹으면서 수다를 떨다
uống cà phê 커피를 마시다, **xem phim** 영화를 보다

nghỉ ngơi 휴식을 취하다

tái tạo năng lượng
활력을 되찾다

thư giãn đầu óc
머리를 식히다

trải nghiệm cái mới
새로운 것을 경험하다

cải thiện hay nâng cao chất lượng mối quan hệ 관계의 질 개선 또는 향상

đi du lịch nước ngoài nhiều hơn
해외여행을 더 많이 가다

tiêu dùng nhiều hơn
소비를 더 많이 하다

staycation 호캉스

OPIc 시험에서는 질문의 의도를 빠르게 파악하는 것이 매우 중요합니다. 익숙한 질문일수록, 당황하지 않고 자연스럽게 답변을 할 수 있습니다. 주제에 관한 다양한 질문 유형들을 반복해서 익히고 학습해 보세요.

1. Bạn đã nói trong bảng khảo sát là bạn thích ở nhà trong kỳ nghỉ. Vì sao bạn thích ở nhà trong kỳ nghỉ? Hoạt động nào bạn thường làm khi nghỉ ở nhà?

당신은 설문조사에서 집에서 휴가 보내는 것을 좋아한다고 했습니다. 당신은 왜 집에서 휴가 보내는 것을 좋아하나요? 당신은 집에서 휴가를 보낼 때 주로 어떤 활동을 하나요?

- -

2. Bạn đã cho biết trong bảng khảo sát bạn đã ở nhà trong kỳ nghỉ, bạn thích gặp ai và đi chơi chung với ai trong kỳ nghỉ?

당신은 설문조사에서 집에서 휴가를 보냈다고 했는데, 휴가 때 누구와 만나는 것을 좋아하고 누구와 같이 놀러 가는 것을 좋아하나요?

- -

3. Hãy nói cho tôi nghe về kỳ nghỉ mà bạn đã ở nhà gần đây nhất. Đó là khi nào? Bạn đã làm gì? Ai đã ở cùng với bạn?

당신이 가장 최근에 집에서 보낸 휴가에 대해 이야기해 주세요. 그것은 언제였나요? 당신은 무슨 일을 했나요? 누구와 같이 있었나요?

- -

4. Mọi người ở nước của bạn thường trải qua kỳ nghỉ như thế nào? Hãy so sánh cách mọi người trải qua kỳ nghỉ hiện nay với lúc bạn còn bé. Người ta có đang trải qua kỳ nghỉ khác với trước đây không? Nếu có thì khác như thế nào và vì sao khác?

당신 나라의 사람들은 보통 휴가를 어떻게 보내나요? 현재의 사람들이 휴가 보내는 방법을 당신이 어렸을 때 보내는 방법과 비교해 보세요. 사람들이 휴가를 전과 다르게 보내고 있나요? 달라졌다면 어떻게 다르고 왜 달라졌나요?

- -

5. Theo bạn thì kỳ nghỉ đối với những người ở nước của bạn có ý nghĩa như thế nào? Vì sao phải có kỳ nghỉ? Kỳ nghỉ ảnh hưởng thế nào đến cuộc sống của con người?

당신 나라의 사람들에게 휴가는 어떤 의미인가요? 왜 휴가가 있어야 하나요? 휴가는 사람들의 삶에 어떤 영향을 미치나요?

IH 또는 AL 등급에 어울리는 베트남어의 문법과 구조 형태 등을 학습하고 답변에 응용해 보세요. 자연스러운 표현과 언어 구사 능력이 올라 갑니다.

● **Cả A lẫn B** : A와 B 모두

문장의 동등한 2개의 요소를 연결하는 데 사용되며, 'và'와 유사한 의미를 가지고 있지만 의미를 더 강조하고 싶을 때 쓰입니다. 'cả A lẫn B'는 문장에서 주어와 서술어 역할을 다 할 수 있으며, 주어 역할을 할 때는 보통 'đều'가 뒤에 옵니다.

> **Cả tôi lẫn chồng tôi đều thích ở nhà trong kỳ nghỉ.**
> 저와 남편 모두 집에서 휴가 보내는 것을 좋아합니다.

> **Cả bố mẹ lẫn tôi đều thích xem phim ở nhà.**
> 부모님과 저는 다 집에서 영화 보는 것을 좋아합니다.

● **주어 + chưa + 서술어 + bao giờ** : (주어)는 ~한 적이 없다

어떤 경험이 없을 때, '(주어)는 ~한 적이 없다'는 의미를 나타내는 구조입니다.

> **Tôi chưa đi du lịch nước ngoài bao giờ.**
> 저는 해외여행을 간 적이 없습니다.

> **Tôi chưa nghĩ đến việc đó bao giờ.**
> 저는 그것을 생각해 본 적이 없습니다.

콤보 형식의 답변을 활용해서 질문별 모범 답변을 제시합니다.

🎧 07-18

Q1. Hãy mô tả một vài việc bạn thích làm với những người mà bạn đến thăm hoặc gặp trong kỳ nghỉ của mình.

당신이 휴가 때 방문하거나 만나는 사람들과 함께 즐겨 하는 일 중 몇 가지에 대해 설명해 보세요.

Nếu tôi ở nhà trong kỳ nghỉ thì gia đình chị gái thường đến thăm tôi. Chúng tôi thường cùng nhau nấu ăn vì cả tôi lẫn chị gái nấu ăn giỏi và chúng tôi đều là những người có tâm hồn ăn uống. Tôi thích những món ăn nước ngoài mà chị gái tôi nấu như mì Ý hay cơm rang kiểu Thái Lan. Trong bữa ăn, chúng tôi vừa ăn cơm vừa trò chuyện về cuộc sống, công việc, cách nuôi dạy con cái v.v…. Sau khi ăn cơm xong chúng tôi cùng nhau uống cà phê do tôi pha. Thỉnh thoảng chúng tôi cùng xem phim vì thể loại phim mà chúng tôi thích cũng khá giống nhau. Nói chung chúng tôi không làm gì đặc biệt cả, nhưng đó là thời gian hạnh phúc và vui vẻ đối với tôi.

제가 집에서 휴가를 보내면 보통 언니네 가족은 저를 방문하러 옵니다. 저와 언니 모두 요리를 잘 하고 미식가이기 때문에 자주 같이 요리를 합니다. 저는 언니가 해주는 파스타나 태국식 볶음밥과 같은 외국 요리를 좋아합니다. 식사 때 저희는 밥을 먹으면서 생활, 일, 육아법 등에 대해 이야기합니다. 밥을 먹고 나면 제가 타는 커피를 마십니다. 저희가 좋아하는 영화 장르가 꽤 비슷하기 때문에 가끔 같이 영화를 봅니다. 대체로, 저희는 특별한 것을 하지 않지만, 저에게는 행복하고 즐거운 시간입니다.

 단어

- gia đình chị gái 언니네 가족
- thăm 방문하다
- nấu ăn 요리하다
- người có tâm hồn ăn uống (người sành ăn) 미식가

- mì Ý 파스타
- cơm rang kiểu Thái Lan 태국식 볶음밥
- trò chuyện 이야기하다

- cách nuôi dạy con cái 육아법
- pha (커피 등) 타다
- xem phim 영화를 보다
- thể loại 장르

콤보 형식의 답변을 활용해서 질문별 모범 답변을 제시합니다.

🎧 07-19

Q2. **Mọi người ở nước của bạn thường trải qua kỳ nghỉ như thế nào? Hãy so sánh cách mọi người trải qua kỳ nghỉ hiện nay với lúc bạn còn bé. Người ta có đang trải qua kỳ nghỉ khác với trước đây không? Nếu có thì khác như thế nào và vì sao khác?**

당신 나라의 사람들은 보통 휴가를 어떻게 보내나요? 현재의 사람들이 휴가 보내는 방법을 당신이 어렸을 때 보내는 방법과 비교해 보세요. 사람들이 휴가를 전과 다르게 보내고 있나요? 달라졌다면 어떻게 다르고 왜 달라졌나요?

Theo suy nghĩ của tôi thì cách mà người Hàn quốc trải qua kỳ nghỉ hiện nay khác với khi tôi còn bé. Điểm khác biệt thứ nhất là do thu nhập của đa số người Hàn Quốc cao hơn trước đây nên người ta đi du lịch nước ngoài vào kỳ nghỉ nhiều hơn. Ví dụ như vào mùa đông thì nhiều người thích đi du lịch đến nơi có thời tiết ấm áp như các quốc gia Đông Nam Á. Và điểm khác biệt thứ hai là người ta tiêu dùng nhiều hơn cho mua sắm trong kỳ nghỉ của mình. Cụ thể là có không ít người trải qua kỳ nghỉ trong các trung tâm mua sắm. Điểm khác biệt cuối cùng là 2 năm gần đây, khái niệm staycation đã trở nên thịnh hành vì người ta cảm thấy mệt mỏi khi di chuyển. Staycation nghĩa là dành thời gian nghỉ ngơi trong khách sạn cao cấp một mình hay với gia đình. Tôi nghe nói dạo này người Việt Nam cũng thích staycation. Nhìn chung cách mà người Hàn Quốc trải qua kỳ nghỉ đã thay đổi như thế và tôi nghĩ trong tương lai sẽ thay đổi nữa.

제 생각에 오늘날 한국 사람들이 휴가 보내는 법은 제가 어렸을 때와 다른 것 같습니다. 첫 번째 차이점은 대부분 한국인들의 소득이 이전보다 높아져서 사람들이 휴가 때 해외여행을 더 많이 간다는 것입니다. 예를 들어 겨울에는 많은 사람들이 동남아시아 국가들처럼 날씨가 따뜻한 곳으로 여행 가는 것을 좋아합니다. 그리고 두 번째 차이점은 사람들이 휴가 때 쇼핑에 더 많이 소비한다는 것입니다. 구체적으로 많은 사람들이 쇼핑몰에서 휴가를 보냅니다. 마지막 차이는 최근 2년간 이동 중 피곤함을 느끼기 때문에 호캉스라는 것이 유행했다는 점입니다. 호캉스는 혼자 또는 가족과 함께 고급 호텔에서 시간을 보내면서 휴식한다는 뜻입니다. 요즘 베트남 사람들도 호캉스를 좋아한다고 들었습니다. 대체로 한국 사람들이 휴가를 보내는 방식이 그렇게 바뀌었고, 앞으로도 달라질 것이라고 생각합니다.

단어		
□ thu nhập 수입, 소득	□ tiêu dùng 소비하다	□ thịnh hành 유행되다
□ đa số 대부분, 다수의	□ cụ thể là 구체적으로	□ di chuyển 이동하다
□ thời tiết 날씨	□ trung tâm mua sắm	□ nghĩa là 즉, ~이라는 뜻이다
□ ấp áp 따뜻하다	쇼핑몰, 백화점	□ nhìn chung 대체로
□ Đông Nam Á 동남아	□ staycation 호캉스	□ trong tương lai 미래에, 앞으로

Q3. **Theo bạn thì kỳ nghỉ đối với những người ở nước của bạn có ý nghĩa như thế nào? Vì sao phải có kỳ nghỉ? Kỳ nghỉ ảnh hưởng thế nào đến cuộc sống của con người?**

당신 나라의 사람들에게 휴가는 어떤 의미인가요? 왜 휴가가 있어야 하나요? 휴가는 사람들의 삶에 어떤 영향을 미치나요?

Tôi nghĩ kỳ nghỉ có một số ý nghĩa như sau. Thứ nhất, kỳ nghỉ là thời gian để người ta có thể nghỉ ngơi, tái tạo năng lượng, thư giãn đầu óc sau những ngày làm việc căng thẳng và mệt mỏi. Theo các nghiên cứu khoa học, nếu con người làm việc liên tục mà không nghỉ ngơi thì sẽ dần mất đi khả năng sáng tạo và dẫn đến mệt mỏi mãn tính. Thứ hai, kỳ nghỉ đối với nhiều người là thời gian để đi trải nghiệm những cái mới, gặp những người mới ở những nơi họ chưa đến bao giờ. Tôi nghĩ du lịch là một cách rất tốt để mở mang kiến thức. Cuối cùng, kỳ nghỉ có thể là cơ hội để người ta cải thiện hay nâng cao chất lượng mối quan hệ. Thông qua việc dành thời gian cùng nhau, những thành viên trong gia đình hay bạn bè có thể hiểu và yêu thương nhau hơn. Do những lí do trên, kỳ nghỉ là cái mà người ta cần trong cuộc sống bất kể làm gì hay đi đâu.

휴가는 다음과 같이 몇 가지 의미가 있다고 생각합니다. 첫째, 휴가는 일하다 스트레스를 받고 피곤한 날들 끝에 휴식을 취하고, 활력을 되찾고, 머리를 식힐 수 있는 시간입니다. 과학 연구에 따르면 사람이 쉬지 않고 계속 일하면 점차 창의력을 잃고 만성피로를 초래한다고 합니다. 둘째, 많은 사람들에게 휴가는 가본 적이 없는 장소에서 새로운 것을 경험하고, 새로운 사람을 만나는 시간입니다. 저는 여행이 지식을 넓히는 좋은 방법이라고 생각합니다. 마지막으로, 휴가는 관계의 질을 개선하거나 향상시킬 수 있는 기회가 될 수 있습니다. 함께 시간 보내는 것을 통해 가족들이나 친구끼리 서로를 더 잘 이해하고 사랑할 수 있습니다. 위와 같은 이유로, 휴가는 사람들이 무엇을 하든 어디를 가든 인생에서 필요로 하는 것입니다.

단어

□ **nghỉ ngơi** 휴식을 취하다
□ **tái tạo năng lượng** 활력을 되찾다
□ **thư giãn đầu óc** 머리를 식히다
□ **căng thẳng** 긴장하다, 스트레스 받다
□ **mệt mỏi** 피곤하다, 지치다
□ **nghiên cứu** 연구(하다)
□ **khoa học** 과학
□ **liên tục** 끊임없이, 연속적으로, 계속
□ **dần** 점차, 점점

□ **mất đi** 사라지다, 잃다
□ **khả năng sáng tạo** 창의력
□ **dẫn đến** 일으키다, 초래하다
□ **mãn tính** 만성
□ **trải nghiệm** 체험하다, 경험하다
□ **mở mang kiến thức** 지식을 넓히다
□ **cải thiện** 개선하다

□ **nâng cao** 향상시키다
□ **chất lượng** 질, 품질
□ **mối quan hệ** 관계
□ **thành viên trong gia đình** 가족들, 가족 구성원
□ **hiểu** 이해하다
□ **cần** 필요가 있다, 필요로 하다
□ **bất kể** ~에 상관없이 불문하다

자신에게 맞는 답변을 체크해 보세요. ☑

주제에 관한 다양하고 유용한 IH 등급의 표현들입니다. 자신에게 맞는 문장을 체크하고 재미있는 스토리를 만들어 보세요. 돌발 질문에도 당황하지 않고 나만의 표현력은 물론, 논리력에도 자신감이 생깁니다.

☐ 휴가 때 여행을 가면 매우 피곤하고 돈이 많이 들기 때문에 좋아하지 않습니다.

Tôi không thích đi du lịch trong kỳ nghỉ vì rất mệt và tốn nhiều tiền.

☐ 집에서 쉬는 것은 휴가를 보내는 가장 좋은 방법이라고 생각합니다.

Tôi thấy nghỉ ngơi ở nhà là cách trải qua kỳ nghỉ tốt nhất.

☐ 저는 휴가 때 보통 집을 대청소합니다.

Tôi thường tổng vệ sinh nhà trong kỳ nghỉ.

☐ 저는 보통 휴가 때 운동하고 친구만 만납니다.

Tôi thường chỉ tập thể dục và gặp bạn trong kỳ nghỉ.

☐ 저는 휴가 첫날에 보통 하루 종일 잠을 잡니다.

Tôi thường ngủ cả ngày trong ngày đầu tiên của kỳ nghỉ.

☐ 저는 지난 휴가 때 먹고 자기만 했더니 조금 살이 쪘습니다.

Kỳ nghỉ trước tôi chỉ ăn và ngủ thôi nên đã béo lên một chút.

☐ 저는 지난 휴가 때 미용에 시간을 보냈습니다.

Kỳ nghỉ trước tôi đã dành thời gian chăm sóc sắc đẹp.

☐ 친구들이 저희 집에 와서 술을 먹었습니다.

Các bạn của tôi đã đến nhà tôi uống rượu.

자신에게 맞는 답변을 체크해 보세요. ☑

주제에 관한 다양하고 유용한 AL 등급의 표현들입니다. 자신에게 맞는 문장을 체크하고 재미있는 스토리를 만들어 보세요. 돌발 질문에도 당황하지 않고 나만의 표현력은 물론, 논리력에도 자신감이 생깁니다.

☐ 휴가 때 누구나 여행을 가니까 항공권과 호텔 예약하기가 어려울 뿐만 아니라 가격도 비싸기 때문에 저는 여행 가는 것을 좋아하지 않습니다.

　Tôi không thích đi du lịch trong kỳ nghỉ vì lúc đó ai cũng đi du lịch nên khó đặt vé máy bay và khách sạn mà giá lại đắt.

☐ 집에서 쉬는 것은 가장 편하고 알뜰하게 휴가를 보내는 방법이라고 생각합니다.

　Tôi thấy nghỉ ngơi ở nhà là cách trải qua kỳ nghỉ thoải mái và tiết kiệm nhất.

☐ 저는 평소에 대청소할 시간이 없기 때문에 휴가 때 합니다.

　Tôi thường tổng vệ sinh nhà trong kỳ nghỉ vì bình thường tôi không có thời gian.

☐ 저는 보통 휴가 때 멀리 가고 싶지 않고 운동하고 친구만 만납니다.

　Tôi thường chỉ tập thể dục và gặp bạn trong kỳ nghỉ mà không muốn đi xa.

☐ 저는 항상 수면 부족 상태이기 때문에 휴가 첫날에 보통 하루 종일 잠을 잡니다.

　Tôi thường ngủ cả ngày trong ngày đầu tiên của kỳ nghỉ vì tôi luôn trong tình trạng thiếu ngủ.

☐ 저는 지난 휴가 때 특별한 일을 하지 않고 먹고 자기만 했습니다.

　Kỳ nghỉ trước tôi đã không làm gì đặc biệt cả, chỉ ăn và ngủ thôi.

☐ 저는 지난 휴가 때 미용에 시간을 보냈고 아주 만족스러웠습니다.

　Kỳ nghỉ trước tôi đã dành thời gian chăm sóc sắc đẹp và cảm thấy rất hài lòng.

☐ 지난 휴가 때 제 친구들이 저희 집에 와서 밤새 술을 마셨습니다.

　Các bạn của tôi đã đến nhà tôi uống rượu cả đêm trong kỳ nghỉ trước.

OPIc의 롤플레이는 다른 롤플레이 형식과 다르게 시험관이 상황을 제시하는 문구가 나오면, **상대방이 있다는 가정하에 제시된 상황에 맞게 혼자 질문과 답변을 병행하며 상황을 재연**하는 방식으로 진행됩니다. 한마디로 1인 역할극이라고 이해하면 됩니다.

수험생들이 OPIc 시험 중 가장 어려워하는 부분이 바로 롤플레이(Role play)인 역할극이므로, 다양한 상황별 질문과 답변들을 집중적으로 학습해 보세요.

상황 제시

🖍 Bạn muốn đặt chỗ ở nhà hàng.
Hãy hỏi nhân viên phục vụ 3~4 câu hỏi về việc đặt chỗ.
당신은 레스토랑에서 예약을 하고 싶습니다.
웨이터에게 예약에 관해 3~4가지 질문을 해 보십시오.

답변
Tôi muốn đặt một bàn.　테이블을 하나 예약하고 싶습니다.

Tôi có thể hỏi vài câu hỏi không?　몇 가지 질문을 해도 될까요?

Tôi muốn biết giá.　가격을 알고 싶습니다.

Không có giảm giá cho học sinh ạ?　학생 할인은 없나요?

Tiếc quá!　안타깝네요!

Cảm ơn vì đã cho tôi biết.　알려주셔서 감사합니다.

"혼자 북 치고 장구 치고~, 쑥스러워 하지 말고 자신 있게!"

롤플레이

10

롤플레이는 양쪽의 역할을 모두 연습하는 것이 좋습니다.

1 면접관에게 질문하기

난이도 3~4를 선택을 했을 때 Background Survey에서 선택한 주제 또는 돌발적으로 자주 출제되는 문항입니다. 질문형 구조 중, 「주어+(có)+서술어+không? : (주어)는 ~합니까?」 보다 기본 의문사를 활용하여 구어체 형식으로 더욱 자연스럽게 질문해 보세요.

gì	주어 + 동사(+ 목적어) + gì? : (주어)는 무엇/무슨 ~을 해요? 주어 + là gì? : (주어)는 무엇이에요?
nào	명사 + nào? : 어느/어떤 (명사)?
mấy, bao nhiêu	주어 + có + mấy/bao nhiêu + 명사? : (주어)는 ~이/가 몇 개 있어요? 주어 + bao nhiêu tiền/giá bao nhiêu? : (주어)가 얼마예요?
ai	Ai + 서술어? : 누가 ~해요/이에요? 주어 + 동사 + ai? : (주어)는 누구를 ~해요? 주어 + là ai? : (주어)는 누구예요?
hay	A hay B? : A예요 또는 B예요?
thế nào	주어 + thế nào? : (주어)가 어때요? 주어 + 동사(+ 목적어) + thế nào? : (주어)가 ~을/를 어떻게 해요?
đâu	주어 + 방향 동사(đi/đến/về) + đâu? : (주어)는 어디로 가요/도착해요/와요? 주어 + 동사 + ở đâu? : (주어)는 어디에서 ~해요? 주어 + ở đâu? : (주어)는 어디에 있어요? / (주어)는 어디예요?
khi nào, lúc nào, bao giờ	Khi nào/lúc nào/bao giờ + 주어 + 서술어? : (주어)가 언제 ~할 것이에요? 주어 + 서술어 + khi nào/lúc nào/bao giờ? : (주어)가 언제 ~했어요?

OPIc 시험에서는 질문의 의도를 빠르게 파악하는 것이 매우 중요합니다. 익숙한 질문일수록, 당황하지 않고 자연스럽게 답변을 할 수 있습니다. 주제에 관한 다양한 질문 유형들을 반복해서 익히고 학습해 보세요.

선택한 주제들에 관한 문항

1. Tôi có một ngôi nhà ở Mỹ. Hãy hỏi tôi 3~4 câu hỏi về nhà của tôi.

   나는 미국에 집을 가지고 있어요. 우리 집에 대해 3~4개의 질문을 하세요.

2. Tôi thích đi dạo. Hãy hỏi tôi 3~4 câu hỏi về hoạt động này.

   나는 산책을 좋아해요. 이 활동에 관해 3~4개의 질문을 하세요.

3. Tôi thích nấu món ăn Ý. Hãy hỏi tôi 3~4 câu hỏi để biết những nguyên liệu bạn cần để nấu món ăn Ý.

   나는 이탈리아 음식 만드는 것을 좋아해요. 이탈리아 음식을 하는 데 필요한 재료를 알기 위해 3~4개의 질문을 하세요.

4. Tôi thích nghỉ ở nhà. Hãy hỏi tôi 3~4 câu hỏi về kỳ nghỉ ở nhà của tôi.

   나는 집에서 쉬는 것을 좋아해요. 집에서 보낸 나의 휴가에 대해 3~4개의 질문을 하세요.

돌발적으로 나오는 문항

1. Tôi thích sử dụng phương tiện giao thông. Hãy hỏi tôi 3~4 câu hỏi về giao thông ở nước của tôi.

   나는 교통수단을 이용하는 것을 좋아해요. 제 나라의 교통에 대해 3~4개의 질문을 하세요.

2. Tôi định đi du lịch Canada tuần sau. Hãy hỏi tôi 3 câu hỏi về chuyến đi của tôi.

   다음 주에 캐나다로 여행을 할 예정이에요. 내 여행에 대해 3개의 질문을 하세요.

3. Tôi thích mua sắm. Hãy hỏi tôi 3~4 câu hỏi về cửa hàng yêu thích của tôi.

   나는 쇼핑하는 것을 좋아해요. 내가 가장 좋아하는 가게에 대해 3~4개의 질문을 하세요.

4. Tôi sống ở miền Tây Canada. Hãy hỏi tôi 3 hay 4 câu hỏi về thời tiết nơi tôi đang sống.

   나는 캐나다 서부에 살아요. 내가 사는 지역의 날씨에 대해 3개 또는 4개의 질문을 하세요.

상대방이 있다는 가정하에 제시된 상황에 맞게 혼자 질문과 답변을 병행하며 상황을 재연해 보세요.

🎧 08-02

Q1. Tôi có một ngôi nhà ở Mỹ. Hãy hỏi tôi 3~4 câu hỏi liên quan về nhà của tôi.

나는 미국에 집을 가지고 있어요. 우리 집에 대해 3~4개의 질문을 하세요.

Bây giờ tôi sẽ bắt đầu hỏi về nhà của cô ở Mỹ ạ.
Trước tiên, tôi muốn hỏi nhà của cô ở khu vực nào ở Mỹ.
    À, nhà cô ở California ạ? Tôi đã từng đi công tác ở đó hai lần rồi, khí hậu ở đó rất tuyệt vời.
Mà tôi nghe nói nhà ở Mỹ rất rộng. Nhà của cô có mấy tầng? Có sân vườn không?
    Ồ, nhà của cô những 3 tầng, 10 phòng à? Thế thì chắc là sống ở đó thích lắm.
    Đa số người Hàn Quốc ở chung cư, nên nhà không to như thế.
Tiếp theo, tôi thắc mắc tiền thuê hàng tháng là bao nhiêu.
    À, cô nói cô đã mua ngôi nhà đó à? Tốt quá, chúc mừng cô!
Cuối cùng, tôi muốn hỏi xung quanh nhà của cô có tiện ích gì. Có siêu thị gần nhà cô không?
    Gần nhà cô có Costco à? Thích quá!
Tôi đã hỏi xong rồi ạ.

이제 저는 선생님의 미국에 있는 집에 대해 질문하겠습니다.
우선, 선생님의 집은 미국의 어느 지역에 있는지를 질문하고 싶습니다.
    아, 캘리포니아에 있다고요? 저는 그곳에 출장을 2번 갔다 왔는데, 그 지역의 기후가 아주 좋던데요.
그런데 미국에 집이 아주 넓다고 들었어요. 선생님의 집은 총 몇 층이에요? 정원이 있나요?
    오, 선생님의 집은 3층짜리 집이고, 방이 열 개나 있다고요? 그럼 그곳에서 살기 좋겠네요. 대부분 한국 사람들은 아파트에 살아서 집이 그렇게 크지 않아요.
다음은, 월세가 얼마인지 궁금하네요.
    아, 그 집을 아예 사셨다고요? 잘 됐네요, 축하드려요!
마지막으로, 선생님의 집 주변에 무슨 편의시설이 있는지를 묻고 싶어요. 선생님 집 근처에 마트가 있나요?
    집 근처에 코스트코가 있다고요? 좋겠네요!
질문을 다 했습니다.

단어

▫ khu vực 지역	▫ tầng 층	▫ bao nhiêu 얼마
▫ nào 어느, 어떤	▫ sân vườn 정원	▫ chúc mừng 축하하다
▫ đi công tác 출장을 가다	▫ chung cư 아파트	▫ xung quanh 주변, 주위
▫ khí hậu 기후	▫ thắc mắc 궁금하다	▫ tiện ích 편의시설
▫ tuyệt vời 아주 좋은, 대단한, 훌륭한	▫ tiền thuê hàng tháng 월세	▫ siêu thị 마트, 대형마트
▫ mấy 몇		

Q2. Tôi thích đi dạo. Hãy hỏi tôi 3~4 câu hỏi về hoạt động này.

나는 산책을 좋아해요. 이 활동에 관해 3~4개의 질문을 하세요.

Bây giờ tôi sẽ hỏi cô về việc đi dạo của cô ạ.

Thứ nhất, cô thường đi dạo ở đâu và với ai ạ?

    À, cô thường đi dạo một mình ở công viên gần nhà ạ? Tôi cũng thường đi dạo một mình ở công viên gần nhà.

Thứ hai, tôi muốn hỏi cô thường đi dạo vào thời gian nào trong ngày. Buổi sáng hay buổi tối?

    Ồ, hóa ra cô thích đi dạo vào buổi sáng. Còn tôi thì thích đi vào buổi tối.

Thế cô thích làm gì trong khi đi dạo? Cô có thích vừa đi dạo vừa nghe nhạc không ạ?

    Vâng, tôi cũng thích nghe nhạc trong khi đi dạo.

Tôi có câu hỏi cuối cùng ạ. Sau khi đi dạo thì cô thường làm gì ạ?

    À, cô ăn sáng rồi đi làm ạ? Vâng, tôi hiểu rồi.

Tôi đã hỏi xong. Cảm ơn cô.

이제 저는 산책하는 것에 대해 질문하겠습니다.

첫 번째, 선생님은 보통 어디서, 누구와 같이 산책하세요?

    아, 보통 집 근처 공원에서 혼자 산책하신다고요? 저도 자주 집 근처 공원에서 혼자 산책해요.

두 번째, 선생님은 하루 중 어느 시간대에 자주 산책하시는지를 묻고 싶어요.

아침에 하세요 아니면 저녁에 하세요?

    오, 오전에 산책하는 것을 좋아하시는군요. 저는 저녁에 산책하는 것을 좋아해요.

그럼 산책을 하면서 무엇을 하는 것을 좋아하세요? 산책하면서 음악 듣는 것을 좋아하시나요?

    네, 저도 산책하면서 음악 듣는 것을 좋아해요.

마지막 질문이 있어요. 산책한 후에 보통 무엇을 하세요?

    아, 식사하고 출근하신다고요? 네, 잘 알겠습니다.

질문을 다 했습니다. 감사합니다.

단어

- ở đâu
  어디에(행동이 벌어지는 장소를 물을 때)

- ai 누구, 누가
- A hay B A 또는 B

롤플레이는 양쪽의 역할을 모두 연습하는 것이 좋습니다.

2 약속 잡기

출제 유형은 '친구/지인에게 전화해서 약속 잡기'와 '친구/지인에게 연락 와서 약속 제안받기' 등
으로 크게 나눌 수 있습니다. 표를 참고하여 질문과 답변을 구성해 보세요.

내용	친구/지인에게 전화해서 약속 잡기	친구/지인에게 연락 와서 약속 제안받기
서론	• A lô, (tên) đấy à? 여보세요, (이름)이죠? • 1인칭대명사 đây. 나야/저예요. • 1인칭대명사 muốn đi (hoạt động) với 2인칭대명사 vào (thứ). (요일)에 당신과 같이 (활동)하러 가고 싶어요. • 1인칭대명사 gọi điện thoại để rủ 2인칭대명사 đi (hoạt động) vào (thứ). 당신에게 (요일)에 같이 (활동)하러 가자고 하려고 전화했어요.	• A lô, (tên) đấy à? 여보세요, (이름)이죠? • 2인칭대명사 muốn đi (hoạt động) vào (thứ) à? 당신은 (요일)에 (활동)하러 가고 싶어요? • 2인칭대명사 đã nói là muốn đi (hoạt động) vào (thứ) phải không? 당신이 (요일)에 (활동)하러 가고 싶다고 했죠?
본론	• 친구/지인이 가능한 시간 묻기 • 구체적으로 무엇을 하고 싶은지/먹고 싶은지 등 묻기 • 어디서 만나는지, 무엇을 타고 가는지 등 묻기	• 본인이 가능한 시간 말하기 • 구체적으로 무엇을 할 것인지/먹을 것인지 등 묻기 • 어디서 만나는지 등 묻기
결론	• 2인칭대명사 suy nghĩ rồi trả lời cho 1인칭대명사 biết nhé. 생각해 보고 저에게 답을 주세요. • Tạm biệt. 안녕. / 안녕히 계세요/가세요.	• 2인칭대명사 lập kế hoạch rồi cho 1인칭대명사 biết chi tiết hơn nhé. 계획을 세우고 나에게 더 자세히 알려 주세요. • Tạm biệt. 안녕. / 안녕히 계세요/가세요.

OPIc 시험에서는 질문의 의도를 빠르게 파악하는 것이 매우 중요합니다. 익숙한 질문일수록, 당황하지 않고 자연스럽게 답변을 할 수 있습니다. 주제에 관한 다양한 질문 유형들을 반복해서 익히고 학습해 보세요.

1. Bạn muốn chạy bộ với bạn của bạn. Hãy gọi bạn của bạn và hỏi 3~4 câu hỏi để lên kế hoạch chạy bộ.

당신은 친구와 함께 조깅을 하고 싶어 해요. 조깅과 관련된 계획을 세우기 위해 친구에게 전화해서 3~4개의 질문을 하세요.

2. Bạn của bạn muốn đi công viên với bạn vào cuối tuần sau. Hãy hỏi bạn của bạn 3~4 câu hỏi để biết về kế hoạch đi công viên.

당신의 친구는 다음 주말에 당신과 함께 공원에 가고 싶어 해요. 공원에 갈 계획을 알기 위해 친구에게 3~4개의 질문을 하세요.

3. Bạn muốn đi xem phim với bạn của bạn. Hãy gọi bạn của bạn và hỏi 3~4 câu hỏi để lên kế hoạch đi xem phim.

당신은 친구와 함께 영화를 보러 가고 싶어 해요. 영화를 보러 갈 계획을 세우기 위해 친구에게 전화해서 3~4개의 질문을 하세요.

4. Bạn muốn đi du lịch với bạn của bạn. Hãy gọi bạn của bạn và hỏi 3~4 câu hỏi để lên kế hoạch đi du lịch.

당신은 친구와 함께 여행을 가고 싶어 해요. 여행 갈 계획을 세우기 위해 친구에게 전화해서 3~4개의 질문을 하세요.

5. Hãy tưởng tượng rằng bạn muốn đi đến nhà hàng mới mở gần nhà với bạn của bạn. Hãy gọi điện cho bạn của bạn và hỏi các câu hỏi để đề nghị người bạn đó đi cùng.

당신은 집 근처 새로 개업한 식당에 친구와 같이 가고 싶어 하는 것을 상상해 보세요. 친구에게 전화해서 같이 가자고 하기 위해 몇 개의 질문을 하세요.

6. Bạn của bạn nói rằng muốn đi phòng gym với bạn vào cuối tuần này. Hãy hỏi bạn của bạn 3~4 câu hỏi về việc đi phòng gym.

당신의 친구가 당신에게 이번 주말에 헬스장에 같이 가고 싶다고 했습니다. 헬스장에 가는 것에 대해 친구에게 3~4개의 질문을 하세요.

상대방이 있다는 가정하에 제시된 상황에 맞게 혼자 질문과 답변을 병행하며 상황을 재연해 보세요.

🎧 08-05

Q1. Bạn muốn chạy bộ với bạn của bạn. Hãy gọi bạn của bạn và hỏi 3~4 câu hỏi để lên kế hoạch chạy bộ.

당신은 친구와 함께 조깅을 하고 싶어 해요. 조깅과 관련된 계획을 세우기 위해 친구에게 전화해서 3~4개의 질문을 하세요.

Vâng, bây giờ tôi sẽ bắt đầu gọi điện thoại để rủ bạn cùng đi chạy bộ.

A lô, Min-soo phải không? Mình là Minh đây. Mình gọi điện thoại để rủ bạn cùng chạy bộ vào cuối tuần này.

Cuối tuần này, khi nào bạn có thời gian? Thứ Bảy hay Chủ Nhật? Buổi sáng hay buổi tối? Mình thì rỗi cả 2 ngày nên tùy bạn chọn thời gian nhé. Bạn muốn chạy bộ ở đâu? Bạn chạy bộ ở công viên sông Hán bao giờ chưa? Nghe nói chạy bộ ở đó thích lắm, chúng ta đi thử nhé? Bạn muốn chúng ta gặp ở đâu? Gặp ở trước công viên hay gặp ở ga tàu điện ngầm rồi cùng đi đến công viên? Sau khi chạy bộ xong bạn muốn làm gì? Chúng ta uống cà phê nhé?

Bạn suy nghĩ rồi cho mình biết nhé.

Tạm biệt.

네, 이제 저는 친구에게 전화해서 같이 조깅하러 가자고 하겠습니다.

여보세요, 민수니? 난 민이야. 이번 주말에 같이 조깅하자고 하려고 전화했어.

이번 주말에 언제 시간이 되니? 토요일 아니면 일요일? 아침 아니면 저녁? 나는 이틀 동안 한가하니까 너 되는 시간에 정하면 돼. 어디에서 조깅하고 싶어? 한강 공원에서 조깅해 본 적 있니? 그곳에서 조깅하는 것은 아주 좋다고 들었는데, 가 볼까? 어디서 만날까? 공원 앞에서 만날까 아니면 지하철역에서 만나서 같이 공원에 갈까? 조깅하고 나서 무엇을 하고 싶니? 커피 마실까?

생각해 보고 나한테 알려줘.

안녕.

단어		
▫ rủ (상대방에게 제안) ~하자고 한다	▫ buổi sáng 아침	▫ sông Hán 한강
▫ thời gian 시간	▫ buổi tối 저녁	▫ trước 앞, 전
▫ thứ Bảy 토요일	▫ rỗi 한가하다	▫ ga tàu điện ngầm 지하철역
▫ Chủ Nhật 일요일	▫ chọn 선택하다, 고르다, 정하다	▫ xong 마치다, 끝내다

🎧 08-06

Q2. Bạn của bạn nói rằng muốn đi phòng gym với bạn vào cuối tuần này. Hãy hỏi bạn của bạn 3~4 câu hỏi về việc đi phòng gym.

당신의 친구가 당신에게 이번 주말에 헬스장에 같이 가고 싶다고 했습니다. 헬스장에 가는 것에 대해 친구에게 3~4개의 질문을 하세요.

Vâng, bây giờ tôi sẽ bắt đầu hỏi bạn của tôi về việc đi phòng gym.

A lô, Min-soo phải không? Tớ là Minh đây. Hôm qua cậu nói muốn đi phòng gym với tớ vào cuối tuần này nên tớ đã gọi cho cậu.

Cậu muốn đi vào lúc nào? Sáng hay tối? Thật ra buổi sáng cuối tuần này tớ hơi bận, nên nếu đi vào buổi tối thì có lẽ tốt hơn. Cậu muốn đi phòng gym nào? Tớ thấy phòng gym mà cậu đang đi hơi ồn, tớ biết một phòng gym mới mở gần nhà tớ rất yên tĩnh và có phòng xông hơi nữa. Chúng ta có thể trả tiền theo giờ, cậu thấy thế nào? Cậu có muốn đi thử không? Sau khi tập thể dục xong cậu muốn làm gì? Đi ăn tối nhé? Tớ sẽ mời cậu. Cuối tuần tớ có thể đón cậu bằng xe ô tô của tớ nếu cậu không muốn đi bằng phương tiện giao thông công cộng. Gặp nhau ở trước nhà cậu thì thế nào?

Cậu suy nghĩ rồi cho tớ biết nhé.

Tạm biệt cậu.

네, 이제 저는 친구에게 헬스장에 가는 것에 대해 질문하겠습니다.

여보세요, 민수니? 난 민이야. 어제 네가 이번 주말에 나와 같이 헬스장에 가고 싶다고 해서 전화했어.
언제 가고 싶니? 아침에 가고 싶니 저녁에 가고 싶니? 실은 이번 주말 아침에는 좀 바빠서 저녁에 가면 더 좋을 것 같아. 어느 헬스장에 가고 싶니? 네가 다니는 헬스장은 좀 시끄러운데, 우리 집 근처에 새로 생긴 헬스장은 아주 조용하고 사우나도 있는 걸로 알고 있어. 시간 단위로 돈을 낼 수 있는데, 어때? 가 보고 싶니? 운동 후에 뭐하고 싶니? 저녁을 먹으러 갈까? 내가 살게. 주말에 대중교통수단으로 가고 싶지 않으면 내 차로 데리러 갈 수 있어. 네 집 앞에서 만나는 게 어때?
생각해 보고 알려줘.
안녕.

단어

□ thật ra 사실은, 실은
□ ồn 시끄럽다
□ yên tĩnh 조용하다
□ phòng xông hơi 사우나

□ trả tiền theo giờ 시간 단위로 돈을 내다
□ mời 초대하다, (상대방에게 밥/음료수 등을) 사 주다

□ đón 데리러 가다/오다, 픽업하다, 마중하다
□ phương tiện giao thông công cộng 대중교통수단

롤플레이는 양쪽의 역할을 모두 연습하는 것이 좋습니다.

3 상품 문의 및 구매하기

출제 유형은 '상품에 관해 문의하기', '구매하기 전 질문하기' 등으로 크게 나눌 수 있습니다. 표를 참고하여 질문과 답변을 구성해 보세요.

내용	상품 문의 및 구매하기
구분	휴대폰, 자전거, 가구 등
서론	• A lô, đó có phải là ＿＿＿＿＿ không? 여보세요, 거기는 ~입니까? 　→ 빈칸에 영화관/공연장/식당/호텔/병원 등 구체적인 명칭을 제시합니다. • Tôi gọi điện thoại để ＿＿＿＿＿. ~하기 위해 전화드렸습니다. • Tôi đến để hỏi về ＿＿＿＿＿. ~에 대해 문의하기 위해 방문했습니다. • Tôi muốn biết về ＿＿＿＿＿. ~을 알고 싶습니다.
본론	① 가격, 사양 묻기 ② 보증기간 묻기 ③ 결제 방법 묻기 ④ 할인, 교환, 환불, 배송 관련 정보 묻기
결론	Cảm ơn thông tin của anh/chị. 정보 감사합니다. Cảm ơn anh/chị đã hướng dẫn cho tôi. 안내해 주셔서 감사합니다. Tôi sẽ suy nghĩ và gọi lại sau. 생각해 보고 전화드리겠습니다. Tôi mong nhận được sản phẩm sớm. 상품을 빨리 받기를 희망합니다.

OPIc 시험에서는 질문의 의도를 빠르게 파악하는 것이 매우 중요합니다. 익숙한 질문일수록, 당황하지 않고 자연스럽게 답변을 할 수 있습니다. 주제에 관한 다양한 질문 유형들을 반복해서 익히고 학습해 보세요.

1. Bây giờ tôi muốn nói cho bạn nghe về tình huống. Và tôi muốn bạn diễn kịch theo tình huống. Bạn muốn mua một cái điện thoại di động mới. Hãy gọi điện cho cửa hàng và hỏi 3~4 câu hỏi để biết thêm về những loại điện thoại di động mà họ bán.

이제 당신에게 상황에 대해 말해주고 싶습니다. 그리고 당신이 주어진 상황에 따라 연기해 주셨으면 합니다. 당신은 새 휴대폰을 사고 싶어 합니다. 가게에 판매하는 휴대폰의 종류를 알아보기 위해 전화해서 3~4개의 질문을 하세요.

2. Bạn muốn mua một chiếc loa mới. Hãy hỏi người bán hàng 3~4 câu hỏi về chiếc loa mà bạn muốn mua.

당신은 새 스피커를 사고 싶어 해요. 구매하고자 하는 스피커에 대해 영업사원에게 3~4개의 질문을 하세요.

3. Bạn muốn mua một chiếc tivi mới. Hãy gọi điện thoại đến cửa hàng bán tivi, hỏi 3~4 câu hỏi và mua tivi.

당신은 새 텔레비전을 사고 싶어 해요. 텔레비전 가게에 전화해서 3~4개의 질문을 하고 텔레비전을 사세요.

4. Máy vi tính xách tay của bạn đã bị hỏng. Hãy gọi điện đến cửa hàng điện tử, hỏi 3~4 câu hỏi để mua máy vi tính xách tay mới.

당신의 노트북이 고장 났어요. 새 노트북을 구매하기 위해 전자제품 매장에 전화해서 3~4개의 질문을 하세요.

5. Bạn muốn mua một chiếc xe đạp mới. Hãy gọi đến cửa hàng và hỏi 3~4 câu hỏi về đặc điểm của xe đạp.

당신은 새 자전거를 사고 싶어 해요. 가게에 전화해서 자전거 특징에 대해 3~4개의 질문을 하세요.

6. Bạn vừa chuyển đến nhà mới và muốn mua đồ nội thất. Hãy gọi đến cửa hàng nội thất và hỏi 3~4 câu hỏi về đồ nội thất bạn muốn mua.

당신은 얼마 전에 새 집에 이사 와서 가구를 사고 싶어 해요. 가구점에 전화해서 사고 싶은 가구에 대해 3~4개의 질문을 하세요.

상대방이 있다는 가정하에 제시된 상황에 맞게 혼자 질문과 답변을 병행하며 상황을 재연해 보세요.

🎧 08-08

Q1. **Bây giờ tôi muốn nói cho bạn nghe về tình huống. Và tôi muốn bạn diễn kịch theo tình huống. Bạn muốn mua một cái điện thoại di động mới. Hãy gọi điện cho cửa hàng và hỏi 3~4 câu hỏi để biết thêm về những loại điện thoại di động mà họ bán.**

이제 당신에게 상황에 대해 말해주고 싶습니다. 그리고 당신이 주어진 상황에 따라 연기해 주셨으면 합니다. 당신은 새 휴대폰을 사고 싶어 합니다. 가게에 판매하는 휴대폰의 종류를 알아보기 위해 전화해서 3~4개의 질문을 하세요.

Vâng, bây giờ tôi sẽ gọi điện thoại để hỏi về các loại điện thoại di động mà cửa hàng bán.

A lô, cửa hàng điện thoại di động Samsung phải không ạ?

Tôi muốn mua một chiếc điện thoại di động mới nên gọi điện thoại để hỏi một số thông tin.

Thật ra thì tôi chưa quyết định được sẽ mua loại điện thoại nào. Tôi muốn một chiếc điện thoại chụp ảnh đẹp. Anh có thể giới thiệu cho tôi những loại điện thoại có camera tốt không? Dự toán của tôi là khoảng 1.000 đô la Mỹ. Theo anh tôi có thể mua những loại điện thoại nào? Dạo này điện thoại có bút cảm ứng đang thịnh hành, cửa hàng của anh có những loại điện thoại nào có bút cảm ứng? Tôi nghe nói điện thoại Galaxy S20 rất tốt, anh có thể giải thích giúp tôi một số tính năng nổi bật của điện thoại đó được không?

Cảm ơn thông tin của anh.

Tôi sẽ suy nghĩ và gọi điện thoại lại sau nhé.

네, 이제 저는 가게에 판매하는 휴대폰의 종류에 대해 문의하기 위해 전화하겠습니다.

여보세요, 삼성 휴대폰 매장이죠? 저는 새 핸드폰을 사고 싶어서 몇 가지 정보를 문의하기 위해 전화했습니다.

사실, 저는 아직 어떤 종류의 휴대폰을 사야 할지 결정하지 못했습니다. 사진이 잘 찍히는 휴대폰을 원합니다. 좋은 카메라가 달린 휴대폰을 추천해 주실 수 있나요? 제 예산은 약 1,000달러입니다. 어떤 종류의 휴대폰을 살 수 있나요? 요즘 터치펜이 있는 휴대폰이 유행인데, 당신 가게에 터치펜이 있는 휴대폰은 어떤 종류가 있나요? 갤럭시 S20이 매우 좋다고 들었는데, 그 휴대폰의 뛰어난 성능 중 몇 가지를 설명해 주실 수 있나요?

정보를 알려줘서서 고맙습니다.

생각해 보고 나중에 다시 전화드리겠습니다.

 단어

- □ **thật ra thì (~)** 사실은, 실은 (~)
- □ **quyết định** 결정하다
- □ **dự toán** 예산
- □ **bút cảm ứng** 터치펜
- □ **thịnh hành** 유행이다
- □ **tính năng** 성능
- □ **nổi bật** 뛰어나다, 눈에 띄다

🎧 08-09

Q2. **Bạn muốn mua một chiếc xe đạp mới. Hãy gọi đến cửa hàng và hỏi 3~4 câu hỏi về đặc điểm của xe đạp.**

당신은 새 자전거를 사고 싶어 해요. 가게에 전화해서 자전거 특징에 대해 3~4개의 질문을 하세요.

Vâng, bây giờ tôi sẽ gọi điện thoại đến cửa hàng xe đạp để hỏi về xe đạp mà tôi muốn mua.

A lô, cửa hàng xe đạp Gangnam phải không ạ? Tôi gọi điện thoại để hỏi về chiếc xe đạp Monster 40D.

Xe đạp Monster 40D có sẵn đèn phía sau không? Nếu tôi phải mua riêng đèn phía sau cho xe đạp thì giá đèn là bao nhiêu? Có thể giảm giá cho tôi không? Xe đạp đó có mấy màu? Có màu đỏ không ạ? Giá của xe đạp đó bao nhiêu tiền ạ? Tôi có thể tín dụng, có thể trả góp không ạ? Hay phải trả một lần? Thời gian bảo hành là bao lâu? Tôi có thể nhận hàng thế nào? Anh có thể lắp ráp sản phẩm 100%, sau đó gửi đến nhà cho tôi không?

Vâng, tôi hiểu rồi. Cảm ơn anh đã tư vấn cho tôi.

Tôi sẽ suy nghĩ và gọi điện thoại lại sau.

네, 이제 저는 자전거 가게에 전화해서 사고 싶은 자전거에 대해 질문하겠습니다.

여보세요, 강남 자전거 가게죠? 저는 몬스터 40D 자전거에 대해서 문의하려고 전화했습니다.

몬스터 40D 자전거는 후미등이 있나요? 만약 제가 후미등을 따로 사야 한다면 후미등의 가격은 얼마인가요? 할인을 좀 해 주실 수 있나요? 몇 가지 색깔이 있나요? 빨간색 있나요? 자전거 가격은 얼마인가요? 제가 신용카드가 있는데 할부로 지불할 수 있나요? 아니면 일시불로 지불해야 하나요? 보증기간은 얼마 동안인가요? 제품을 어떻게 수령할 수 있나요? 100% 조립하고 저희 집으로 발송해 주실 수 있나요?

네, 이해했습니다. 상담해 주셔서 고맙습니다.

생각해 보고 나중에 다시 전화드리겠습니다.

단어

- đèn phía sau 후미등
- trả góp 할부로 지불하다
- trả một lần 일시불로 지불하다
- thời gian bảo hành 보증기간
- lắp ráp 조립하다
- hiểu 이해하다
- tư vấn 상담하다

4 상황에 맞게 질문하기

출제 유형은 '서비스/시설 이용에 대해 문의하기', '친구에게 문의하기' 등으로 크게 나눌 수 있습니다. 표를 참고하여 질문과 답변을 구성해 보세요.

내용	서비스/시설 이용에 대한 문의	친구에게 문의
구분	헬스장, 도서관 이용, 학원 등록, 은행 계좌 개설 등	친구에게 도움을 주기 위해 질문하기 등
서론	• A lô, đó có phải là _____ không? 여보세요, 거기는 ~입니까? → 빈칸에 영화관/공연장/식당/호텔/병원 등 구체적인 명칭을 제시합니다. • Tôi gọi điện thoại để _____. ~하기 위해 전화드렸습니다. • Tôi đến để hỏi về _____. ~에 대해 문의하기 위해 방문했습니다. • Tôi muốn biết về _____. ~을 알고 싶습니다.	
본론	① 가격, 영업시간 등 묻기 ② 등록, 회원가입 방법 묻기 ③ 할인 조건 묻기	① 어려운 상황 발생 시점 묻기 ② 증상, 상태 묻기 ③ 친구가 어떻게 보았는지 묻기
결론	• Cảm ơn thông tin của anh/chị. 정보 감사합니다. • Cảm ơn anh/chị đã hướng dẫn cho tôi. 안내해 주셔서 감사합니다. • Hẹn gặp lại. 또 만나요.	

 **다양한 질문 유형**

OPIc 시험에서는 질문의 의도를 빠르게 파악하는 것이 매우 중요합니다. 익숙한 질문일수록, 당황하지 않고 자연스럽게 답변을 할 수 있습니다. 주제에 관한 다양한 질문 유형들을 반복해서 익히고 학습해 보세요.

1. Bây giờ tôi muốn nói cho bạn nghe về tình huống. Và tôi muốn bạn diễn kịch theo tình huống. Bạn muốn đăng kí lớp học tiếng Việt. Hãy gọi điện thoại đến trung tâm và hỏi 3~4 câu hỏi về lớp học tiếng Việt.

이제 당신에게 상황에 대해 말해주고 싶습니다. 그리고 당신이 주어진 상황에 따라 연기해 주셨으면 합니다. 당신은 베트남어 수업에 등록하고 싶어 합니다. 학원에 전화해서 베트남어 수업에 대해 3~4개의 질문을 하세요.

2. Bạn muốn mở một tài khoản ngân hàng mới. Hãy đến ngân hàng và hỏi nhân viên ngân hàng 3~4 câu hỏi về thủ tục để mở tài khoản ngân hàng.

당신은 은행 계좌를 새로 개설하고 싶어 합니다. 은행에 가서 은행 직원에게 계좌개설에 관련된 3~4개의 질문을 하세요.

3. Bạn muốn tham gia một phòng tập thể dục hoặc gym mới mở gần đây. Hãy gọi cho người quản lý và hỏi 3~4 câu hỏi để biết mọi thứ bạn cần biết về phòng tập thể dục hoặc phòng gym đó.

당신은 최근에 개업한 헬스장에 회원가입을 하고 싶습니다. 헬스장 관리자에게 전화해서 알아야 할 사항에 대해 3~4개의 질문을 하세요.

4. Bạn đang lên kế hoạch đi du lịch nước ngoài. Hãy gọi điện thoại đến công ty du lịch và hỏi 3~4 câu hỏi để biết thông tin về chuyến du lịch mà bạn muốn đi.

당신은 해외여행을 계획하고 있습니다. 여행사에 전화해서 당신이 가고 싶은 여행에 대해 3~4개의 질문을 하세요.

5. Bạn định mượn sách ở thư viện nhưng bạn không thể tìm được quyển sách mà bạn cần. Hãy hỏi thủ thư 3~4 câu hỏi về cách tìm sách.

당신은 도서관에서 책을 빌리려고 하는데 필요한 책을 찾을 수 없습니다. 사서에게 책을 찾는 방법에 대해 3~4개의 질문을 하세요.

6. Một người bạn của bạn đã gọi điện thoại cho bạn và nhờ bạn mang đến một vài món ăn cho bữa tiệc tối. Hãy hỏi bạn của bạn 3~4 câu hỏi về món ăn mà bạn phải mang đi.

친구 한 명이 당신에게 전화해서 저녁 파티를 위해 몇 가지 음식을 갖고 오라고 부탁했습니다. 당신이 가져가야 할 음식에 대해 친구에게 3~4개의 질문을 하세요.

상대방이 있다는 가정하에 제시된 상황에 맞게 혼자 질문과 답변을 병행하며 상황을 재연해 보세요.

🎧 08-11

Q1. Bây giờ tôi muốn nói cho bạn nghe về tình huống. Và tôi muốn bạn diễn kịch theo tình huống. Bạn muốn đăng kí lớp học tiếng Việt. Hãy gọi điện thoại đến trung tâm và hỏi 3~4 câu hỏi về lớp học tiếng Việt.

이제 당신에게 상황에 대해 말해주고 싶습니다. 그리고 당신이 주어진 상황에 따라 연기해 주셨으면 합니다. 당신은 베트남어 수업에 등록하고 싶어 합니다. 학원에 전화해서 베트남어 수업에 대해 3~4개의 질문을 하세요.

Vâng, bây giờ tôi sẽ gọi điện thoại để hỏi về lớp học tiếng Việt.

A lô, trung tâm tiếng Việt ABC phải không ạ? Tôi gọi điện thoại để hỏi về lớp học tiếng Việt của trung tâm ạ.

Tôi là nhân viên công ty nên rất bận vào ngày thường. Trung tâm của cô có lớp cuối tuần không ạ? Lớp cuối tuần thì học mấy giờ một ngày ạ? Tôi đang tự học bằng giáo trình sơ cấp. Tôi có cần kiểm tra xếp lớp trước khi đăng kí học không ạ? Học phí lớp sơ cấp là bao nhiêu ạ? Nếu tôi đăng kí qua internet thì có được giảm giá không ạ? Tôi có thẻ tín dụng. Tôi có thể thanh toán bằng thẻ tín dụng không ạ? Nếu thanh toán bằng thẻ tín dụng thì tôi phải trả một lần hay có thể trả góp ạ?

Vâng, tôi hiểu rồi. Cảm ơn cô đã tư vấn cho tôi.

Tôi sẽ suy nghĩ và gọi điện thoại lại sau.

네, 이제 저는 베트남어 수업 관련 문의를 하기 위해 전화하겠습니다.

여보세요, ABC 베트남어 학원이죠? 베트남어 수업에 대해 문의하려고 전화했습니다.

저는 회사원이기 때문에 평일에는 매우 바쁩니다. 당신의 학원에는 주말반이 있나요? 주말반은 하루에 몇 시간 수업하나요? 저는 기초 교재로 독학하고 있습니다. 수강 신청하기 전에 레벨 테스트를 할 필요가 있나요? 기초반 수강료는 얼마인가요? 인터넷으로 신청하면 할인받을 수 있나요? 저는 신용카드가 있습니다. 신용카드로 결제할 수 있나요? 신용카드로 결제한다면 일시불로 결제해야 하나요 아니면 할부로 할 수 있나요?

네, 잘 알겠습니다. 상담해 주셔서 고맙습니다.

생각해 보고 나중에 다시 전화드리겠습니다.

 단어

- trung tâm 학원, 중심, 센터
- lớp học 수업, 반
- nhân viên công ty 회사원
- ngày thường 평일
- lớp cuối tuần 주말반
- tự học 독학하다, 자습하다

- giáo trình 교재
- sơ cấp 기초
- kiểm tra xếp lớp 레벨 테스트
- đăng kí 신청하다, 등록하다
- học phí 학비, 수강료, 수업료
- được giảm giá 할인을 받다

- thẻ tín dụng 신용카드
- trả một lần 일시불로 결제하다
- trả góp 할부로 결제하다
- hiểu 이해하다
- tư vấn 상담하다

🎧 08-12

Q2. **Một người bạn của bạn đã gọi điện thoại cho bạn và nhờ bạn mang đến một vài món ăn cho bữa tiệc tối. Hãy hỏi bạn của bạn 3~4 câu hỏi về món ăn mà bạn phải mang đi.**

친구 한 명이 당신에게 전화해서 저녁 파티를 위해 몇 가지 음식을 갖고 오라고 부탁했습니다. 당신이 가져가야 할 음식에 대해 친구에게 3~4개의 질문을 하세요.

Vâng, bây giờ tôi sẽ gọi điện thoại cho bạn của tôi để hỏi về món ăn mà tôi phải mang đi.

A lô, Linh đấy à? Mình là Minh đây. Bạn đã nhờ mình mang thức ăn đến bữa tiệc của bạn, nên mình gọi điện thoại cho bạn để hỏi một vài câu hỏi.

Bạn thích ăn món ăn gì? Món Âu, món Hàn hay món Việt? Bạn muốn ăn thịt hay hải sản? Món tráng miệng mình định làm là tiramisu, bạn có thích tiramisu không? Bạn đã chuẩn bị hoa quả chưa? Nhà mình có dưa hấu rất ngon, hay mình mang theo dưa hấu nữa nhé?

Bạn suy nghĩ rồi gọi lại cho mình nhé.

Hẹn gặp lại.

네, 이제 저는 친구에게 전화해서 제가 가져가야 할 음식에 대해 물어보겠습니다.

여보세요, 린이야? 민이야. 네가 파티에 음식을 가져다 달라고 해서 몇 가지 물어보려고 전화했어.

어떤 음식을 좋아하니? 양식, 한식, 아니면 베트남 음식이야? 고기를 먹고 싶니 해산물을 먹고 싶니? 내가 만들려고 하는 디저트는 티라미수인데, 티라미수 좋아해? 과일은 준비했니? 우리 집에 맛있는 수박이 있는데, 수박도 가져갈까?

생각해 보고 다시 전화해.

나중에 봐.

단어

- **mang đi** 가져가다
- **món Âu** 양식
- **món Hàn** 한식
- **món Việt** 베트남 음식

- **thịt** 고기
- **hải sản** 해산물
- **món tráng miệng** 디저트

- **tiramisu** 티라미수
- **hoa quả** 과일
- **dưa hấu** 수박

💬 롤플레이는 양쪽의 역할을 모두 연습하는 것이 좋습니다.

5 | 예약/예매하기

출제 유형은 '표 예매하기', '장소 예약하기', '병원 예약하기' 등으로 크게 나눌 수 있습니다. 표를 참고하여 질문과 답변을 구성해 보세요.

내용	표 예매	장소 예약	병원 예약
구분	영화표, 콘서트/공연/연극 표, 비행기 표 등	식당, 호텔 등	병원, 치과 등
서론	• **A lô, đó có phải là _____ không?** 여보세요, 거기는 ~입니까? 　→ 빈칸에 영화관/공연장/식당/호텔/병원 등 구체적인 명칭을 제시합니다. • **Tôi gọi điện thoại để đặt chỗ/mua vé.** 자리 예약/표 예매를 하기 위해 전화드렸습니다.		
서론	• 영화/공연의 제목/이름 • 관람하고 싶은 날짜와 시간 • 인원, 예약자의 이름과 연락처	• 예약자의 이름과 연락처 • 식당 : 예약 날짜와 시간, 인원 • 호텔 : 체크인/체크아웃 하고 싶은 날짜, 인원	• 예약자의 이름과 연락처 • 아픈 증상 • 방문하고 싶은 날짜와 시간
본론	• **Tôi có một vài/một số thắc mắc.** 몇 가지 궁금한 사항이 있습니다. • **Tôi có mấy câu hỏi.** 질문이 몇 개 있습니다.		
본론	① 해당 날짜와 시간에 표가 있는지 묻기 ② 주차장 등 편의시설 있는지 묻기 ③ 할인, 포인트 적립 등 묻기	① 해당 날짜에 자리/방이 남아있는지 묻기 ② 주차장, 놀이터, 수영장 등 편의시설 묻기 ③ 룸서비스, 제공 메뉴 등 묻기	① 진찰받고 싶은 의사의 진료시간 묻기 ② 보험 혜택을 받을 수 있는지 묻기 ③ 주차장 등 편의시설 있는지 묻기
결론	• **Cảm ơn thông tin của chị.** 정보 감사합니다. • **Cảm ơn chị đã hướng dẫn cho tôi.** 안내해 주셔서 감사합니다. • **Hẹn gặp lại.** 또 만나요.		

OPIc 시험에서는 질문의 의도를 빠르게 파악하는 것이 매우 중요합니다. 익숙한 질문일수록, 당황하지 않고 자연스럽게 답변을 할 수 있습니다. 주제에 관한 다양한 질문 유형들을 반복해서 익히고 학습해 보세요.

1. Bây giờ tôi muốn nói cho bạn nghe về tình huống. Tôi sẽ đọc cho bạn tình huống bằng tiếng Việt và sau đó bạn sẽ diễn kịch theo tình huống đó bằng tiếng Việt. Bạn muốn đi đến nhà hàng với bạn của bạn vào tuần sau. Hãy gọi đến nhà hàng và đặt bàn cho bạn và người bạn đó.

이제 당신에게 상황에 대해 말해주고 싶습니다. 나는 당신에게 베트남어로 상황을 읽어주고 당신은 베트남어로 연기해 주세요. 당신은 다음 주에 친구와 함께 식당에 가고 싶어 합니다. 식당에 전화해서 당신과 그 친구를 위해 테이블을 예약해 보세요.

2. Bạn muốn xem phim với bạn của bạn vào cuối tuần này. Hãy gọi đến rạp chiếu phim và hỏi 3~4 câu hỏi để đặt vé cho bạn và bạn của bạn.

당신은 이번 주말에 친구와 영화를 관람하고 싶어 합니다. 영화관에 전화해서 당신과 친구의 표를 예매하기 위해 3~4개의 질문을 하세요.

3. Bạn muốn mua vé máy bay đi nước ngoài. Hãy gọi điện thoại đến phòng vé và đặt vé máy bay.

당신은 해외에 가는 비행기 표를 사고 싶어 합니다. 항공권 매표소에 전화해서 표를 예약하세요.

4. Bạn chuẩn bị đi du lịch nước ngoài nhưng bạn chưa đặt khách sạn. Hãy gọi điện thoại đến khách sạn và hỏi 3~4 câu hỏi về khách sạn rồi đặt phòng.

당신은 해외여행을 준비하고 있는데 아직 호텔을 예약하지 않았습니다. 호텔에 전화해서 호텔에 대해 3~4개의 질문을 한 후 예약하세요.

5. Bạn cảm thấy không khỏe nên cần đi khám bệnh. Hãy gọi điện thoại cho bệnh viện và hỏi 3~4 câu hỏi rồi đặt chỗ khám bệnh.

당신은 몸이 좋지 않아 진찰을 받으러 가야 합니다. 병원에 전화해서 3~4개의 질문을 하고 진료 예약을 잡으세요.

6. Bạn bị đau răng nên muốn đi phòng khám nha khoa. Hãy gọi điện thoại đến phòng khám nha khoa và hỏi 3~4 câu hỏi rồi đặt giờ khám.

당신은 치아가 아프기 때문에 치과에 가고 싶어 합니다. 치과에 전화해서 3~4개의 질문을 하고 진료 예약을 잡으세요.

콤보 형식의 답변을 활용해서 질문별 모범 답변을 제시합니다.

🎧 08-14

Q1. **Bây giờ tôi muốn nói cho bạn nghe về tình huống. Tôi sẽ đọc cho bạn tình huống bằng tiếng Việt và sau đó bạn sẽ diễn kịch theo tình huống đó bằng tiếng Việt. Bạn muốn đi đến nhà hàng với bạn của bạn vào tuần sau. Hãy gọi đến nhà hàng và đặt bàn cho bạn và người bạn đó.**

이제 당신에게 상황에 대해 말해주고 싶습니다. 나는 당신에게 베트남어로 상황을 읽어주고 당신은 베트남어로 연기해 주세요. 당신은 다음 주에 친구와 함께 식당에 가고 싶어 합니다. 식당에 전화해서 당신과 그 친구를 위해 테이블을 예약해 보세요.

Vâng, bây giờ tôi sẽ bắt đầu đóng vai đặt nhà hàng.

A lô, đó có phải là nhà hàng 'Ngon' không ạ? Tôi gọi để đặt chỗ vào lúc 7 giờ tối thứ Hai tuần sau cho tôi và bạn của tôi.
Tôi tên là Lee Minsoo, số điện thoại là 010-1234-1234. Nhưng tôi có một vài thắc mắc ạ. Nhà hàng của chị có phòng riêng không ạ? Chúng tôi có tất cả 8 người, nếu ngồi bên ngoài thì không dễ trò chuyện, nên chúng tôi muốn đặt phòng riêng. Nhà hàng của chị có phục vụ món chay không ạ? Với lại chúng tôi muốn làm tiệc sinh nhật cho một người bạn vào ngày đó trong nhà hàng. Chị có thể mở bài hát chúc mừng sinh nhật được không ạ? Cuối cùng, nhà hàng có chỗ đỗ xe miễn phí không ạ? Nếu không miễn phí thì phí đỗ xe là bao nhiêu ạ?
Vâng, cảm ơn thông tin của chị.
Hẹn gặp lại vào thứ Hai tuần sau.

네, 이제 저는 식당 예약하는 것을 연기하겠습니다.

여보세요, 거기는 '응언' 식당이죠? 다음 주 월요일 저녁 7시에 저와 제 친구를 위해 예약하려고 전화했습니다.
제 이름은 이민수이고, 전화번호는 010-1234-1234입니다. 그런데 몇 가지 궁금한 게 있습니다. 식당은 룸이 있나요? 저희는 총 8명인데, 밖에 앉으면 대화하기가 쉽지 않아서 룸을 예약하고 싶습니다. 식당은 채식 요리를 제공하나요? 그리고 저희는 그날 식당에서 친구 생일 파티를 하고 싶습니다. 생일 축하 노래를 틀어주실 수 있을까요? 마지막으로, 식당은 무료 주차장이 있나요? 무료가 아니면 주차 요금이 얼마인가요?
네, 정보 감사합니다.
다음 주 월요일에 뵙겠습니다.

단어

- □ **đặt chỗ** 자리를/좌석을 예약하다
- □ **thắc mắc** 궁금하다
- □ **phòng riêng** 룸, 개인의 방
- □ **trò chuyện** 대화하다
- □ **phục vụ** 제공하다

- □ **món chay** 채식 요리
- □ **tiệc sinh nhật** 생일 파티
- □ **mở** (문, 책 등) 열다, (컴퓨터, 불 등) 켜다, (음악 등) 틀다
- □ **bài hát** 노래

- □ **chúc mừng** 축하하다
- □ **chỗ đỗ xe (bãi đỗ xe)** 주차장
- □ **miễn phí** 무료
- □ **phí đỗ xe** 주차 요금
- □ **thông tin** 정보

🎧 08-15

Q2. **Bạn muốn xem phim với bạn của bạn vào cuối tuần này. Hãy gọi đến rạp chiếu phim và hỏi 3~4 câu hỏi để đặt vé cho bạn và bạn của bạn.**

당신은 이번 주말에 친구와 영화를 관람하고 싶어 합니다. 영화관에 전화해서 당신과 친구의 표를 예매하기 위해 3~4개의 질문을 하세요.

Vâng, bây giờ tôi sẽ bắt đầu đóng vai đặt vé xem phim.

A lô, đó có phải là rạp chiếu phim CGV không ạ? Tôi gọi để mua vé phim 'Avengers' vào tối thứ Bảy tuần này cho 2 người, nhưng tôi có một vài thắc mắc.
Tôi muốn xem suất 9 giờ tối. Suất đó còn chỗ ở gần màn hình không ạ? Tôi thích ngồi ở hàng H, I hoặc J. Nếu thanh toán bằng thẻ tín dụng thì có được giảm giá hay tích điểm không ạ? Lúc 9 giờ ngoài phim 'Avengers' ra thì có phim nào khác không ạ? Tôi cũng muốn xem phim 'Frozen', phim này có suất lúc 9 giờ không? Bãi đỗ xe của tòa nhà ở ngoài trời hay ở tầng hầm ạ? Vì tôi không thích đỗ xe bên ngoài nên nếu tòa nhà không có bãi đỗ xe ở tầng hầm thì tôi sẽ đi tắc xi đến đó.
Vâng, cảm ơn thông tin của chị.

네, 이제 저는 영화표 예매하는 것을 연기하겠습니다.

여보세요, 거기는 CGV 영화관이죠? 이번 주 토요일 저녁에 '어벤저스' 영화표 2장 예매하려고 전화했는데 몇 가지 궁금한 게 있습니다.
저는 저녁 9시에 영화를 보고 싶습니다. 그 시간에는 스크린 근처에 좌석이 남아있나요? 저는 H, I 또는 J 열에 앉는 것을 좋아합니다. 신용카드로 결제하면 할인을 받거나 포인트를 적립할 수 있나요? 9시에 '어벤저스' 말고 다른 영화 있나요? 저는 '겨울 왕국'도 보고 싶은데 9시에 하나요? 건물 주차장은 야외에 있나요 지하에 있나요? 저는 밖에 주차하는 것을 싫어하기 때문에 지하 주차장이 없다면, 택시를 타고 갈 것입니다.
네, 정보 감사합니다.

단어

- mua vé phim 영화표를 사다, 예매하다
- chỗ 자리, 좌석
- màn hình 화면, 스크린
- hàng 열
- thẻ tín dụng 신용카드
- được giảm giá 할인을 받다
- tích điểm 포인트를 적립하다
- ngoài trời 야외
- tầng hầm 지하

롤플레이는 양쪽의 역할을 모두 연습하는 것이 좋습니다.

6 약속 취소 및 대안 제시하기

이미 약속된 일정이 어떤 이유로 취소되거나 다른 대안을 제시해야 하는 상황의 롤플레이입니다. 보통 구체적인 취소 이유가 언급되지 않으므로 스스로 이유를 상상하여 회화문을 구성하는 연습이 필요합니다. 표를 참고하여 질문과 답변을 구성해 보세요.

구분	내용
서론	질문 요약 및 도입 • Chào _____. ~씨, 안녕하세요. • 1인칭대명사 xin lỗi nhưng có lẽ 1인칭대명사 không thể _____. 죄송합니다만 ~할 수 없을 것 같습니다. • Vì _____. 왜냐하면 ~.
본론	• 약속(여행 가기/영화 보기/조깅하기 등) 취소에 대한 미안함 표현하기 1인칭대명사 cảm thấy có lỗi và rất tiếc vì không thể giữ lời hứa. 약속을 지키지 못해서 너무 미안하고 아쉽게 생각합니다. • 대안 제시 1 • 대안 제시 2
결론	• Mong 2인칭대명사 thông cảm. 이해해 주셨으면 합니다. • 2인칭대명사 suy nghĩ và gọi lại cho 1인칭대명사 nhé. 생각하시고 저에게 전화해 주세요.

OPIc 시험에서는 질문의 의도를 빠르게 파악하는 것이 매우 중요합니다. 익숙한 질문일수록, 당황하지 않고 자연스럽게 답변을 할 수 있습니다. 주제에 관한 다양한 질문 유형들을 반복해서 익히고 학습해 보세요.

1. Xin lỗi, tôi có vấn đề cần bạn giải quyết. Vào ngày đi xem trận đấu thể thao bạn bị bệnh. Hãy gọi cho bạn của bạn, giải thích tình huống và đưa ra 2 phương án để giải quyết tình huống này.

미안하지만 당신이 해결해야 할 문제가 있습니다. 당신은 스포츠 경기를 보러 가는 날에 아픕니다. 친구에게 전화해서 상황을 설명하고 이 상황을 해결하기 위한 2개의 대안을 제시하세요.

2. Bạn định đến phòng gym vào chiều nay cùng với người bạn nhưng bạn vừa biết là mình không thể đi được. Hãy gọi cho người bạn đó, giải thích tình huống và đưa ra 2~3 đề nghị khác để đến phòng gym.

당신은 오늘 오후에 헬스장에 친구와 같이 가려고 했는데, 갈 수 없다는 것을 알게 되었습니다. 그 친구에게 전화해서 상황을 설명하고 헬스장에 가기 위해 2~3개의 제안을 하세요.

3. Bạn và bạn của bạn muốn đi xem phim tối nay nên đã mua 2 vé xem phim. Tuy nhiên, có việc gấp xảy ra và bạn không thể đi được. Hãy gọi cho người bạn đó, giải thích tình huống rồi đưa ra 2~3 đề nghị để giải quyết vấn đề.

당신과 당신의 친구는 오늘 저녁에 영화를 보러 가고 싶어서 영화표 2장을 예매했습니다. 그러나, 급한 일이 생겨서 당신은 갈 수 없을 것입니다. 그 친구에게 전화해서 상황을 설명하고 이 문제를 해결하기 위한 2~3개의 제안을 하세요.

4. Vào ngày định tổ chức tiệc với họ hàng, bạn không thể tham dự. Hãy gọi cho họ hàng và giải thích vấn đề. Sau đó, đưa ra 2~3 đề nghị để giải quyết.

친척들과 같이 파티를 하기로 한 날에 당신은 참석하지 못할 것입니다. 친척에게 전화해서 문제를 설명하세요. 그런 다음에 2~3개의 제안을 하세요.

5. Bạn của bạn để lại tin nhắn nói là muốn bạn đón trong vòng 1 giờ, nhưng bạn có việc phải làm trong thời gian đó. Hãy gọi điện thoại cho bạn của bạn và giải thích tình huống vì sao bạn không thể đón người bạn đó và hãy đưa ra 2~3 đề nghị để giải quyết vấn đề.

당신의 친구는 한 시간 안에 당신이 자신을 데리러 와 줬으면 한다고 메시지를 남겼는데 당신은 그 시간에 해야 할 일이 있습니다. 친구에게 전화해서 데리러 가지 못할 상황을 설명하고 문제 해결을 위해 2~3개의 제안을 하세요.

6. Bạn đã có hẹn đi du lịch nước ngoài với bạn của bạn nhưng vì lí do nào đó bạn không thể đi được. Hãy gọi điện thoại cho bạn của bạn và giải thích lí do, sau đó đưa ra 2~3 đề nghị để giải quyết vấn đề.

당신은 친구와 함께 해외여행을 가기로 했는데 어떤 이유로 당신은 가지 못할 것입니다. 친구에게 전화해서 이유를 설명하고 문제 해결을 위해 2~3개의 제안을 하세요.

상대방이 있다는 가정하에 제시된 상황에 맞게 혼자 질문과 답변을 병행하며 상황을 재연해 보세요.

🎧 08-17

Q1. **Bạn và bạn của bạn muốn đi xem phim tối nay nên đã mua 2 vé xem phim. Tuy nhiên, có việc gấp xảy ra và bạn không thể đi được. Hãy gọi cho người bạn đó, giải thích tình huống rồi đưa ra 2~3 đề nghị để giải quyết vấn đề.**

당신과 당신의 친구는 오늘 저녁에 영화를 보러 가고 싶어서 영화표 2장을 예매했습니다. 그러나, 급한 일이 생겨서 당신은 갈 수 없을 것입니다. 그 친구에게 전화해서 상황을 설명하고 이 문제를 해결하기 위한 2~3개의 제안을 하세요.

Vâng, bây giờ tôi sẽ bắt đầu giải quyết tình huống.

A lô, Mai à? Mình là Hoa đây. Chúng mình có hẹn tối nay đi xem phim 'Avengers' và đã mua vé. Nhưng thật xin lỗi bạn, tối nay mình phải làm xong báo cáo tháng nên chắc là không thể đi xem phim cùng bạn được. Mình rất xin lỗi nhưng đây là tình huống bất khả kháng. Mình có một vài phương án để giải quyết tình huống này. Thứ nhất, bạn đi xem phim tối nay với em gái của bạn nhé? Mình nghe em gái của bạn nói là em ấy cũng rất thích phim đó đấy. Hoặc là chúng ta hủy vé hôm nay và cùng nhau đi xem vào cuối tuần thì thế nào? Nếu đi xem vào cuối tuần thì mình sẽ mời bạn ăn cơm sau khi xem phim.

Mong bạn thông cảm cho mình. Bạn suy nghĩ rồi gọi lại cho mình nhé. Bây giờ mình phải vào làm việc đây.

Tạm biệt.

네, 이제 저는 상황을 해결하기 시작하겠습니다.

여보세요, 마이니? 난 화야. 우리 오늘 저녁에 영화 '어벤저스'를 보러 가기로 했고 표도 이미 예매했잖아. 하지만 정말 미안한데, 오늘 저녁에 월간 보고서를 끝내야 해서 너와 같이 영화 보러 못 갈 것 같아. 정말 미안하지만 이것은 불가피한 상황이야. 나는 이 상황을 해결하기 위해 몇 가지 대안이 있어. 먼저, 오늘 저녁에 너는 네 여동생과 같이 갈래? 네 여동생도 그 영화를 좋아한다고 들었어. 아니면 오늘 표를 취소하고 주말에 같이 보러 가는 건 어때? 주말에 영화 보러 가면 영화 끝나고 내가 밥 살게.

네가 이해해 줬으면 해. 생각해 보고 다시 전화해 줘. 난 지금 업무를 보러 들어가야 돼.

안녕.

단어

- báo cáo tháng 월간 보고서
- bất khả kháng 불가피하다, 불가항력의
- hoặc là 아니면, 혹은
- hủy 취소하다
- thông cảm 이해하다, 공감하다

Q2. Bạn đã có hẹn đi du lịch nước ngoài với bạn của bạn nhưng vì lí do nào đó bạn không thể đi được. Hãy gọi điện thoại cho bạn của bạn và giải thích lí do, sau đó đưa ra 2~3 đề nghị để giải quyết vấn đề.

당신은 친구와 함께 해외여행을 가기로 했는데 어떤 이유로 당신은 가지 못할 것입니다. 친구에게 전화해서 이유를 설명하고 문제 해결을 위해 2~3개의 제안을 하세요.

Vâng, bây giờ tôi sẽ bắt đầu giải quyết tình huống.

A lô, Mai à? Mình là Hoa đây. Chúng mình đã lên kế hoạch đi du lịch Việt Nam vào tuần sau và mình rất mong đợi chuyến đi này. Nhưng thật không may, mình bị cảm cúm, bác sĩ nói mình phải nhập viện để điều trị. Mình chưa biết khi nào có thể xuất viện. Mình rất xin lỗi nhưng đây là tình huống bất khả kháng. Mình có một vài phương án để giải quyết tình huống này. Thứ nhất, nếu bạn muốn đi trong tuần sau thì có thể đi một mình mà không có mình. Hoặc là chúng ta hủy chuyến du lịch tuần sau, rồi cùng nhau đi vào một dịp khác thì thế nào? Cuối tháng sau mình có thể xin nghỉ phép, nếu bạn có thời gian thì chúng mình đi nhé. Nếu đi du lịch vào cuối tháng sau cùng nhau thì mình sẽ mời bạn ăn thật nhiều món ăn Việt Nam và chụp nhiều ảnh đẹp cho bạn.
Mong bạn thông cảm cho mình. Bạn suy nghĩ rồi gọi lại cho mình nhé.
Tạm biệt.

네, 이제 저는 상황을 해결하기 시작하겠습니다.

여보세요, 마이니? 난 화야. 우리가 다음 주에 베트남에 갈 여행을 계획했고 나는 정말 이 여행을 기대했어. 하지만 정말 운이 안 좋게도, 내가 독감에 걸려서 의사 선생님이 치료하기 위해 입원해야 한다고 했어. 언제 퇴원할 수 있을지는 아직 몰라. 정말 미안하지만 이것은 불가피한 상황이야. 나는 이 상황을 해결하기 위해 몇 가지 대안이 있어. 첫째, 다음 주에 가고 싶다면 나 없이 혼자 가도 돼. 아니면 다음 주 여행을 취소하고 다음에 같이 가는 건 어때? 다음 달 말에 휴가를 신청할 수 있어서 네가 시간이 된다면 같이 가자. 다음 달 말에 같이 여행을 간다면, 내가 베트남 음식도 많이 사 주고 예쁜 사진도 많이 찍어 줄게.
네가 이해해 줬으면 해. 생각해 보고 다시 전화해 줘.
안녕.

 단어

- **mong đợi** 기대하다
- **chuyến đi** 가는 편, 여정, 여행
- **thật không may** 재수 없게도, 정말 운이 안 좋게도, 불운하게
- **cảm cúm** 독감
- **nhập viện** 입원하다
- **điều trị** 치료하다
- **xuất viện** 퇴원하다
- **bất khả kháng** 불가피하다, 불가항력의
- **một mình** 혼자
- **mà không có (~)** (~) 없이
- **cuối tháng sau** 다음 달 말
- **xin nghỉ phép** 휴가를 내다/신청하다

7 │ 상황 설명 후 도움 요청하기

출제 유형은 '분실물 신고 및 찾기', '시설 이용 요청하기', '수리 요청하기' 등으로 크게 나눌 수 있습니다. 표를 참고하여 질문과 답변을 구성해 보세요.

내용	분실물 신고 및 찾기	시설 이용 요청	수리 요청
구분	전화기, 은행 카드, 물건 등	도서관 컴퓨터, 식당 등	공원 자동판매기 등
서론	질문 요약 및 도입 • A lô, tôi gọi điện thoại để _____. 여보세요, ~하기 위해 전화했습니다. • Xin chào, tôi muốn hỏi về _____. 안녕하세요, ~에 대해 문의하고 싶습니다.		
서론	Tôi phát hiện (명사) đã bị mất. (명사가 분실되었다는 것을 알게 되었습니다. → 물건을 가리키는 명사	Tôi cần sử dụng (명사). (명사)를 사용할 필요가 있습니다. → 시설을 가리키는 명사	Tôi đang sử dụng _____ thì nó đột nhiên không hoạt động nữa. ~을 사용하고 있었는데 갑자기 작동하지 않습니다.
본론	• 분실물 보관 센터에 보관되어 있는지 확인 요청 • 신고가 들어오면 전화 부탁	• 시설 사용에 대한 이유 설명 • 도움 요청	• 물건의 상태 설명 • 해당 물건을 급하게 써야 하는 이유 • 도움 요청 내용
결론	• Mong anh/chị giúp tôi. 저를 도와주셨으면 합니다. • Cảm ơn anh/chị vì đã giúp tôi. 저를 도와주셔서 감사합니다. • Chúc anh/chị một ngày tốt lành. 좋은 하루 되세요.		

OPIc 시험에서는 질문의 의도를 빠르게 파악하는 것이 매우 중요합니다. 익숙한 질문일수록, 당황하지 않고 자연스럽게 답변을 할 수 있습니다. 주제에 관한 다양한 질문 유형들을 반복해서 익히고 학습해 보세요.

1. Có một tình huống cần bạn đóng vai. Bạn cần đặt bàn tại nhà hàng gần nhà bạn. Nhưng không may là chỉ còn lại một vài bàn cho khách hàng VIP và tất cả các bàn đều đã được đặt. Hãy nói chuyện với người quản lý và giải thích 2~3 lý do vì sao bạn phải dùng bữa tại nhà hàng này.

당신이 연기해야 할 상황이 있습니다. 당신은 집 근처 식당에 자리를 예약해야 합니다. 하지만 안타깝게도 VIP 고객을 위한 테이블 몇 개만 남았고 모든 테이블이 이미 예약되어 있습니다. 매니저에게 이야기해서 왜 이 식당에서 식사를 해야 하는지 2~3개의 이유를 설명하세요.

2. Bạn đã để quên túi trên taxi chở bạn về khách sạn. Hãy gọi cho công ty taxi, giải thích việc đã xảy ra, miêu tả túi của bạn, và hỏi họ làm thế nào để nhận lại túi.

당신을 호텔까지 태워다 준 택시에 가방을 두고 내렸습니다. 택시 회사에 전화해서 무슨 일이 있었는지 설명하고, 가방이 어떻게 생겼는지 묘사하고 어떻게 해야 가방을 받을 수 있는지 물어보세요.

3. Bạn đi đến thư viện để sử dụng máy tính. Nhưng không may là thủ thư nói bạn không được sử dụng máy tính khi chưa đặt trước. Hãy giải thích cho thủ thư 2~3 lý do bạn phải sử dụng máy tính, và hỏi họ có thể làm gì cho bạn.

당신은 컴퓨터를 사용하기 위해 도서관에 갔습니다. 하지만 안타깝게도 사서는 예약 없이 컴퓨터를 사용할 수 없다고 했습니다. 사서에게 컴퓨터를 사용해야 하는 2~3가지 이유를 설명하고, 당신을 위해 무엇을 해 줄 수 있는지 물어보세요.

4. Ở bãi biển, bạn đã bị mất đồ. Hãy gọi điện cho khách sạn để giải thích tình huống, và hỏi xem họ có thể làm gì cho bạn.

해변에서 당신은 소지품을 잃어버렸습니다. 호텔에 전화해서 상황을 설명하고, 그들이 당신을 위해 무엇을 해 줄 수 있는지 물어보세요.

5. Bạn đã bị mất thẻ ngân hàng. Hãy gọi điện thoại đến ngân hàng để giải thích tình huống và hỏi xem họ có thể giúp gì cho bạn.

당신은 은행 카드를 분실했습니다. 은행에 전화해 상황을 설명하고 그들이 당신을 위해 무엇을 해 줄 수 있는지 물어보세요.

6. Bạn đã xem phim ở rạp chiếu phim rồi về nhà. Sau đó bạn phát hiện đã để quên điện thoại di động ở rạp chiếu phim. Hãy gọi điện thoại đến rạp chiếu phim và hỏi xem họ có thể giúp gì cho bạn.

당신은 영화관에서 영화를 보고 집에 갔습니다. 그리고 나서 휴대폰을 영화관에 두고 온 것을 알게 되었습니다. 영화관에 전화해서 당신을 위해 무엇을 도와줄 수 있는지 물어보세요.

모범 답변

상대방이 있다는 가정하에 제시된 상황에 맞게 혼자 질문과 답변을 병행하며 상황을 재연해 보세요.

🎧 08-20

Q1. **Có một tình huống cần bạn đóng vai. Bạn cần đặt bàn tại nhà hàng gần nhà bạn. Nhưng không may là chỉ còn lại một vài bàn cho khách hàng VIP và tất cả các bàn đều đã được đặt. Hãy nói chuyện với người quản lý và giải thích 2~3 lý do vì sao bạn phải dùng bữa tại nhà hàng này.**

당신이 연기해야 할 상황이 있습니다. 당신은 집 근처 식당에 자리를 예약해야 합니다. 하지만 안타깝게도 VIP 고객을 위한 테이블 몇 개만 남았고 모든 테이블이 이미 예약되어 있습니다. 매니저에게 이야기해서 왜 이 식당에서 식사를 해야 하는지 2~3개의 이유를 설명하세요.

Vâng, bây giờ tôi sẽ bắt đầu diễn kịch.

Xin chào, anh là quản lý của nhà hàng đó phải không ạ? Tôi là khách quen ở đó. Tôi định đặt bàn cho tối nay nhưng nhân viên nhà hàng nói tất cả các bàn đã được đặt hết, chỉ còn lại 2 bàn cho VIP. Anh có thể kiểm tra lại giúp tôi được không? Hôm nay là sinh nhật của mẹ tôi, mà mẹ tôi rất thích món sườn bò nướng của nhà hàng đó. Hơn nữa xung quanh không có nhà hàng nào ngon và phù hợp để chúc mừng sinh nhật như nhà hàng của anh cả. Nên tôi muốn mời mẹ tôi dùng bữa ở đó. Chúng tôi có thể ăn tối muộn một chút cũng được. Thường khoảng 8 giờ tối thì không đông khách đúng không ạ? Mong anh giúp tôi. Số điện thoại của tôi là 010-1234-1234, tôi tên Minh. Anh gọi lại cho tôi sau khi kiểm tra nhé.
Cảm ơn anh. Chúc anh một ngày tốt lành.

네, 이제 저는 연기를 시작하겠습니다.

안녕하세요, 그 식당의 매니저이시죠? 저는 거기의 단골손님입니다.
오늘 저녁에 테이블을 예약하려고 하는데, 식당 종업원이 모든 테이블은 예약되어 있고, VIP 테이블 2개밖에 안 남았다고 했습니다. 다시 확인해 주시겠어요? 오늘은 저희 어머니 생신인데, 그 식당의 소갈비구이를 아주 좋아하십니다. 게다가 주변에는 그 식당만큼 맛있고 생일을 축하하는 데 적합한 식당이 없습니다. 그래서 저는 어머니가 거기서 식사를 하도록 대접하고 싶습니다. 저희는 조금 늦게 저녁을 먹어도 됩니다. 보통 저녁 8시쯤에 손님이 많지 않죠? 도와주셨으면 좋겠습니다. 제 전화번호는 010-1234-1234이며, 이름은 민입니다. 확인한 후 전화해 주세요.
감사합니다. 좋은 하루 되세요.

단어		
▫ **quản lý** 관리하다, 관리자, 매니저	▫ **sinh nhật** 생일	▫ **dùng bữa** 식사하다
▫ **khách quen** 단골손님	▫ **sườn bò nướng** 소갈비구이	▫ **muộn** 늦다
▫ **đặt bàn** 테이블을 예약하다	▫ **hơn nữa** 게다가	▫ **một chút** 조금, 잠시
▫ **nhân viên nhà hàng** 식당 종업원	▫ **xung quanh** 주변, 주위	▫ **đông** (사람이) 많다
▫ **kiểm tra** 검사하다, 점검하다, 확인하다	▫ **phù hợp** 어울리다, 적합하다, 맞다	▫ **khách** 손님
▫ **lại** 다시	▫ **chúc mừng** 축하하다	

Q2. **Bạn đã để quên túi trên tắc xi chở bạn về khách sạn. Hãy gọi cho công ty tắc xi, giải thích việc đã xảy ra, miêu tả túi của bạn, và hỏi họ làm thế nào để nhận lại túi.**

당신을 호텔까지 태워다 준 택시에 가방을 두고 내렸습니다. 택시 회사에 전화해서 무슨 일이 있었는지 설명하고, 가방이 어떻게 생겼는지 묘사하고 어떻게 해야 가방을 받을 수 있는지 물어보세요.

Vâng, bây giờ tôi sẽ bắt đầu diễn kịch.

A lô, đó là công ty tắc xi Hà Nội phải không ạ? Tôi gọi điện thoại để hỏi một việc. Khoảng 30 phút trước tôi đã đi tắc xi từ sân bay Nội Bài về khách sạn ở Hồ Tây. Biển số xe tắc xi là 52E 1234. Sau khi thanh toán phí tắc xi và xuống xe thì tôi phát hiện đã để quên túi trên tắc xi. Túi của tôi là ba lô bằng da màu đen, rộng khoảng 50 cm, cao 30 cm. Anh có thể gọi tài xế tắc xi để kiểm tra giúp tôi được không ạ? Hoặc nếu anh không thể gọi điện thoại cho tài xế tắc xi thì có thể cho tôi biết làm thế nào để nhận được túi không ạ? Vì trong đó có hộ chiếu của tôi, nếu không thể tìm được túi thì tôi không thể về Hàn Quốc được. Anh kiểm tra rồi gọi lại giúp tôi nhé. Số điện thoại của tôi là 010-1111-1111, tên tôi là Kim. Mong anh giải quyết nhanh giúp tôi.

Cảm ơn anh.

네, 이제 저는 연기를 시작하겠습니다.

여보세요, 거기 하노이 택시회사죠? 뭐 좀 여쭤보려고 전화했습니다.
약 30분 전에 저는 노이바이 공항에서 서호에 있는 호텔까지 택시를 타고 왔습니다. 그 택시의 번호판은 52E 1234입니다. 택시비를 내고 차에서 내린 후 택시에 가방을 두고 내린 것을 발견했습니다. 제 가방은 검은색 가죽 백팩으로 폭 50cm, 높이 30cm 정도 됩니다. 택시 기사에게 전화해서 확인해 주실 수 있나요? 아니면 택시 기사에게 전화를 걸 수 없다면 가방을 어떻게 받을 수 있는지 알려주시겠어요? 가방에 여권이 들어있기 때문에 가방을 못 찾으면 한국으로 돌아갈 수 없을 것입니다. 확인하고 다시 전화해 주세요. 제 전화번호는 010-1111-1111이고, 이름은 김이라고 합니다. 빨리 해결해 주셨으면 합니다.
감사합니다.

단어

- **sân bay** 공항
- **khách sạn** 호텔
- **biển số** 번호판
- **thanh toán** 돈을 내다, 결제하다
- **phí tắc xi** 택시비
- **xuống xe** 차에서 내리다
- **phát hiện** 발견하다, 알아내다

- **để quên** ~을 두고 내리다/나가다
- **ba lô** 백팩
- **da** 가죽
- **màu đen** 검은색
- **rộng** 폭, 넓다
- **cao** 높이, 높다

- **tài xế** 운전기사
- **kiểm tra** 확인하다, 검사하다
- **cho biết** 알려주다
  (cho+대상+biết : (대상)에게 알려 주다)
- **nhận** 수령하다, 받다
- **hộ chiếu** 여권

8 | 상황 설명 후 대안 제시하기

출제 유형은 '약속 취소 및 대안 제시하기'와 '상황 설명 후 도움 요청하기'의 비슷한 형태로, '질문 요약 및 도입 – 상황 설명 및 대안 제시 – 마무리'와 같은 구조로 롤플레이를 구성할 수 있습니다. 표를 참고하여 질문과 답변을 구성해 보세요.

구분	내용
서론	질문 요약 및 도입 • A lô, _____ phải không? 여보세요, ~이죠? • 1인칭대명사 là _____. 저는 ~입니다. • Tôi gọi để _____. ~하기 위해 전화했습니다.
본론	• 상황 관련 내용 설명하기 • 관련 이유/원인 설명하기 • 대안 제시 1 • 대안 제시 2
결론	• Mong 2인칭대명사 thông cảm. 이해해 주셨으면 합니다. • 2인칭대명사 suy nghĩ và gọi lại cho 1인칭대명사 nhé. 생각하시고 저에게 전화 주세요.

OPIc 시험에서는 질문의 의도를 빠르게 파악하는 것이 매우 중요합니다. 익숙한 질문일수록, 당황하지 않고 자연스럽게 답변을 할 수 있습니다. 주제에 관한 다양한 질문 유형들을 반복해서 익히고 학습해 보세요.

1. Tôi xin lỗi, nhưng có vấn đề bạn cần giải quyết. Công ty du lịch vừa gọi bạn và nói rằng có vấn đề với chuyến du lịch bạn đã đặt. Hãy gọi cho bạn của bạn và giải thích tình hình. Hãy đưa ra 2~3 phương án thay thế.

죄송하지만, 당신이 해결해야 할 문제가 있습니다. 여행사에서 방금 당신에게 전화해 예약한 투어에 문제가 있다고 했습니다. 친구에게 전화해서 상황을 설명하세요. 그리고 2~3개의 대안을 제시하세요.

2. Bạn đã đặt vé máy bay không hoàn lại, nhưng bạn có việc nên không thể đi du lịch được. Hãy gọi điện đến đại lý vé máy bay và đưa ra 2~3 phương án thay thế.

당신은 환불 불가한 항공권을 예약했는데, 일이 생겨서 여행을 갈 수 없게 되었습니다. 항공권 대리점에 전화해서 2~3개의 대안을 제시하세요.

3. Bạn vừa biết được là thời tiết ở bãi biển mà bạn định đi hôm nay sẽ không tốt. Hãy gọi cho bạn của bạn và nói với anh ấy về thời tiết, và đưa ra 2~3 phương án thay thế.

당신이 오늘 가려고 했던 해변의 날씨가 좋지 않다는 것을 방금 알게 되었습니다. 친구에게 전화해서 날씨에 대해 말하고, 2~3개의 대안을 제시하세요.

4. Trên đường đi nghỉ lễ, bạn bị tai nạn xe. Hãy gọi cho bạn của bạn, giải thích tình huống, và đưa ra 2~3 phương án thay thế cũng như nói cho người bạn đó thời gian bạn dự kiến có mặt, thời gian để di chuyển và bạn sẽ giải quyết vấn đề.

명절을 보내러 가는 길에 교통사고가 났습니다. 친구에게 전화해 상황을 설명하고 2~3개의 대안을 제시하고, 도착 예정시간과 이동 소요시간을 친구에게 알려준 후, 문제를 해결하겠다고 이야기하세요.

5. Bạn đã mượn loa của một người bạn, nhưng loa đã bị hỏng khi đang sử dụng. Hãy gọi điện cho người bạn đó rồi giải thích tình trạng và đưa ra 2~3 phương án thay thế để giải quyết vấn đề.

당신은 친구 한 명에게 스피커를 빌렸는데, 사용 중 스피커가 고장 났습니다. 그 친구에게 전화해서 상황을 설명하고 문제를 해결하기 위해 2~3개의 대안을 제시하세요.

6. Bạn đã đăng kí một môn học nhưng phát hiện ra bạn không thể tham gia lớp học đầy đủ vì một lí do nào đó. Hãy gọi điện thoại cho giáo viên, giải thích vấn đề, sau đó đưa ra 2~3 phương án thay thế.

당신은 한 과목을 수강신청했는데 어떤 이유로 수업에 다 참석할 수 없다는 것을 알게 되었습니다. 선생님께 전화해 문제를 설명한 후 2~3개의 대안을 제시하세요.

모범 답변

상대방이 있다는 가정하에 제시된 상황에 맞게 혼자 질문과 답변을 병행하며 상황을 재연해 보세요.

🎧 08-23

Q1. **Trên đường đi nghỉ lễ, bạn bị tai nạn xe. Hãy gọi cho bạn của bạn, giải thích tình huống, và đưa ra 2~3 phương án thay thế cũng như nói cho người bạn đó thời gian bạn dự kiến có mặt, thời gian để di chuyển và bạn sẽ giải quyết vấn đề.**

명절을 보내러 가는 길에 교통사고가 났습니다. 친구에게 전화해 상황을 설명하고 2~3개의 대안을 제시하고, 도착 예정시간과 이동 소요시간을 친구에게 알려준 후, 문제를 해결하겠다고 이야기하세요.

Vâng, bây giờ tôi sẽ bắt đầu giải quyết vấn đề.

A lô, Hyoyoung đấy à? Mình là Linh đây. Mình gọi để cho bạn biết về tình huống bất ngờ. Mình đang lái xe đến nhà bạn để ăn trưa như đã hẹn. Nhưng mình vừa bị tai nạn do xe phía sau đâm vào xe mình. May mà mình không bị thương, nhưng xe đã bị va chạm nên mình đã gọi công ty bảo hiểm và đang chờ họ đến. Thế nên mình muốn đưa ra một số giải pháp, bạn nghe thử nhé. Một là, nếu bạn có thời gian thì có thể lái xe đến đón mình được không? Xe mình có vẻ bị hỏng nặng lắm, mất nhiều thời gian để sửa. Hai là, nếu bạn không có thời gian, thì đừng chờ mình mà cứ ăn trưa trước nhé. Sau khi giải quyết xong vấn đề ở đây mình sẽ đi tắc xi đến nhà bạn. Từ đây đến nhà bạn khoảng 10 phút thôi. Mình nghĩ khoảng 1 tiếng nữa mình có thể xuất phát. Bạn suy nghĩ rồi gọi lại cho mình nhé.
Một chút nữa gặp nhé.

네, 이제 문제 해결을 시작하겠습니다.

여보세요, 효영이니? 나 린이야. 예상하지 못한 상황을 알려주려고 전화했어. 나는 약속한 대로 점심을 먹으러 네 집으로 차를 몰고 가고 있었어. 그런데 뒤에 있던 차가 내 차를 들이받아 사고가 났어. 다행히 나는 다치지 않았지만, 내 차가 부딪혀서 보험사를 불렀고 그들이 오기를 기다리고 있어. 그렇기 때문에 내가 몇 가지 해결책을 제안하고 싶은데, 들어봐. 첫째, 만약 네가 시간 있다면 운전해서 여기로 데리러 올 수 있어? 내 차가 심하게 파손된 것 같아서, 수리하는 데 시간이 많이 걸릴 거야. 둘째, 시간이 없으면 기다리지 말고 먼저 점심 먹어. 여기서 문제를 해결한 후 택시를 타고 네 집으로 갈게. 여기서 네 집까지 10분 정도만 걸릴 거야. 지금부터 약 1시간 후에 출발할 수 있을 것 같아. 생각해 보고 다시 전화해.
이따 봐.

단어		
▫ **bất ngờ** 놀라다, 예상하지 못하다	▫ **va chạm** 부딪히다	▫ **nặng** 심하다, 무겁다
▫ **lái xe** 차를 몰다, 운전하다	▫ **công ty bảo hiểm** 보험사	▫ **sửa** 수리하다
▫ **hẹn** 약속하다	▫ **giải pháp** 해결책	▫ **đừng** (+ 동사) (동사)지 마
▫ **bị tai nạn** 사고 나다, 사고를 당하다	▫ **đến đón** 데리러 오다	▫ **chờ** 기다리다
▫ **đâm vào** 들이받다	▫ **bị hỏng** 고장 나다, 파손되다	▫ **xuất phát** 출발하다
▫ **bị thương** 다치다		

Q2. Bạn đã mượn loa của một người bạn, nhưng loa đã bị hỏng khi đang sử dụng. Hãy gọi điện cho người bạn đó rồi giải thích tình trạng và đưa ra 2~3 phương án thay thế để giải quyết vấn đề.

당신은 친구 한 명에게 스피커를 빌렸는데, 사용 중 스피커가 고장 났습니다. 그 친구에게 전화해서 상황을 설명하고 문제를 해결하기 위해 2~3개의 대안을 제시하세요.

Vâng, bây giờ tôi sẽ bắt đầu giải quyết vấn đề.

A lô, Hyoyoung đấy à? Mình là Linh đây. Mình gọi để cho bạn biết về tình huống bất ngờ. Tuần trước mình đã mượn loa bluetooth của bạn để xem phim. Khi mình đang xem phim thì đột nhiên âm thanh bị tắt, sau khi kiểm tra thì mình phát hiện loa đã bị hỏng, không thể kết nối với máy tính được. Mình cũng không biết nguyên nhân vì sao nó bị hỏng. Nên mình có hai giải pháp như sau. Thứ nhất, nếu loa của bạn còn thời gian bảo hành, thì mình sẽ mang đi trung tâm dịch vụ khách hàng để sửa. Thứ hai, nếu thời gian bảo hành đã kết thúc thì mình sẽ mua một chiếc loa mới giống loa cũ cho bạn. Hoặc mình có thể mua một chiếc loa khác mà bạn muốn. Mình thành thật xin lỗi nhé.
Bạn suy nghĩ rồi gọi lại cho mình nhé.
Tạm biệt.

네, 이제 문제를 해결하기 시작하겠습니다.

여보세요, 효영이니? 나 린이야. 예상하지 못한 상황을 알려주려고 전화했어. 지난주에 나는 영화를 보기 위해 너의 블루투스 스피커를 빌렸어. 영화를 보다가 갑자기 소리가 꺼졌는데, 확인해보니 스피커가 고장 나서 컴퓨터에 연결할 수 없는 것을 발견했어. 나도 왜 고장 났는지 원인을 모르겠어. 그래서 나는 다음과 같은 2가지 해결책이 있어. 첫째, 만약 스피커 A/S 기간이 남아있으면, 나는 수리를 위해 고객센터에 가지고 갈 게. 둘째, A/S 기간이 끝났으면 예전 것과 똑같은 스피커를 새로 사줄게. 아니면 네가 원하는 스피커로 살 수도 있어. 진심으로 미안해. 생각해 보고 다시 전화해.
안녕.

▫ mượn 빌리다	▫ kiểm tra 검사하다, 확인하다	▫ trung tâm dịch vụ khách hàng 고객센터
▫ loa bluetooth 블루투스 스피커	▫ bị hỏng 고장 나다, 파손되다	▫ sửa 수리하다
▫ xem phim 영화를 보다	▫ nguyên nhân 원인	▫ kết thúc 끝나다
▫ đột nhiên 갑자기	▫ còn 남다, 남아있다	▫ thành thật 진심으로, 솔직하다, 솔직히
▫ âm thanh 음성, 소리	▫ thời gian bảo hành A/S 기간	
▫ bị tắt 꺼지다	▫ mang đi 가지고 가다	

롤플레이는 양쪽의 역할을 모두 연습하는 것이 좋습니다.

9 | 불만 제기, 환불 및 교환하기

출제 유형은 '예약/예매 착오', '주문 착오', '상품 불량' 등으로 크게 나눌 수 있습니다. 표를 참고하여 질문과 답변을 구성해 보세요.

내용	예약/예매 착오	주문 착오	상품 불량
구분	영화/공연 관람표, 항공권 등	가구, 전자기기, 가전제품, 음식 등	생활용품, 전화기 등
서론	질문 요약 및 도입 • A lô, tôi gọi điện thoại để _____. 여보세요, ~하기 위해 전화했습니다. • Tôi tên là (tên), đã mua sản phẩm/đặt vé vào (ngày tháng). 제 이름은 (이름)이고, (날짜)에 제품을 구매했습니다/표를 예약했습니다.		
서론	• Vé mà tôi nhận được không giống thông tin mà tôi đã đặt. 제가 받은 표는 예약 정보와 일치하지 않습니다. • Anh/chị đã đưa nhầm vé cho tôi. 당신은 표를 잘못 주셨습니다.	• Sản phẩm mà tôi nhận được không phải là sản phẩm mà tôi đã đặt. 제가 받은 제품은 주문한 제품이 아닙니다. • Anh/chị đã gửi nhầm sản phẩm cho tôi. 저에게 상품을 잘못 보내셨습니다.	• Tôi đang sử dụng ____ thì nó đột nhiên không hoạt động nữa. ~을 사용하고 있었는데 갑자기 작동하지 않습니다.
본론	• 예약/예매한 표 관련 정보 자세히 말하기 • 교환 요청 • 환불 요청	• 주문한 상품이 무엇인지 설명하기 • 교환 요청 • 환불 요청	• 물건의 상태 설명하기 • 교환 요청 • 환불 요청
결론	• Mong anh/chị xử lí nhanh chóng giúp tôi. 빨리 처리해 주셨으면 합니다. • Hy vọng lần sau không có nhầm lẫn như thế này. 다음번에는 이런 착오가 없기를 바랍니다.		

OPIc 시험에서는 질문의 의도를 빠르게 파악하는 것이 매우 중요합니다. 익숙한 질문일수록, 당황하지 않고 자연스럽게 답변을 할 수 있습니다. 주제에 관한 다양한 질문 유형들을 반복해서 익히고 학습해 보세요.

1. Xin lỗi. Tôi có vấn đề cần bạn giải quyết. Sau khi mua điện thoại mới về nhà, bạn nhận ra nó không có những tính năng mà bạn muốn. Hãy gọi cho cửa hàng giải thích tình huống, và nói chuyện để đổi lại điện thoại mà bạn muốn.

죄송합니다. 당신이 해결해야 할 문제가 있습니다. 당신은 새 휴대폰을 사고 집에 간 후, 원하는 성능이 없다는 것을 알게 되었습니다. 가게에 전화해서 상황을 설명하고, 원하는 휴대폰으로 바꿀 수 있게 이야기해 보세요.

2. Bạn đã mua xe đạp và mang về nhà nhưng phát hiện ra xe đạp không hoạt động bình thường. Hãy gọi điện thoại đến cửa hàng bán xe đạp và giải thích tình huống rồi đưa ra cách giải quyết vấn đề.

당신은 자전거를 사서 집에 가져갔지만 제대로 작동하지 않는다는 것을 발견했습니다. 자전거 가게에 전화해서 상황을 설명하고 해결책을 제시하세요.

3. Bạn đã mua đồ nội thất và nhận được sản phẩm, nhưng bạn đã phát hiện ra cửa hàng đã gửi nhầm sản phẩm cho bạn. Hãy gọi cho cửa hàng giải thích tình huống, và nói chuyện để đổi lại đồ nội thất mà bạn muốn.

당신은 가구를 샀고 제품을 받았으나, 가게가 제품을 잘못 보낸 것을 발견했습니다. 가게에 전화해 상황을 설명하고, 당신이 원하는 가구로 교환할 수 있게 이야기하세요.

4. Đồ nội thất đã được giao đến. Nhưng bạn phát hiện ra đó không phải hàng bạn đã đặt mua. Hãy gọi điện thoại đến cửa hàng và giải thích tình huống, và hãy hỏi họ có thể làm gì cho bạn.

가구가 배송되었습니다. 그러나 당신은 그것이 당신이 주문한 제품이 아니라는 것을 발견했습니다. 가게에 전화해서 상황을 설명하고, 그들이 당신을 위해 무엇을 할 수 있는지 문의하세요.

5. Khi bạn và bạn của bạn đến rạp chiếu phim thì phát hiện họ đã bán nhầm vé cho bạn. Bạn hãy giải thích cho nhân viên và đưa ra 2~3 đề nghị để giải quyết vấn đề này.

당신과 당신의 친구가 영화관에 갔을 때, 당신에게 티켓을 잘못 팔았다는 것을 발견했습니다. 이 문제를 해결하기 위해 직원에게 설명하고 2~3개의 제안을 하세요.

6. Bạn đã đến sân bay vào ngày đi du lịch, nhưng chuyến bay của bạn đã bị hủy và các chuyến bay khác đều không còn chỗ. Hãy gọi công ty du lịch. Sau đó, giải thích tình huống và đưa ra 2~3 đề nghị để giải quyết vấn đề.

당신은 여행 당일에 공항에 도착했지만, 당신의 비행기는 취소되었고 다른 항공편은 다 좌석이 없습니다. 여행사에 전화하세요. 그런 다음 상황을 설명하고 문제를 해결하기 위해 2~3개의 제안을 하세요.

상대방이 있다는 가정하에 제시된 상황에 맞게 혼자 질문과 답변을 병행하며 상황을 재연해 보세요.

🎧 08-26

Q1. **Xin lỗi. Tôi có vấn đề cần bạn giải quyết. Sau khi mua điện thoại mới về nhà, bạn nhận ra nó không có những tính năng mà bạn muốn. Hãy gọi cho cửa hàng giải thích tình huống, và nói chuyện để đổi lại điện thoại mà bạn muốn.**

죄송합니다. 당신이 해결해야 할 문제가 있습니다. 당신은 새 휴대폰을 사고 집에 간 후, 원하는 성능이 없다는 것을 알게 되었습니다. 가게에 전화해서 상황을 설명하고, 원하는 휴대폰으로 바꿀 수 있게 이야기해 보세요.

Vâng, bây giờ tôi sẽ bắt đầu giải quyết tình huống.

A lô, cửa hàng điện thoại Samsung phải không ạ? Tôi tên là Tú, là người vừa mua chiếc điện thoại Galaxy S ở đó khoảng một giờ trước.

Tôi đang đọc hướng dẫn sử dụng và phát hiện ra chiếc điện thoại này không có chức năng chống thấm nước cũng như không thể tự chỉnh sáng khi chụp ảnh vào ban đêm. Thật ra đối với tôi, hai chức năng này quan trọng nhất, và do công việc, tôi thường phải chụp ảnh ở nơi thiếu ánh sáng. Do đó, tôi muốn đổi sang điện thoại khác có 2 chức năng đó. Anh có thể đổi chiếc điện thoại có chức năng đó cho tôi được không? Việc trả thêm tiền không phải là vấn đề với tôi.

Vâng, bây giờ tôi sẽ đến cửa hàng ngay.

Cảm ơn anh đã tư vấn cho tôi. Hẹn gặp lại.

네, 이제 저는 상황 해결을 시작하겠습니다.

여보세요, 삼성 휴대폰 가게죠? 제 이름은 '뚜'이고, 약 1시간 전에 거기서 갤럭시 S를 구매한 사람입니다.

저는 사용설명서를 읽고 있는데 이 휴대폰은 방수 기능이 없고 야간 촬영 시 밝기를 자동 조절할 수 없다는 것을 발견했습니다. 사실 저에게 이 2개의 기능이 가장 중요하며, 일 때문에 저는 자주 빛이 부족한 곳에서 사진을 찍어야 합니다. 그래서 저는 그 2개의 기능이 있는 다른 휴대폰으로 바꾸고 싶습니다. 그 기능이 있는 휴대폰으로 교환해 주시겠습니까? 돈을 더 내는 것은 저에게 문제가 되지 않습니다.

네, 지금 바로 가게에 가겠습니다.

상담해 주셔서 감사합니다. 또 뵙겠습니다.

단어		
□ hướng dẫn sử dụng 사용설명서	□ chụp ảnh 사진을 찍다	□ thiếu 부족하다
□ chức năng 기능	□ ban đêm 밤	□ ánh sáng 빛, 광선
□ chống thấm nước 방수	□ thật ra 실은, 사실은	□ vấn đề 문제
□ tự chỉnh sáng 밝기를 자동 조절하다	□ nơi 곳	□ ngay 바로, 당장

🎧 08-27

Q2. **Khi bạn và bạn của bạn đến rạp chiếu phim thì phát hiện họ đã bán nhầm vé cho bạn. Bạn hãy giải thích cho nhân viên và đưa ra 2~3 đề nghị để giải quyết vấn đề này.**

당신과 당신의 친구가 영화관에 갔을 때, 당신에게 티켓을 잘못 팔았다는 것을 발견했습니다. 이 문제를 해결하기 위해 직원에게 설명하고 2~3개의 제안을 하세요.

Vâng, bây giờ tôi sẽ bắt đầu giải quyết tình huống.

Chào chị. Tôi tên là Lee Jun. Tuần trước tôi đã gọi điện thoại đến đây để mua 2 vé xem phim 'Avengers' lúc 9 giờ tối hôm nay và đã nhận được vé qua email. Nhưng lúc nãy khi xem lại vé thì tôi phát hiện ra người bán vé đã gửi nhầm vé cho tôi. Vé tôi nhận được là vé xem phim 'Avengers' lúc 9 giờ tối ngày mai chứ không phải hôm nay. Chị có thể kiểm tra lại thông tin đặt vé của tôi không? Tôi đã đặt vé bằng số điện thoại 010-1234-1234. Nếu chị không thể kiểm tra được thì tôi có 2 đề nghị như sau. Thứ nhất là chị hãy đổi sang vé xem phim 'Avengers' lúc 9 giờ tối nay giúp tôi. Thứ hai là nếu không thể đổi được thì tôi sẽ xem lúc 9 giờ tối mai nhưng tôi muốn nhận phiếu giảm giá xem phim hay phiếu giảm giá cho combo bỏng ngô vì đây là sai sót của người bán vé, không phải của tôi.
Mong chị xử lý nhanh chóng giúp tôi.
Cảm ơn chị.

네, 이제 저는 상황을 해결하기 시작하겠습니다.

안녕하세요. 제 이름은 이준입니다. 지난주에 여기에 전화해서 오늘 밤 9시 영화인 '어벤저스'의 티켓 2장을 예매했고 이메일로 티켓을 받았습니다. 그런데 조금 전에 표를 다시 확인해보니 판매원이 표를 잘못 보낸 것을 발견했습니다. 제가 받은 티켓은 오늘이 아니라 내일 오후 9시의 영화 '어벤저스' 티켓입니다. 제 예약 정보를 확인해 주시겠습니까? 010-1234-1234 번호로 예매했습니다. 만약 당신이 확인할 수 없다면 다음과 같이 2가지 제안을 하겠습니다. 첫째, 오늘 밤 9시 '어벤저스' 티켓으로 바꿔주세요. 둘째, 만약 바꿀 수 없다면 내일 오후 9시에 보겠지만, 제 실수가 아니라 판매원의 실수이기 때문에 영화표 할인쿠폰이나 팝콘 콤보 할인쿠폰을 받고 싶습니다.
빨리 처리해 주셨으면 합니다.
감사합니다.

단어		
▫ lại 다시	▫ phiếu giảm giá 할인쿠폰	▫ bỏng ngô 팝콘
▫ nhầm 잘못	▫ combo 콤보	▫ sai sót 실수(하다), 오차, 불찰
▫ thông tin đặt vé 예약 정보		

롤플레이는 양쪽의 역할을 모두 연습하는 것이 좋습니다.

10 유사한 경험 말하기

롤플레이 콤보 중 마지막으로 나오는 출제 유형입니다. 앞에서 나온 상황과 유사한 경험 또는 주제와 관련된 인상적인 경험이 있는지, 있다면 그 경험은 무엇인지 자세히 묻는 형식입니다. 표를 참고하여 질문과 답변을 구성해 보세요.

구분	내용
서론	• Tôi đã có kinh nghiệm tương tự. 저는 유사한 경험이 있습니다. • Chuyện tương tự đã xảy ra với tôi. 저에게 비슷한 일이 일어났습니다. • 경험에 관련된 내용 도입
본론	• 일이 벌어진 장소, 시간 • 일이 벌어졌을 때 같이 있었던 사람 • 경험에 관련된 자세한 내용 • 해결 방법 • 결과

결론	• Tôi nghĩ đây là kinh nghiệm mà tôi không thể quên được.
	  이것은 잊을 수 없는 경험이라고 생각합니다.
	• Tôi nghĩ đây là kinh nghiệm thú vị.
	  이것은 재미있는 경험이라고 생각합니다.
	• 경험에 관련된 느낌과 생각 등

OPIc 시험에서는 질문의 의도를 빠르게 파악하는 것이 매우 중요합니다. 익숙한 질문일수록, 당황하지 않고 자연스럽게 답변을 할 수 있습니다. 주제에 관한 다양한 질문 유형들을 반복해서 익히고 학습해 보세요.

1. Tình huống vở kịch đã xong rồi. Có bao giờ bạn đã phải thay đổi kế hoạch với một người bạn vì lý do nào đó chưa? Lúc đó các bạn định làm gì? Tại sao bạn phải thay đổi kế hoạch? Và kết quả như thế nào?

상황이 끝났습니다. 당신은 어떤 이유로 친구와 계획했던 것을 바꿔야 한 적이 있나요? 그때 당신들은 무엇을 하려고 했나요? 왜 계획을 바꿔야 했나요? 그리고 결과가 어땠나요?

---

2. Bạn có bao giờ lên kế hoạch để đi xem 1 bộ phim nhưng rồi không đi được không? Tình huống này xảy ra khi nào? Việc gì đã xảy ra? Và bạn đã làm gì để giải quyết?

영화 보는 것을 계획했는데 못 간 적이 있나요? 그런 상황이 언제 벌어졌나요? 무슨 일이 일어났나요? 그리고 당신은 해결하기 위해 무엇을 했나요?

---

3. Bạn đã bao giờ mua một thiết bị điện tử nào mà bạn không cần hoặc không như ý chưa? Có thể thiết bị đó không như bạn muốn, không hoạt động đúng cách. Hãy giải thích vấn đề đó là gì và bạn đã giải quyết như thế nào.

당신은 필요 없거나 마음에 들지 않는 전자 기기를 구매한 적이 있나요? 기기는 당신이 원하는 대로 안 되는 것이었을 수도 있고 제대로 작동 안 되는 것이었을 수도 있습니다. 그 문제가 무엇인지, 그리고 당신은 어떻게 해결했는지 설명해 주세요.

---

4. Tình huống vở kịch đã xong rồi. Các trường hợp sau đây xảy ra với bạn bao giờ chưa? Mua vé trước rồi có vấn đề xảy ra? Cho một số thông tin: mua ở đâu? Đi cùng ai? Khi nào? Hãy nói chi tiết nội dung vấn đề và cách giải quyết của bạn.

상황이 끝났습니다. 다음과 같은 상황이 당신에게 벌어진 적이 있나요? 표를 예매했는데 문제가 생긴 적이 있나요? 어디서 구매했는지, 누구와 같이 갔는지, 언제였는지 알려 주세요. 상황에 대한 내용과 해결책에 대해 자세히 이야기해 주세요.

---

5. Tình huống vở kịch đã xong rồi. Bạn có bao giờ gặp vấn đề với xe đạp hoặc vì lí do nào đó phải trả lại xe đạp đã mua cho cửa hàng không? Việc gì đã xảy ra? Hãy cho tôi biết một số thông tin cơ bản về việc này.

상황이 끝났습니다. 당신은 자전거 때문에 문제를 겪은 적이 있거나, 어떤 이유 때문에 구입한 자전거를 가게에 다시 돌려준 적이 있나요? 무슨 일이 일어났나요? 이 일에 대한 기본적인 정보를 알려 주세요.

---

6. Bạn có thể gặp vài vấn đề khi lên kế hoạch cho chuyến du lịch của bạn. Hãy nói về các vấn đề bạn đã gặp khi lên kế hoạch chuyến đi. Vấn đề đó là gì, và bạn đã xử lý thế nào?

여행을 계획할 때 몇 가지 문제를 겪을 수 있습니다. 여행을 계획했을 때 겪어본 문제에 대해 이야기해 주세요. 그 문제는 무엇이었고, 당신은 어떻게 해결했나요?

상대방이 있다는 가정하에 제시된 상황에 맞게 혼자 질문과 답변을 병행하며 상황을 재연해 보세요.

🎧 08-29

Q1. **Tình huống vở kịch đã xong rồi. Có bao giờ bạn đã phải thay đổi kế hoạch với một người bạn vì lý do nào đó chưa? Lúc đó các bạn định làm gì? Tại sao bạn phải thay đổi kế hoạch? Và kết quả như thế nào?**

상황이 끝났습니다. 당신은 어떤 이유로 친구와 계획했던 것을 바꿔야 한 적이 있나요? 그때 당신들은 무엇을 하려고 했나요? 왜 계획을 바꿔야 했나요? 그리고 결과가 어땠나요?

Tôi cũng có kinh nghiệm tương tự.
Tôi đã có kế hoạch đi ăn thử ở một quán ăn mới mở gần nhà tôi nhưng cuối cùng đã không đi được. Cụ thể là một quán ăn Trung Quốc mới mở gần nhà tôi có bán món Malatang mà tôi rất thích nên tôi đã gọi điện rủ bạn thân của tôi cùng đi. Chúng tôi đã hẹn gặp vào thứ 7 tuần trước, cùng nhau ăn tối rồi đi uống cà phê. Nhưng một ngày trước ngày hẹn tôi đã phải đi về nhà bố mẹ. Vì bố mẹ tôi chuyển nhà sang nơi khác nên cần sự giúp đỡ của tôi. Thế là tôi không thể gặp bạn vào thứ 7, nên đành phải gọi điện thoại giải thích và xin lỗi bạn tôi, rồi hẹn gặp vào tuần sau. Chúng tôi sẽ đi ăn ở quán ăn đó, và tôi sẽ mời bạn tôi ăn món ăn ngon vì đã thất hứa vào tuần trước.
Tôi hi vọng chúng tôi sẽ có cuối tuần vui với nhau.

저도 비슷한 경험이 있습니다.
집 근처 새로 개업한 식당에 가볼 계획이 있었으나 결국 가지 못했습니다. 구체적으로, 집 근처에 새로 개업한 중식당에서 제가 정말 좋아하는 마라탕을 팔아서 친한 친구에게 같이 가자고 전화했습니다. 저희는 지난주 토요일에 같이 저녁을 먹고 커피 한 잔을 하기로 약속했습니다. 그러나 약속 전날 저는 부모님 댁에 가야 했습니다. 부모님이 다른 곳으로 이사를 가셔서 제 도움이 필요했습니다. 그러므로 토요일에 친구를 볼 수 없어서 어쩔 수 없이 친구에게 전화해 설명을 하고 사과하며 다음 주에 보자고 했습니다. 저희는 그 식당에서 식사를 할 예정이고, 저는 지난주에 약속을 지키지 못했기 때문에 친구에게 맛있는 음식을 사줄 생각입니다.
친구와 함께 좋은 주말을 보내기를 희망합니다.

Tip * 1번 문항은 실제 OPIc 시험에서 출제된 질문입니다. 질문 중, 'xong' 대신에 'kết thúc(끝나다, 종식하다, 마치다)'을 써서 'Tình huống của vở kịch đã kết thúc.(롤플레이의 상황이 끝났습니다.)'으로 표현하면 더 자연스러운 표현이 됩니다.

단어
- mới 새, 신규, 비로소, 막
- mở 개업하다, 오픈하다, 열다
- cuối cùng 결국
- cụ thể là 구체적으로
- Malatang 마라탕
- rủ ~에게 ~을 하자고 하다
- bạn thân 친한 친구
- chuyển nhà sang (장소) (~으로) 이사를 가다
- cần 필요가 있다, 필요로 하다
- sự giúp đỡ 도움
- thế là 그러므로, 그 결과
- đành phải (동사) 어쩔 수 없이 (~하다)
- giải thích 설명하다
- xin lỗi 사과하다
- hẹn gặp 만날 약속을 하다
- thất hứa 약속을 어기다/안 지키다
- hi vọng 희망하다

🎧 08-30

Q2. Bạn đã bao giờ mua một thiết bị điện tử nào mà bạn không cần hoặc không như ý chưa? Có thể thiết bị đó không như bạn muốn, không hoạt động đúng cách. Hãy giải thích vấn đề đó là gì và bạn đã giải quyết như thế nào.

당신은 필요 없거나 마음에 들지 않는 전자 기기를 구매한 적이 있나요? 기기는 당신이 원하는 대로 안 되는 것이었을 수도 있고 제대로 작동 안 되는 것이었을 수도 있습니다. 그 문제가 무엇인지, 그리고 당신은 어떻게 해결했는지 설명해 주세요.

Tôi đã có kinh nghiệm về việc này.

Một năm trước tôi đã mua một chiếc máy tính bảng vì nó rất đẹp. Nhưng thật ra tôi không cần máy tính bảng lắm vì tôi có máy tính xách tay và điện thoại thông minh. Sau khi mua, trong 1 tháng đầu tôi đã sử dụng máy tính bảng mỗi ngày nhưng sau đó tôi đã cảm thấy sử dụng máy tính xách tay tiện hơn và nhanh hơn. Do đó tôi dần dần không sử dụng máy tính bảng nữa. Rồi tôi quyết định cho em gái tôi chiếc máy tính bảng đó vì em gái tôi cần máy tính bảng để tự học ở thư viện. Bây giờ thì em gái tôi sử dụng máy tính bảng mỗi ngày để học, nghe nhạc và xem phim. Sau việc đó thì tôi không mua hàng hóa gì chỉ vì nó đẹp, mà chỉ mua khi thật sự có nhu cầu sử dụng.

저는 이 일과 관련된 경험이 있습니다.
1년 전에 저는 태블릿이 너무 예뻐서 샀습니다. 하지만 실은 노트북과 스마트폰이 있어서 태블릿이 별로 필요하지 않았습니다. 구매 후 첫 한 달 동안은 매일 태블릿을 사용했지만, 그 후에는 노트북 사용이 더 편리하고 빠르다고 느꼈습니다. 그래서 저는 점차 태블릿을 사용하지 않게 되었습니다. 그러고 나서 여동생이 도서관에서 자습하기 위해 태블릿이 필요했기에 저는 태블릿을 주기로 결정했습니다. 현재 제 여동생은 매일 태블릿을 사용하여 공부를 하고, 음악을 듣고, 영화를 봅니다. 그 후로는 예쁘다고 해서 물건을 사지 않고, 정말로 사용할 필요가 있을 때만 삽니다.

단어
- máy tính bảng 태블릿
- máy tính xách tay 노트북
- điện thoại thông minh 스마트폰
- cảm thấy 느끼다
- tiện 편리하다
- nhanh 빠르다
- dần dần 점점, 점차
- quyết định 결정하다
- tự học 자습하다
- thư viện 도서관
- nghe nhạc 음악을 듣다
- xem phim 영화를 보다
- hàng hóa 물건, 제품
- thật sự 정말로
- nhu cầu 수요, 필요
- sử dụng 사용하다

돌발 질문은 선택된 주제와 전혀 다른 내용의 질문이 나올 수 있는 상황을 대처하는 코너입니다. 평가 기준은 수험생이 대본을 외운 것인지, 아니면 자연스럽게 문장을 구성해서 답변을 한 것인지 판별해서 점수를 부여하는 것입니다. 출제 빈도가 높은 질문에 대한 다양한 답변들로 구성되어 있으므로, 반복해서 익히고 다른 사회/경제적 문제와 관련된 내용도 준비해 보세요.

돌발 질문

10

1. 은행

출제 빈도가 높은 주제별 돌발 질문들의 모범 답변입니다. 어떤 질문이 나와도 당황하지 않도록 다양한 질문들과 답변을 익혀 보세요.

Q1. **Bạn có thể miêu tả về ngân hàng mà bạn thường đi được không? Nó nằm ở đâu? Bạn có thể nhìn thấy gì ở ngân hàng?**

당신이 자주 가는 은행을 묘사할 수 있나요? 그 은행은 어디에 있나요? 당신은 그 은행에서 무엇을 볼 수 있나요?

Ngân hàng mà tôi thường đi là ngân hàng Shinhan. Đây là một trong những ngân hàng lớn nhất ở Hàn Quốc, và cũng có pháp nhân ở Việt Nam. Ngân hàng Shinhan gần nhà tôi thì nằm ở một ngã tư lớn, tại tầng một và tầng hai trong tòa nhà hai mươi tầng. Nếu bước vào ngân hàng này, đầu tiên tôi có thể nhìn thấy bốn máy ATM ở bên phải. Tôi có thể dùng máy ATM để rút tiền mặt, nhập tiền vào tài khoản, hoặc chuyển khoản v.v…. Đi vào bên trong nữa thì có thể thấy ghế ngồi dành cho những người đang đợi để giao dịch. Tại sảnh chờ này, có một chiếc tivi lớn chiếu các chương trình thú vị để mọi người có thể vừa xem tivi vừa chờ mà không bị chán. Sau khu sảnh chờ là các quầy giao dịch. Tại đây nhân viên ngân hàng sẽ giúp khách hàng xử lý công việc một cách nhanh chóng và thân thiện.

제가 주로 가는 은행은 신한은행입니다. 이 은행은 한국에서 가장 큰 은행 중 하나이며, 베트남에도 법인이 있습니다. 우리 집 근처에 있는 신한은행은 큰 사거리에 위치해 있는 20층짜리 건물의 1, 2층에 있습니다. 이 은행에 들어가면 우선 오른쪽에 있는 ATM기 4대를 볼 수 있습니다. ATM기를 사용하여 현금을 인출하거나 계좌로 입금하거나 계좌이체 등을 할 수 있습니다. 더 안쪽으로 들어가면 거래를 대기하는 사람들을 위한 좌석이 보입니다. 이 공간에는 모두가 지루하지 않게 기다리면서 TV를 볼 수 있도록 재미있는 프로그램을 방영하는 TV가 있습니다. 고객 대기석 뒤에는 카운터가 있습니다. 여기서 은행 직원은 고객들이 신속하고 친절하게 업무를 처리할 수 있도록 도울 것입니다.

단어		
▫ **pháp nhân** 법인	▫ **nhập tiền** 입금하다	▫ **chán** 지루하다
▫ **ngã tư** 사거리	▫ **chuyển khoản** 계좌 이체하다	▫ **quầy giao dịch** 카운터, 창구
▫ **bước vào** 들어가다, 발을 들이다	▫ **giao dịch** 거래(하다)	▫ **xử lý** 처리하다
▫ **máy ATM** ATM기	▫ **chiếu** 방영하다, 상영하다	▫ **nhanh chóng** 신속히, 신속하다
▫ **rút tiền mặt** 현금을 인출하다		

Q2. Bạn thường làm gì ở ngân hàng? Hãy nói cho tôi chi tiết về những việc mọi người thường làm tại ngân hàng.

당신은 보통 은행에서 무엇을 하나요? 사람들이 은행에서 하는 일에 대해 상세히 이야기해 주세요.

Tôi cũng như đa số người Hàn Quốc, thường đến ngân hàng để mở tài khoản hoặc làm thẻ ngân hàng. Ngoài ra người ta cũng đi đến ngân hàng để nạp tiền vào tài khoản, rút tiền trong tài khoản, chuyển khoản, gửi tiết kiệm hoặc đổi ngoại tệ trước khi đi nước ngoài. Và những người có nhu cầu mua nhà hoặc mua xe nhưng không đủ tiền thì đến ngân hàng để vay tín dụng hoặc vay thế chấp. Nhưng nhìn chung, dạo này người đến ngân hàng giảm vì ngân hàng trực tuyến rất phát triển nên chúng tôi có thể làm rất nhiều việc thông qua ngân hàng trực tuyến mà không cần đến ngân hàng.

저는 대부분의 한국인들과 마찬가지로 보통 은행 계좌를 개설하거나 은행 카드를 만들기 위해 은행에 갑니다. 그 밖에 사람들은 계좌에 돈을 입금하거나, 현금을 인출하거나, 송금하거나, 적금하거나 해외에 가기 전에 외환으로 환전을 하기 위해 은행에 갑니다. 그리고 집이나 차를 사고 싶지만 돈이 충분하지 않은 사람들은 은행에 가서 신용대출이나 담보대출을 받기도 합니다. 그러나 요즘은 전체적으로 인터넷뱅킹이 매우 발달되어 있어서 은행에 가지 않고도 인터넷뱅킹을 통해 많은 일들을 할 수 있기 때문에 은행에 가는 사람들이 줄어들고 있습니다.

Tip 'thông qua'는 '통과하다, 지나가다'라는 뜻으로, 「thông qua+명사/명사구」는 '~을/를 통해 ~'라는 의미를 나타냅니다.

- mở tài khoản 계좌를 개설하다
- nạp tiền vào tài khoản 계좌에 돈을 입금하다
- gửi tiết kiệm 예금하다, 적금하다
- đổi ngoại tệ 외환으로 환전하다
- vay tín dụng 신용대출하다
- vay thế chấp 담보대출하다
- ngân hàng trực tuyến 인터넷뱅킹

2. 전자기기

출제 빈도가 높은 주제별 돌발 질문들의 모범 답변입니다. 어떤 질문이 나와도 당황하지 않도록 다양한 질문들과 답변을 익혀 보세요.

Q1. Ở Hàn Quốc, mọi người thường sử dụng những công nghệ nào? Người Hàn Quốc có sử dụng máy vi tính, thiết bị cầm tay hay không? Mọi người thường sử dụng thiết bị công nghệ gì? Thiết bị đó có gì hữu dụng?

한국에서는 사람들이 보통 어떤 기술을 사용하나요? 한국 사람들은 컴퓨터나 휴대용 기기를 사용하나요? 사람들이 자주 사용하는 기기는 무엇인가요? 그 기기는 무엇이 유용한가요?

Ở Hàn Quốc, đồ công nghệ mà người Hàn Quốc sử dụng nhiều nhất là điện thoại thông minh và máy vi tính xách tay. Hai thiết bị công nghệ hữu dụng này giúp ích rất nhiều cho công việc, việc học cũng như việc giải trí. Người ta sử dụng điện thoại thông minh để liên lạc với người thân, bạn bè, kiểm tra tình hình giao thông, bản đồ khi phải di chuyển ở bên ngoài, hoặc xem tin tức, nghe nhạc khi đang sử dụng phương tiện giao thông công cộng hoặc khi có thời gian rỗi. Và máy vi tính xách tay được sử dụng để làm việc hay học trực tuyến, xem phim, xem tin tức v.v… ở nhà. Nói chung, điện thoại thông minh và máy tính xách tay đã trở thành một phần không thể thiếu trong cuộc sống của rất nhiều người.

한국에서 한국인이 가장 많이 사용하는 기기는 스마트폰과 노트북입니다. 이 2가지 유용한 기기는 일, 공부, 그리고 오락에 많은 도움을 줍니다. 사람들은 스마트폰을 사용하여 친척과 친구들에게 연락하거나 밖에서 다닐 때 교통 상황과 지도를 확인하거나 대중교통을 이용할 때 또는 한가할 때 뉴스를 보거나 음악을 듣습니다. 그리고 노트북은 일할 때 또는 집에서 온라인 공부, 영화 감상, 뉴스 보기 등에 사용됩니다. 대체로 스마트폰과 노트북은 많은 사람들의 삶에 없어서는 안 될 일부가 되었습니다.

Tip * 「giúp ích cho+대명사/명사」는 '(대명사/명사)에 도움을 주다'라는 의미를 나타냅니다.

단어
- □ đồ công nghệ (전자) 기기
- □ điện thoại thông minh 스마트폰
- □ máy (vi) tính xách tay 노트북
- □ thiết bị 장비, 기기
- □ hữu dụng 유용하다
- □ giải trí 오락, 레저
- □ tình hình 상황
- □ bản đồ 지도
- □ trực tuyến 온라인
- □ một phần 일부

Q2. **Công nghệ sẽ thay đổi theo thời gian. Hãy kể cho tôi về một công nghệ trước đây và bây giờ.**

기술은 시간이 지남에 따라 바뀔 것입니다. 예전과 지금의 기술 한 가지에 대해서 저에게 말해 주세요.

Vâng, công nghệ đã thay đổi nhiều theo thời gian. Tôi sẽ lấy điện thoại di động làm ví dụ. Khoảng 20 năm trước đây, điện thoại di động chỉ là phương tiện để liên lạc với người thân, bạn bè bằng cách gọi điện thoại hoặc nhắn tin. Và người ta chỉ có thể sử dụng điện thoại di động để chơi các game đơn giản, chụp ảnh có độ phân giải thấp. Nhưng sau khi điện thoại thông minh ra đời cách đây khoảng 10 năm, thì nhiều thứ đã thay đổi và không ngừng được nâng cấp. Người ta có thể sử dụng điện thoại thông minh để làm rất nhiều việc như sử dụng mạng xã hội như Facebook hay Instagram, chụp ảnh, quay phim có độ phân giải cao, nghe nhạc, xem phim trên các ứng dụng như YouTube, đọc sách điện tử, học trực tuyến, tìm đường bằng thiết bị định vị v.v…Và hiện nay, nhờ vào 5G, người ta cũng có thể sử dụng điện thoại thông minh để điều khiển từ xa các đồ điện gia dụng như máy giặt, máy hút bụi, máy lạnh, tivi v.v. Tôi nghĩ trong tương lai, điện thoại thông minh sẽ càng ngày càng được nâng cấp hơn và cuộc sống của chúng ta sẽ trở nên tiện lợi hơn.

네, 기술은 시간이 지남에 따라 많이 달라졌습니다. 휴대폰을 예로 들겠습니다. 약 20년 전 휴대폰은 단지 전화나 문자로 친척과 친구들에게 연락하기 위한 수단이었을 뿐입니다. 그리고 사람들은 휴대폰으로 간단한 게임을 하고 저해상도로 사진을 찍을 수 있었을 뿐이었습니다. 그러나 10년 전쯤 스마트폰이 등장한 이후 많은 것이 달라졌고 끊임없이 업그레이드 되고 있습니다. 사람들은 스마트폰으로 페이스북이나 인스타그램과 같은 SNS를 사용하고 고해상도의 사진이나 동영상 촬영, 유튜브와 같은 애플리케이션으로 음악이나 영화 감상, 전자 도서 독서, 온라인 공부, 내비게이션으로 길 찾기 등 많은 일들을 할 수 있게 되었습니다. 그리고 요즘에는 5G 덕분에 스마트폰을 사용하여 세탁기, 청소기, 에어컨, 텔레비전 등 가전제품을 원격으로 제어할 수도 있습니다. 미래에는 스마트폰이 갈수록 더 업그레이드되어 우리 삶이 더 편리해질 것이라고 생각합니다.

Tip * 「lấy+대명사/명사+làm ví dụ」는 '(대명사/명사)를 예로 들다'라는 의미를 나타냅니다.

단어

- □ **phương tiện** 수단
- □ **độ phân giải** 해상도
- □ **ra đời** 태어나다, 등장하다, 탄생하다
- □ **được nâng cấp** 업그레이드되다
- □ **mạng xã hội** 소셜네트워크(SNS)
- □ **sách điện tử** 전자책, 전자 도서
- □ **thiết bị định vị** 내비게이션
- □ **điều khiển** 제어하다
- □ **đồ điện gia dụng** 가전제품

출제 빈도가 높은 주제별 돌발 질문들의 모범 답변입니다. 어떤 질문이 나와도 당황하지 않도록 다양한 질문들과 답변을 익혀 보세요.

Q1. Bạn có thể nói về trang web yêu thích của bạn hay không? Bạn thường làm gì trên trang web ấy? Vì sao bạn thường vào trang web đó?

당신이 좋아하는 웹사이트에 대해서 말해 줄 수 있나요? 그 사이트에서 보통 무엇을 하나요? 왜 그 사이트에 자주 들어가나요?

Trang web mà tôi yêu thích là trang 'Google'. Đây là trang web tìm kiếm thông tin được nhiều người trên thế giới sử dụng nhất, chiếm 90% số lượng tìm kiếm trên toàn thế giới. Tôi sử dụng trang web này để tìm thông tin du lịch vì tôi rất thích đi du lịch nước ngoài. Khi lập kế hoạch đi du lịch, tôi sử dụng 'Google' để kiểm tra thông tin về địa điểm du lịch, cách di chuyển đến các điểm tham quan, quán ăn ngon mà khách du lịch giới thiệu, đánh giá về khách sạn v.v.... Ngoài ra tôi cũng sử dụng 'Google' để tìm thông tin về các chủ đề mà tôi thắc mắc hoặc muốn tìm hiểu như chủ đề về động vật, văn hóa, lịch sử v.v.... Tôi nghĩ đây là trang web cực kỳ có ích cho cuộc sống của chúng ta.

제가 좋아하는 사이트는 '구글'이라는 페이지입니다. 전 세계에서 가장 많은 사람들에 의해 사용되는 정보 검색 페이지이며, 전 세계 검색량의 90%를 점유하고 있습니다. 저는 해외여행을 좋아하기 때문에 이 사이트를 이용하여 여행정보를 검색합니다. 여행 계획을 세울 때 '구글'을 이용하여 여행지 정보, 관광지로의 이동 방법, 그리고 관광객들이 추천하는 맛집, 호텔 후기 등을 확인합니다. 그 밖에 '구글'을 이용하여 동물, 문화, 역사 등 제가 궁금하거나 알아보고 싶은 주제에 대해서도 검색합니다. 저는 이 사이트가 우리의 삶에 엄청 유익한 사이트라고 생각합니다.

Tip * 「được + 대명사/명사 + 동사」는 '(대명사/명사)에 의해 ~되다'라는 수동태의 의미로 표현됩니다.
　　　 * 'kế hoạch'은 '계획'이란 뜻의 명사형으로만 표현되며, '계획하다'라고 할 때는 'lập kế hoạch' 또는 'lên kế hoạch'으로 써야 합니다.

단어

- □ tìm kiếm 검색(하다), 찾다
- □ thông tin 정보
- □ chiếm 점유하다, 차지하다
- □ lập kế hoạch 계획을 세우다
- □ cách di chuyển 이동 방법

- □ điểm tham quan 관광지
- □ khách du lịch 관광객
- □ giới thiệu 추천하다, 소개하다
- □ đánh giá 평가하다, 리뷰하다, 후기

- □ chủ đề 주제
- □ thắc mắc 궁금하다
- □ cực kỳ 극히, 엄청
- □ có ích 유익하다

Q2. Hãy nói về các trang web trong quá khứ. Chúng khác với các trang web hiện nay thế nào? Hãy so sánh càng chi tiết càng tốt.

과거의 웹사이트에 대해서 말하세요. 오늘날의 사이트와는 어떻게 다르나요? 가능한 한 자세히 비교해 보세요.

Theo tôi thì có một số điểm khác nhau giữa trang web trong quá khứ và trang web hiện nay. Thứ nhất, trang web trong quá khứ không có nhiều quảng cáo như trang web hiện nay. Tôi biết một số trang web miễn phí nên họ nhận quảng cáo để có chi phí duy trì trang web, nhưng nhiều trang web có quảng cáo to đến nỗi tôi không thể tập trung vào việc xem nội dung trang web. Thứ hai, độ phân giải của các trang web trong quá khứ không cao bằng các trang web hiện nay. Cụ thể là độ phân giải của trang web trong quá khứ chỉ khoảng 640×480 pixel, nhưng hiện nay là khoảng 800×600 hoặc 1024×768 pixel. Do độ phân giải cao hơn nên hình ảnh, màu sắc của các trang web hiện nay cũng sắc nét hơn. Cuối cùng là, trước đây trình duyệt web Internet Explorer được sử dụng nhiều và rộng rãi nhất trên thế giới, nhưng hiện nay trình duyệt web này đang phải cạnh tranh khốc liệt với Mozilla Firefox và Google Chrome, và sẽ bị thay thế hoàn toàn bằng Microsoft Edge vào tháng 8 năm 2021. Tôi nghĩ các trang web cũng sẽ thay đổi nhiều trong tương lai.

제가 봤을 때 과거의 웹사이트와 오늘날의 웹사이트 사이에 몇 가지의 다른 점이 있습니다. 첫 번째, 과거 웹사이트는 오늘날의 웹사이트만큼 광고가 많이 없었습니다. 일부 웹사이트는 무료여서 사이트 유지 비용으로 광고를 받는 것으로 알고 있지만, 많은 사이트들은 콘텐츠를 보는 데 집중할 수가 없을 정도로 광고가 너무 크게 나옵니다. 두 번째, 과거에는 웹사이트의 해상도가 오늘날의 웹사이트만큼 높지 않았습니다. 구체적으로 과거 웹사이트 해상도는 약 640×480픽셀에 불과했지만, 오늘날에는 약 800×600 또는 1024×768픽셀입니다. 해상도가 높아져서 오늘날의 웹사이트 이미지와 색상은 더욱 선명해졌습니다. 마지막으로, 인터넷 익스플로러는 세계에서 가장 널리 사용되는 웹 브라우저였지만, 현재 이 웹브라우저는 모질라 파이어폭스, 구글 크롬과 치열한 경쟁에 직면해 있으며, 2021년 8월에 마이크로소프트 엣지에 의해 완전히 대체될 예정입니다. 웹사이트들은 미래에도 많이 달라질 것이라고 생각됩니다.

단어

- □ quảng cáo 광고
- □ miễn phí 무료
- □ chi phí 비용
- □ duy trì 유지하다
- □ nội dung 내용, 콘텐츠

- □ độ phân giải 해상도
- □ hình ảnh 이미지
- □ sắc nét 선명하다
- □ trình duyệt web 웹 브라우저

- □ cạnh tranh 경쟁하다
- □ khốc liệt 치열하다
- □ bị thay thế 대체되다
- □ hoàn toàn 완전히

4. 쇼핑

출제 빈도가 높은 주제별 돌발 질문들의 모범 답변입니다. 어떤 질문이 나와도 당황하지 않도록 다양한 질문들과 답변을 익혀 보세요.

Q1. **Hãy nói cho tôi nghe về thói quen mua sắm của bạn. Bạn thường đi mua sắm ở đâu? Bao lâu bạn đi mua sắm một lần? Bạn thường mua gì? Bạn thường đi với ai?**

당신의 쇼핑 습관에 대해 말해 보세요. 당신은 보통 어디로 쇼핑하러 가나요? 얼마나 자주 쇼핑을 하나요? 보통 무엇을 사나요? 보통 누구와 같이 가나요?

Tôi thường đi mua sắm ở trung tâm mua sắm gần nhà tên là 'Huyndai Outlet'. Đây là một trung tâm mua sắm lớn, ngoài các cửa hàng bán quần áo, giày dép, túi xách, còn có cả rạp chiếu phim, nhà sách, siêu thị, quán ăn, quán cà phê v.v…. Thường thì tôi sẽ mua quần áo, giày dép mỗi khi chuyển mùa, hoặc mua mỹ phẩm và kính áp tròng mỗi tháng một lần. Sau khi mua sắm tôi thường ăn cơm hoặc uống cà phê ở khu ăn uống trong trung tâm mua sắm. Tôi rất thích đi mua sắm ở đây vì gần nhà tôi và hàng hóa gì cũng có. Đôi khi tôi đi mua sắm một mình, nhưng thường thì tôi đi với mẹ tôi.

저는 보통 집 근처에 있는 '현대 아웃렛'이라는 쇼핑몰로 쇼핑을 하러 갑니다. 이곳은 대형 쇼핑몰이며, 의류, 신발, 가방을 판매하는 상점 외에도 영화관, 서점, 마트, 식당, 카페 등이 있습니다. 보통 계절이 바뀔 때마다 옷과 신발을 사거나 한 달에 한 번씩 화장품과 콘택트렌즈를 구입합니다. 쇼핑이 끝나면 쇼핑몰 내의 푸드코트에서 밥이나 커피를 자주 먹습니다. 이 쇼핑몰은 우리 집 근처에 있으며 무슨 상품이든 다 있기 때문에 여기서 쇼핑하는 것을 좋아합니다. 가끔 혼자 쇼핑하러 가지만 보통 엄마와 같이 갑니다.

> **Tip** * 「ngoài ~ ra」는 '~외에/외에도'라는 뜻을 나타내며, 'ra'는 종종 생략됩니다.
> * 「명사+gì cũng+동사/형용사/là+명사」는 '~이든 다 ~'라는 뜻을 나타냅니다.

단어		
□ quần áo 옷, 의류	□ chuyển mùa 계절이 바뀌다	□ khu ăn uống 식당가, 푸드코트
□ giày dép 신발	□ mỹ phẩm 화장품	□ hàng hóa 상품, 물품
□ túi xách 가방	□ kính áp tròng 콘택트렌즈	

Q2. Thỉnh thoảng, người ta gặp phải khó khăn khi mua sắm. Bạn đã gặp khó khăn gì khi đi mua sắm? Vấn đề đó là gì và bạn đã giải quyết thế nào? Hãy kể chi tiết.

가끔 사람들이 쇼핑을 하는 데 어려움을 겪습니다. 당신은 쇼핑할 때 어떤 어려움을 겪었나요? 그 문제는 무엇이며, 당신은 어떻게 해결했나요? 상세히 이야기해 주세요.

Tôi cũng đã từng gặp vấn đề khi mua sắm. Vào một tháng trước, tôi đã đi mua sắm quần áo mùa hè ở trung tâm mua sắm gần nhà một mình. Sau khi mặc thử một chiếc váy dài màu trắng, tôi đã quyết định mua vì nó rất hợp với tôi. Nhưng khi mở ví để thanh toán ở quầy, tôi phát hiện thẻ ngân hàng của tôi đã bị mất. Tôi nghĩ có lẽ tôi đã làm rơi ở đâu đó trên đường từ bãi đỗ xe đến cửa hàng quần áo. Do đó, sau khi giải thích với nhân viên của cửa hàng, tôi đã nhờ cô ấy giữ chiếc váy ấy, và hứa quay lại thanh toán trong ngày hôm đó. Sau đó tôi đã đi đến ngân hàng ở gần trung tâm mua sắm để thông báo bị mất thẻ và nhờ họ làm lại thẻ mới. May mà thẻ được phát hành lại trong ngày, nên tôi đã quay lại mua chiếc váy đó và ăn một bữa ngon tại khu ăn uống. Tôi nghĩ sau này tôi phải bảo quản thẻ ngân hàng của tôi cẩn thận hơn để không xảy ra tình huống tương tự.

저도 쇼핑할 때 문제를 겪은 적이 있습니다. 한 달 전, 저는 혼자 집에서 가까운 쇼핑몰로 여름 옷을 사러 갔습니다. 길고 하얀 치마를 입어본 후, 잘 어울려서 구매하기로 했습니다. 계산을 하기 위해 카운터에서 지갑을 열었을 때 은행 카드가 없어진 것을 발견했습니다. 주차장에서 옷 가게로 오는 길 어딘가에서 떨어뜨렸을지도 모른다는 생각이 들었습니다. 그래서 가게 직원에게 설명한 후, 치마를 보관해 달라고 부탁했고 당일에 결제하러 다시 돌아오겠다고 약속했습니다. 그다음에 저는 쇼핑몰 근처에 있는 은행으로 가서 카드 분실 신고를 하고 새 카드를 발급해 달라고 부탁했습니다. 다행히 당일에 카드가 발급되어 다시 쇼핑몰로 가서 그 치마를 샀고 푸드코트에서 맛있는 식사를 했습니다. 앞으로 같은 상황이 발생하지 않도록 은행 카드를 더 잘 보관해야겠다고 생각했습니다.

단어

- vấn đề 문제
- phát hiện 발견하다
- làm rơi 떨어뜨리다
- nhờ 부탁하다

- giữ 지키다, 보관하다
- hứa 약속하다
- thông báo 통보/공지/신고하다
- phát hành 발행하다, 발급하다

- bảo quản 보관하다
- tình huống 상황
- tương tự 비슷하다, 유사하다, 같다

5. 대중교통

출제 빈도가 높은 주제별 돌발 질문들의 모범 답변입니다. 어떤 질문이 나와도 당황하지 않도록 다양한 질문들과 답변을 익혀 보세요.

Q1. **Tôi muốn biết về giao thông công cộng ở nước của bạn. Có những loại phương tiện giao thông công cộng nào ở nước của bạn? Bạn thích đi phương tiện giao thông công cộng nào, vì sao?**

당신 나라의 대중교통에 대해 알고 싶습니다. 당신 나라에는 어떤 대중교통수단이 있나요? 당신은 어떤 대중교통수단 이용하기를 좋아하고, 왜 그 대중교통수단을 좋아하나요?

Hệ thống giao thông công cộng của Hàn Quốc rất tiện lợi, gồm tàu điện ngầm, tàu hỏa cao tốc, xe buýt nội thành, xe buýt ngoại thành, xe buýt cao tốc v.v.... Người Hàn Quốc thường sử dụng tàu điện ngầm và xe buýt nhiều nhất để đi học, đi làm. Phí giao thông cơ bản của xe buýt và tàu điện ngầm rất rẻ, khoảng 1,300 won, tức khoảng 1 đô la, và có thể thanh toán bằng thẻ tín dụng hoặc thẻ giao thông. Ngoài ra nếu đi bằng xe buýt hoặc tàu điện ngầm thì có thể được giảm giá khi đổi tuyến, vì thế tiện lợi và kinh tế hơn nhiều so với đi bằng ô tô riêng. Tôi thường sử dụng tàu điện ngầm vì nhà tôi nằm bên cạnh ga tàu điện ngầm, và tàu điện ngầm thường đến đúng giờ mà không bị muộn do tắc đường vào giờ cao điểm như xe buýt. Tôi nghe nói hệ thống giao thông công cộng của Hàn Quốc là một trong những hệ thống giao thông công cộng tốt nhất trên thế giới.

한국의 대중교통 시스템은 지하철, 고속 열차, 시내버스, 시외버스, 고속버스 등이 있고 매우 편리합니다. 한국인들은 보통 학교에 가거나 출근하기 위해 지하철과 버스를 가장 많이 이용합니다. 버스와 지하철의 기본요금은 약 1,300원, 즉 1달러 정도로 매우 저렴하며 신용카드나 교통카드로 결제할 수 있습니다. 그 밖에 버스나 지하철로 이동할 경우 환승 시 할인을 받을 수 있기 때문에 자가 차로 가는 것에 비해 훨씬 편리하고 가성비가 좋습니다. 우리 집은 지하철역 옆에 있으며, 보통 지하철은 버스처럼 러시아워에 교통체증으로 늦지 않고 제시간에 도착하기 때문에 자주 지하철을 이용합니다. 한국의 대중교통 시스템은 전 세계에서 최고 중 하나라고 들었습니다.

단어		
□ hệ thống 시스템, 체계	□ xe buýt cao tốc 고속버스	□ đổi tuyến 환승하다
□ giao thông công cộng 대중교통	□ phí giao thông cơ bản 기본요금	□ ô tô riêng 자가 차
□ tàu (hỏa) cao tốc 고속 열차	□ tức 즉	□ bên cạnh 옆
□ xe buýt nội thành 시내버스	□ thẻ tín dụng 신용카드	□ đúng giờ 제시간, 정시에
□ xe buýt ngoại thành 시외버스	□ thẻ giao thông 교통카드	□ giờ cao điểm 러시아워

Q2. Hệ thống giao thông công cộng đã thay đổi thế nào từ khi bạn còn bé cho đến bây giờ?

당신이 어렸을 때부터 지금까지 대중교통 시스템은 어떻게 바뀌었나요?

Theo tôi, hệ thống giao thông công cộng của Hàn Quốc đã thay đổi nhiều so với khi tôi còn bé. Thứ nhất, khi tôi còn bé, thành phố Seoul nơi tôi sống chỉ có khoảng 4 tuyến tàu điện ngầm, nhưng hiện nay đã có trên 10 tuyến tàu điện ngầm, và chính phủ vẫn không ngừng xây dựng thêm nhiều tuyến tàu mới nữa. Và trước đây không có chế độ giảm giá cho người đổi tuyến nên nếu đổi xe hoặc tàu thì đã phải trả nhiều tiền, nhưng hiện nay nhờ chế độ giảm giá mà phí giao thông không phải là gánh nặng. Ngoài ra hiện nay trên hầu hết tất cả tuyến tàu điện ngầm và xe buýt đều có wifi miễn phí để người sử dụng có thể lướt internet trong thời gian di chuyển. Thêm nữa, trước đây tại các bến xe buýt và ga tàu điện ngầm không có biển báo thời gian xe hoặc tàu đến, nhưng hiện nay đều có biển báo nên rất tiện cho người sử dụng. Cuối cùng, khi tôi còn bé đã không có tàu hỏa cao tốc, nhưng hiện nay có tàu cao tốc chạy với tốc độ một giờ khoảng 300 km, do đó có thể đi từ thủ đô Seoul đi đến các thành phố khác rất nhanh và tiện.

제 생각에 한국의 대중교통 시스템은 제가 어렸을 때에 비해 많이 바뀌었습니다. 첫 번째, 제가 어렸을 때 살았던 서울시의 지하철 노선은 4개 정도밖에 없었지만 지금은 10개 이상의 지하철 노선이 있고, 정부는 끊임없이 더 많은 새로운 노선을 건설하고 있습니다. 그리고 옛날에는 환승 할인 제도가 없었기 때문에 환승할 때 교통비를 많이 지불해야 했지만, 지금은 할인 제도로 인해 교통비 부담이 되지 않습니다. 게다가 요즘에는 거의 모든 지하철 노선과 버스에 무료 와이파이가 있어서 이용자들이 이동하는 동안 인터넷 서핑을 할 수 있습니다. 또한, 예전에는 버스정류장과 지하철역에는 열차 또는 버스 도착시간을 알려주는 표지판이 없었지만 지금은 표지판이 있어 이용자들이 매우 편리하게 이용할 수 있습니다. 마지막으로, 제가 어렸을 때는 고속 열차가 없었지만, 지금은 시속 300km 정도의 고속 열차가 운행되고 있어서 서울에서 다른 도시로 매우 빠르고 편리하게 갈 수 있습니다.

단어
- □ tuyến 선, 노선
- □ không ngừng 끊임없이
- □ chế độ 제도, 모드
- □ gánh nặng 부담
- □ lướt internet/lướt web 인터넷 서핑을 하다
- □ bến xe buýt 버스정류장
- □ ga/bến tàu điện ngầm 지하철역
- □ biển báo 표지판
- □ tốc độ một giờ 시속

6. 계절과 날씨

출제 빈도가 높은 주제별 돌발 질문들의 모범 답변입니다. 어떤 질문이 나와도 당황하지 않도록 다양한 질문들과 답변을 익혀 보세요.

Q1. **Hãy cho tôi biết thời tiết ở Hàn Quốc như thế nào. Có những mùa khác nhau không? Bình thường thì thời tiết như thế nào?**

한국의 날씨가 어떤지 알려 주세요. 각각의 다른 계절이 있나요? 보통 날씨가 어떤가요?

Hàn Quốc có bốn mùa: xuân, hạ, thu, đông, và thời tiết của mỗi mùa khác nhau rõ rệt. Mùa xuân kéo dài từ tháng 3 đến tháng 5, là lúc thời tiết trở nên ấm áp và có nhiều loại hoa nở, như hoa anh đào, hoa mộc liên, hoa liên kiều v.v… nên người Hàn Quốc thường đi ngắm hoa vào mùa này. Mùa hè thì từ tháng 6 đến tháng 8, thời tiết trở nên nóng hơn, mưa nhiều trong tháng 8, và nhiều người đi nghỉ mát. Mùa thu kéo dài từ tháng 9 đến tháng 11, thời tiết trở nên se lạnh, bầu trời trong và xanh hơn, lá cây thì chuyển sang màu vàng, màu đỏ. Nhiều người thích đi leo núi vào mùa thu để tận hưởng không khí mát mẻ và ngắm lá rơi. Và mùa đông thì từ tháng 12 đến tháng 2, là mùa lạnh nhất trong năm và tuyết rơi nhiều. Nhiều người thích đi trượt tuyết, trượt băng vào mùa này. Tôi thấy mỗi mùa đều có nét quyến rũ riêng, nhưng tôi đặc biệt thích mùa thu, vì vào mùa này, cả Hàn Quốc như được nhuộm màu vàng, màu đỏ của lá cây, đẹp như một bức tranh vẽ.

한국은 봄, 여름, 가을, 겨울의 사계절이 있고 각 계절의 날씨가 뚜렷하게 다릅니다. 봄은 3월부터 5월까지 지속되며, 날씨가 따뜻해지고 벚꽃, 목련, 개나리 등 많은 종류의 꽃이 피는 시기이기 때문에 이 계절에 한국 사람들은 보통 꽃을 보러 갑니다. 여름은 6월부터 8월까지이며, 날씨는 점점 더워지고 8월에는 비가 많이 오고 많은 사람들이 피서를 갑니다. 가을은 9월부터 11월까지 지속되며, 날씨는 서늘해지고 하늘은 맑고 푸르러지며, 나뭇잎은 노랗고 빨갛게 변색합니다. 많은 사람들은 시원한 공기를 만끽하고 낙엽을 보러 가을에 등산 가는 것을 좋아합니다. 그리고 겨울은 12월부터 2월까지로 1년 중 가장 추운 계절이고 눈이 많이 옵니다. 많은 사람들이 이 계절에 스키와 스케이트 타러 가는 것을 좋아합니다. 계절마다 나름의 매력이 있지만 가을에는 한국 전체가 단풍의 노란색과 빨간색으로 물들어 그림같이 아름다워서 제가 이 계절을 특히 좋아합니다.

단어			
□ rõ rệt 뚜렷하다	□ hoa liên kiều 개나리	□ trượt băng 스케이트 타다
□ kéo dài 지속하다, 지속되다	□ đi nghỉ mát 피서 가다	□ nét quyến rũ 매력
□ hoa anh đào 벚꽃	□ se lạnh 서늘하다	□ nhuộm 물들다
□ hoa mộc liên 목련	□ lá rơi 낙엽	

Q2. **Thời tiết xấu thường gây ra những vấn đề nghiêm trọng. Hãy kể cho tôi nghe về một lần khi có vấn đề với thời tiết, ví dụ khi đường bị ngập nước, ví dụ như công ty đóng cửa vì tuyết hoặc thời tiết lạnh. Hãy kể cho tôi nghe chi tiết về một kinh nghiệm của bạn khi thời tiết xấu gây ra vấn đề nghiêm trọng.**

나쁜 날씨는 자주 심각한 문제를 일으킵니다. 예를 들어 길이 침수되거나, 날씨가 춥거나 눈이 와서 회사가 문을 닫는 등 날씨로 인해 문제가 발생했던 때에 대해 말해 보세요. 나쁜 날씨가 심각한 문제를 일으켰을 때의 경험에 대해 상세히 이야기해 주세요.

Hàn Quốc thường có những vấn đề nghiêm trọng do thời tiết xấu gây ra vào mùa hè và mùa đông. Đặc biệt, vào tháng 8 năm 2020, ở Hàn Quốc đã có mưa rất to kéo dài trong nhiều ngày, do đó đường phố Seoul và nhiều nơi trên cả nước bị ngập nặng, khiến giao thông ùn tắc và một số người đã tử vong do không thể chạy kịp đến nơi an toàn. Ngoài ra tại nhiều khu vực, nước tràn vào nhà làm cho người dân không có nơi để sinh hoạt và nghỉ ngơi, phải di tản đến khu vực được chính phủ chỉ định. Nhiều nông trại bị ngập nên rau quả bị ngập nước, gia súc gia cầm như lợn, bò, gà, vịt v.v… bị chết ngạt. Mưa to kéo dài đã khiến nông dân bị thiệt hại nặng nề. Tôi vẫn còn nhớ khi đó việc đi làm và về nhà đã rất vất vả do thời tiết xấu.

한국은 보통 여름과 겨울에 나쁜 날씨로 인해 심각한 문제가 발생합니다. 특히 2020년 8월 한국에는 며칠 동안 지속되는 매우 많은 비가 내려서 서울을 비롯한 전국 곳곳이 심하게 침수되어 교통체증을 일으키고 몇몇의 사람이 안전한 곳으로 제때에 도피할 수 없어 숨지기도 했습니다. 게다가 많은 지역에서도 집으로 물이 흘러들어와 생활하고 쉴 곳이 없어져 정부가 지정한 곳으로 대피해야 했습니다. 많은 농장이 침수되어 채소와 과일이 물에 잠겼고, 돼지, 소, 닭, 오리 등 가축과 가금류가 질식했습니다. 지속된 폭우가 농부들에게 큰 피해를 입혔습니다. 저는 그때 나쁜 날씨로 출·퇴근하는 것이 매우 힘들었던 것을 아직도 기억합니다.

단어		
□ nghiêm trọng 심각하다	□ tử vong 사망하다, 숨지다	□ nông trại 농장
□ xấu 나쁘다, 못생겼다	□ tràn vào 흘러들어가다/오다	□ chết ngạt 질식하다
□ bị ngập 침수되다	□ di tản 피난 가다	□ khiến ~ bị thiệt hại
□ nặng 심하다, 심각하다, 무겁다	□ chính phủ 정부	~에게 손해/피해를 입히다
□ giao thông ùn tắc 교통체증	□ chỉ định 지정하다	

7. 도서관

Q1. Hãy miêu tả thư viện ở nước của bạn. Nó trông như thế nào? Bạn có thể thấy gì ở đó?

당신 나라의 도서관을 묘사하세요. 도서관은 어떻게 생겼나요? 거기에서 무엇을 볼 수 있나요?

Ở Hàn Quốc có nhiều thư viện lớn nhỏ khác nhau, có thư viện trong trường học, thư viện của phường, thư viện của quận, thư viện thành phố, và có cả thư viện tư. Thường thì thư viện có quầy hướng dẫn tại cửa ra vào thư viện, có thủ thư hướng dẫn vị trí sách, hoặc giúp người mới đến lần đầu làm thẻ hội viên. Dạo này bên cạnh quầy hướng dẫn thường có máy mượn và trả sách tự động nữa. Đi qua khỏi quầy hướng dẫn, có thể nhìn thấy rất nhiều các loại sách được bố trí gọn gàng trên kệ sách, theo thứ tự chữ cái tiếng Hàn và theo chủ đề như văn học, xã hội, lịch sử, tôn giáo v.v.... Ngoài ra trong thư viện cũng có khu vực để cho mọi người ngồi đọc sách, hoặc học tập, được trang bị wifi miễn phí. Trong thư viện cũng có máy vi tính để mọi người có thể tìm tài liệu dễ dàng. Tôi nghĩ hệ thống thư viện của Hàn Quốc rất tốt.

한국에는 학교 도서관, 주민자치센터 도서관, 구립 도서관, 시립 도서관, 심지어 개인 도서관까지 크고 작은 도서관들이 많습니다. 보통 도서관 입구에 안내 데스크가 있으며, 도서 위치를 안내하거나 처음 오는 사람들이 회원증을 발급받을 수 있도록 도와줄 사서가 있습니다. 요즘은 보통 데스크 옆에 자동 도서대출반납기가 설치되어 있습니다. 안내 데스크를 지나가면 책꽂이에서 '가나다'순으로, 그리고 문학, 사회, 역사, 종교 등의 주제로 다양한 책들이 깔끔하게 배치되어 있는 것을 볼 수 있습니다. 그 밖에 도서관에는 사람들이 앉아서 책을 읽거나 공부할 수 있는 무료 와이파이를 갖춘 공간도 있습니다. 도서관에는 역시 자료를 쉽게 검색할 수 있는 컴퓨터도 있습니다. 저는 한국의 도서관 시스템이 매우 좋다고 생각합니다.

단어

- thư viện của phường 주민자치센터 도서관
- thư viện của quận 구립 도서관
- thư viện thành phố 시립 도서관
- thư viện tư 사립/개인 도서관
- quầy hướng dẫn 안내 데스크
- cửa ra vào 입구
- thủ thư 사서
- vị trí 위치
- thẻ hội viên 회원증
- máy mượn và trả sách tự động 자동 도서대출반납기
- được bố trí 배치되다
- gọn gàng 깔끔하다
- kệ sách 책꽂이
- thứ tự chữ cái tiếng Hàn '가나다'순
- văn học 문학
- xã hội 사회
- lịch sử 역사
- tôn giáo 종교

Q2. Bạn có thể nói cho tôi nghe về thư viện trong quá khứ không? Nó khác với thư viện bây giờ thế nào?

과거의 도서관에 대해 말해 줄 수 있나요? 오늘날의 도서관과 어떻게 다른가요?

Trong quá khứ, thư viện của Hàn Quốc không tốt như bây giờ. Thứ nhất, trước đây trong thư viện không được trang bị máy vi tính, nên nếu muốn tìm vị trí sách thì phải hỏi thủ thư hoặc tìm ở kệ sách. Thứ hai, trong thư viện đã không có máy đặt chỗ ngồi đọc sách, nên việc tìm chỗ ngồi trống rất bất tiện và mất nhiều thời gian. Thứ ba, thư viện đã không có trang web, nên không thể kiểm tra trước tình trạng sách, và cũng không thể mượn sách điện tử. Nhưng hiện nay, nhiều thứ đã được cải thiện. Khi đến thư viện, tôi có thể dùng máy vi tính ở thư viện để kiểm tra sách mà tôi muốn mượn có hay không, nếu có thì vị trí ở đâu. Và nếu muốn ngồi đọc sách trong thời gian dài, tôi cũng có thể đặt chỗ mà tôi muốn bằng máy đặt chỗ ngồi. Thậm chí, tôi có thể mượn sách điện tử thông qua trang web của thư viện và đọc một cách thoải mái ở nhà. Tôi nghĩ việc sử dụng thư viện đã trở nên tiện lợi hơn cùng với sự phát triển của khoa học kỹ thuật.

과거에는 한국의 도서관이 지금처럼 좋지 않았습니다. 첫 번째, 전에는 도서관에 컴퓨터가 설비되어 있지 않았기 때문에 책의 위치를 찾으려면 사서에게 물어보거나 책장에서 찾아봐야 했습니다. 두 번째, 도서관에는 좌석 예약기가 없었기에 빈자리를 찾는 것이 불편하고 시간이 많이 걸렸습니다. 세 번째, 도서관 홈페이지가 없어서 미리 도서 상태를 확인할 수 없었고, 전자책을 빌릴 수도 없었습니다. 그러나 지금은 많은 것들이 개선되었습니다. 도서관에 가면 도서관에 있는 컴퓨터를 이용해서 빌리고 싶은 책이 있는지 없는지, 있다면 위치가 어디인지를 확인할 수 있습니다. 그리고 오랜 시간 동안 앉아서 책을 읽고 싶다면 좌석 예약기로 원하는 좌석을 예약할 수도 있습니다. 심지어 도서관 홈페이지를 통해 전자책을 빌려 집에서 편하게 읽을 수도 있습니다. 도서관 이용은 과학기술의 발달과 함께 편리해졌다고 생각합니다.

단어
- quá khứ 과거
- được trang bị 설비되다
- máy đặt chỗ ngồi 좌석 예약기
- chỗ ngồi trống 빈자리
- tình trạng 상태
- sách điện tử 전자책
- được cải thiện 개선되다
- mượn 빌리다
- thậm chí 심지어
- một cách thoải mái 편하게
- sự phát triển 발전, 발달
- khoa học kỹ thuật 과학과 기술

8. 식당

출제 빈도가 높은 주제별 돌발 질문들의 모범 답변입니다. 어떤 질문이 나와도 당황하지 않도록 다양한 질문들과 답변을 익혀 보세요.

Q1. Hãy nói cho tôi về nhà hàng mà bạn thường đi. Nhà hàng đó ở đâu? Họ phục vụ món ăn gì? Vì sao bạn thường đi nhà hàng đó?

당신이 자주 가는 식당에 대해서 말해 주세요. 그 식당은 어디에 있나요? 무슨 요리가 제공되나요? 당신은 그 식당에 왜 자주 가나요?

Nhà hàng mà tôi thường đi là một nhà hàng Việt Nam cách nhà tôi khoảng 5 phút đi bộ. Nhà hàng này phục vụ một số món ăn như phở bò, gỏi cuốn, nem rán, cơm rang. Tôi thường đi nhà hàng này khoảng một lần một tuần vì tôi rất thích món ăn Việt Nam, đặc biệt phở bò là món ăn khoái khẩu của tôi. Hơn nữa nhà hàng này được trang trí theo kiểu nhà hàng ở Việt Nam với nón lá, cờ đỏ sao vàng của Việt Nam nên tôi có cảm giác như được thưởng thức món ăn ở Việt Nam. Và không những bàn ghế ở đây sạch sẽ mà nhân viên phục vụ cũng rất nhiệt tình và thân thiện. Giá của món ăn ở đây không đắt như một số quán ăn Việt Nam khác mà tôi đã từng ăn. Nên tôi thích đi ăn ở đây.

제가 자주 가는 식당은 집에서 도보로 5분 정도 떨어져 있는 베트남 식당입니다. 이 식당은 소고기 쌀국수, 월남쌈, 짜조, 볶음밥 등 몇 가지의 음식을 제공합니다. 저는 베트남 음식을 아주 좋아해서 보통 일주일에 한 번 정도 이 식당에 가는데, 특히 소고기 쌀국수는 제가 좋아하는 요리입니다. 더군다나 이 식당은 베트남에 있는 식당 스타일로 베트남의 논라와 금성홍기로 꾸며져 있어 베트남에서 베트남 음식을 먹는 느낌이 듭니다. 그리고 이곳의 테이블과 의자는 깨끗할 뿐만 아니라 종업원들도 매우 열정적이고 친절합니다. 이곳의 음식 가격은 제가 먹어본 다른 베트남 식당에 비해 비싸지 않습니다. 그래서 저는 여기서 먹는 것을 좋아합니다.

> **Tip** 전치사 'với'는 '와/과 같이'라는 뜻을 가지며, 그 외에 몇몇의 동사나 형용사 뒤에 위치해 '~로, ~으로, ~에'라는 뜻을 나타냅니다.
>
> nổi tiếng với ~ : ~로 유명하다
> hợp với ~ : ~에 어울리다
> trang trí với/bằng ~ : ~로 꾸미다

단어

- □ **phục vụ** 서빙하다, (음식을) 제공하다, (손님) 시중들다
- □ **gỏi cuốn** 월남쌈
- □ **nem rán** 짜조 (베트남 만두튀김)

- □ **cơm rang** 볶음밥
- □ **món ăn khoái khẩu** 좋아하는 요리
- □ **được trang trí** 꾸며지다
- □ **nón lá** 논라 (베트남 원뿔 모양의 전통 모자)

- □ **cờ đỏ sao vàng** 금성홍기 (베트남 국기)
- □ **cảm giác** 느낌
- □ **nhiệt tình** 열정적이다
- □ **thân thiện** 친절하다

Q2. Bạn thấy có những thay đổi nào trong nhà hàng hay khi đi ăn ở ngoài trong vài năm qua? Việc ăn uống ở ngoài đã thay đổi như thế nào? Điều gì đã dẫn đến những thay đổi này.

당신이 보기에 지난 몇 년 동안 식당이나 외식과 관련된 어떤 변화가 있나요? 외식은 어떻게 변했나요? 무엇이 이러한 변화를 가져왔나요?

Dạo này các quán ăn ở Hàn Quốc có nhiều sự thay đổi. Do mức lương tối thiểu quy định theo pháp luật ngày càng cao, nên nhiều quán ăn nhỏ muốn tiết kiệm chi phí thuê nhân viên phục vụ. Do đó số lượng quán ăn được lắp đặt máy bán hàng tự động để khách hàng có thể trực tiếp đặt món ăn và thanh toán đang tăng dần. Đồng thời ngày càng có nhiều nhà hàng theo kiểu tự phục vụ, khách hàng phải đến quầy để nhận thức ăn đã được nấu xong và mang bát đũa đặt tại nơi quy định sau khi ăn. Ngoài ra với mục đích hạn chế việc sử dụng sản phẩm dùng một lần, một số quán ăn tính thêm tiền khi khách hàng mua mang về.

최근 한국 식당은 많은 변화가 있었습니다. 법에 의해 정해진 최저 임금이 점점 증가하면서 종업원 인건비를 아끼려는 작은 식당들이 많아졌습니다. 그로 인해 손님들이 직접 음식을 주문하고 결제할 수 있는 자동판매기가 설치된 음식점이 점점 늘어나고 있습니다. 또한 완성된 음식은 손님들이 직접 카운터로 받으러 가야 하고 식사 후에는 반드시 지정된 장소로 식기를 가져다 놓는 셀프형 식당들도 늘어나고 있습니다. 그 밖에 일부 식당에서는 일회용품 사용을 제한하는 목적으로 테이크아웃 시 추가 요금을 부과하기도 합니다.

단어
- mức lương tối thiểu 최저 임금
- pháp luật 법규
- được lắp đặt 설치되다
- máy bán hàng tự động 자동판매기
- tăng/tăng lên (수량 등) 늘어나다, (가격, 비율 등) 오르다
- nơi quy định 지정 장소
- mục đích 목적
- hạn chế 제한하다
- sản phẩm dùng một lần 일회용품

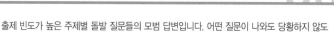

9. 패션

Q1. Hãy miêu tả về quần áo bạn mặc hôm nay. Hôm nay bạn mặc loại quần áo nào?

오늘 당신이 입은 옷을 묘사하세요. 오늘 무슨 종류의 옷을 입었나요?

Bây giờ ở Hàn Quốc đang là mùa hè, mà hôm nay trời nắng nóng cực kỳ nên tôi mặc áo phông mỏng cộc tay và quần bò thoải mái. Vì từ ga tàu điện ngầm đến đây khá xa nên tôi mang giày thể thao để không bị đau chân dù đi bộ nhiều. Và tôi cũng đội một chiếc mũ màu hồng nhạt mà tôi rất thích. Thật ra thì hôm nay tôi đã muốn mặc váy dài và áo sơ mi nhưng tôi lại muốn trông thật năng động, thế nên tôi đã thay quần áo. Tôi cảm thấy rất hài lòng về trang phục hôm nay của tôi.

지금 한국은 여름인데 오늘은 엄청나게 더워서 얇고 소매가 짧은 티셔츠에 편한 청바지를 입었습니다. 지하철역에서 여기까지는 꽤 멀기 때문에 많이 걸어도 다리가 아프지 않도록 운동화를 신었습니다. 그리고 제가 정말 좋아하는 연분홍색 모자도 쓰고 있습니다. 사실 오늘은 긴 치마와 셔츠를 입고 싶었지만 활기차게 보이고 싶어서 옷을 갈아입었습니다. 저는 오늘 제 의상이 매우 마음에 듭니다.

Bây giờ ở Hàn Quốc đang là mùa đông, thời tiết rất lạnh và gió thổi nhiều, nên hôm nay tôi mặc đồ ấm để không bị cảm lạnh. Tôi đang mặc quần bò màu đen, bên trong mặc áo hoodie màu trắng và bên ngoài mặc một chiếc áo phao dài quá gối màu đen. Áo phao dài quá gối là mốt của mùa đông năm nay, vì áo này rất ấm và thoải mái. Ngoài ra tôi đang đội một chiếc mũ màu đen vì tôi thích đội mũ. Đặc biệt, vào ngày gió thổi nhiều, nếu đội mũ thì tóc không bị rối nên đây là món đồ mà tôi rất thích dùng. Tôi cảm thấy rất hài lòng về trang phục của tôi hôm nay.

지금 한국은 겨울인데 날씨가 아주 춥고 바람이 많이 불어서 오늘은 감기에 걸리지 않도록 따뜻한 옷을 입었습니다. 검은색 청바지에 안쪽에는 흰색 후드티를 입고 밖에는 검은색 롱패딩을 입었습니다. 롱패딩은 매우 따뜻하고 편하기 때문에 올겨울에는 유행입니다. 또한 모자를 즐겨 쓰기 때문에 검은 모자를 쓰고 있습니다. 특히, 바람이 많이 부는 날 모자를 쓰고 있으면 머리칼이 헝클어지지 않아서 자주 애용하는 아이템입니다. 저는 오늘 제 의상이 매우 마음에 듭니다.

단어

□ **mặc** 입다	□ **giày thể thao** 운동화	□ **hài lòng** 마음에 들다, 만족하다
□ **áo phông** 티셔츠	□ **đội** (모자를) 쓰다	□ **trang phục** 의상, 복장
□ **mỏng** 얇다	□ **mũ** 모자	□ **áo phao dài quá gối** 롱패딩
□ **cộc tay** 소매가 짧다	□ **màu hồng nhạt** 연분홍색	□ **mốt** (패션) 유행
□ **quần bò** 청바지	□ **váy dài** 긴 치마	□ **bị rối** 헝클어지다
□ **thoải mái** 편하다	□ **áo sơ mi** 셔츠	□ **thích dùng / ưa dùng / yêu dùng**
□ **mang** 신다	□ **năng động** 활기차다, 활동적이다	애용하다

Q2. **Bây giờ, hãy nói về xu hướng thời trang tại quốc gia bạn. Mọi người mặc khác với trước đây thế nào? Hãy miêu tả sự thay đổi của xu hướng thời trang tại quốc gia bạn.**

지금 당신 나라의 패션 트렌드에 대해 말하세요. 사람들은 전과 어떻게 다르게 옷을 입나요? 당신 나라에서 패션 트렌드의 변화에 대해 묘사하세요.

Tôi nghĩ càng ngày người ta càng có xu hướng quay lại với thời trang xưa, thế nên xu hướng kết hợp giữa nét đẹp cổ điển và hiện đại, được gọi là phong cách retro, đã ra đời. Quần áo của năm nay có hoa văn, kiểu dáng đã thịnh hành trong quá khứ. Và một sự thay đổi khác là năm trước thì người ta thích mặc quần áo ôm sát như quần skinny, áo phông bó để khoe đường cong của cơ thể, nhưng bây giờ thì xu hướng thời trang thoải mái đã quay trở lại. Năm nay, nhiều người thích mặc áo phông to, quần ống rộng và đeo kính to theo phong cách phi giới tính. Tôi cũng đặc biệt thích xu hướng thời trang này, vì quần áo theo xu hướng này rất thoải mái, và tôi không cần quan tâm đến khuyết điểm trên cơ thể vì quần áo rộng có thể che các khuyết điểm này.

제 생각에는 사람들이 갈수록 옛날 패션으로 회귀하는 경향이 있어서 레트로라고 불리는 고전미와 현대미를 결합하는 스타일이 탄생한 것 같습니다. 올해의 옷은 과거에 유행됐던 무늬와 디자인을 가지고 있습니다. 그리고 또 다른 변화는 작년에는 사람들이 몸매 라인을 뽐내기 위해 스키니 팬츠, 스키니 티셔츠 등 몸에 착 달라붙는 옷을 즐겨 입었지만, 이제는 편한 패션의 트렌드가 돌아왔다는 점입니다. 올해 많은 사람들은 유니섹스 스타일로 큰 티셔츠와 통이 큰 바지를 입고 큰 안경 쓰는 것을 좋아합니다. 저는 이런 트렌드의 옷이 편하고 큰 옷이 제 몸에 있는 결점들을 커버할 수 있어서 몸의 결점에 신경을 안 써도 되기 때문에 이 트렌드를 특히 좋아합니다.

단어

- xu hướng 경향, 트렌드
- thời trang xưa 옛날 패션
- kết hợp 결합하다
- nét đẹp cổ điển 고전미
- nét đẹp hiện đại 현대미
- phong cách 스타일
- hoa văn 무늬

- kiểu dáng 디자인
- thịnh hành 유행되다
- ôm sát 몸에 착 달라붙다
- quần skinny 스키니 팬츠
- khoe 자랑하다, 뽐내다
- đường cong 몸매 라인

- theo phong cách 스타일로
- phi giới tính 유니섹스
- quần ống rộng 통이 큰 바지
- đeo (mắt) kính 안경을 쓰다
- quan tâm 관심이 있다, 신경을 쓰다
- khuyết điểm 결점
- che 커버하다, 가리다

10. 호텔

출제 빈도가 높은 주제별 돌발 질문들의 모범 답변입니다. 어떤 질문이 나와도 당황하지 않도록 다양한 질문들과 답변을 익혀 보세요.

Q1. Hãy nói về khách sạn ở quốc gia của bạn. Khách sạn phổ biến thì trông thế nào?

당신 나라의 호텔에 대해서 말해 주세요. 보편적인 호텔은 어떻게 생겼나요?

Các khách sạn phổ biến ở Hàn Quốc thường là khách sạn cao cấp bốn sao hoặc năm sao. Khi vừa vào khách sạn, có nhân viên lễ tân mở cửa và hướng dẫn cho khách. Và thường ở tầng 1 sẽ có quầy check-in. Khách sạn cũng có các cơ sở vật chất như phòng gym, nhà hàng, quán cà phê vân vân. Các khách sạn thường có bãi đỗ xe ở tầng hầm. Phòng của khách sạn rất thoải mái và ấm cúng, có nhiều tiện nghi như tivi truyền hình cáp, tủ lạnh, giường to và êm ái, bồn tắm sang trọng. Và một số khách sạn có hồ bơi ngoài trời để khách có thể vừa bơi vừa ngắm cảnh xung quanh. Một số khách sạn có tầm nhìn rất đẹp. Tuy phòng khách sạn ở Hàn Quốc không rộng như phòng khách sạn ở nước ngoài, nhưng cũng rất tuyệt để dành thời gian nghỉ ngơi, thư giãn.

한국에서의 보편적인 호텔은 보통 4성급이나 5성급의 고급 호텔입니다. 호텔 안으로 들어가면 손님들을 위해 문을 열고 안내해 주는 프런트 스태프가 있습니다. 그리고 보통 1층에는 체크인 카운터가 있습니다. 호텔에는 피트니스센터, 식당, 카페 등의 부대시설도 있습니다. 호텔은 보통 지하층에 주차장이 있습니다. 호텔의 객실들은 케이블 TV, 냉장고, 크고 폭신한 침대, 럭셔리한 욕조 등 많은 시설을 갖추고 있어서 매우 편안하고 아늑합니다. 그리고 일부 호텔에는 손님들이 주변의 경치를 감상하면서 수영할 수 있는 야외 수영장도 있습니다. 몇몇의 호텔들은 전망이 매우 좋습니다. 한국의 호텔방은 외국 호텔만큼 넓지는 않지만 휴식과 힐링을 위해 시간을 보내기에 아주 좋습니다.

단어		
□ **phổ biến** 보편적이다	□ **cơ sở vật chất** 부대시설	□ **êm ái** 폭신하다
□ **bốn sao** 4성급	□ **tầng hầm** 지하층	□ **sang trọng** 럭셔리한, 세련되다
□ **năm sao** 5성급	□ **ấm cúng** 아늑하다	□ **ngoài trời** 야외
□ **nhân viên lễ tân** 프런트 스태프	□ **tivi truyền hình cáp** 케이블 TV	□ **tầm nhìn** 전망
□ **quầy check-in** 체크인 카운터		

Q2. **Hãy miêu tả khách sạn gần đây bạn đã ở. Khách sạn đó như thế nào? Bạn đã thấy gì?**

최근에 투숙했던 호텔에 대해서 묘사하세요. 그 호텔은 어떤가요? 무엇이 보였나요?

Tôi sẽ nói về khách sạn gần đây tôi đã ở. Vào mùa hè năm trước, tôi đã đi nghỉ mát với gia đình ở thành phố Busan, thành phố lớn thứ hai của Hàn Quốc, và đã nghỉ tại một khách sạn năm sao. Khách sạn đó nổi tiếng với suối nước nóng và nằm trong núi. Phòng của chúng tôi rộng rãi, sạch sẽ và có đầy đủ tiện nghi như máy điều hòa, tivi truyền hình cáp có thể xem phim nước ngoài miễn phí. Thêm nữa, phòng có tầm nhìn ra suối nước nóng, nên vào buổi sáng tôi có thể nằm trên giường và ngắm nhìn phong cảnh rất đẹp. Và vì nằm trong núi nên không khí ở đó rất trong lành, sảng khoái. Do từ sân bay đến khách sạn rất xa, nên tôi đã cảm thấy hơi mệt khi di chuyển, nhưng tôi rất hài lòng về khách sạn và mong muốn đến đó lại một lần nữa.

최근에 묵었던 호텔에 대해 말하겠습니다. 작년 여름에 저는 가족과 함께 한국의 두 번째로 큰 도시인 부산으로 휴가를 가서 5성급 호텔에 묵었습니다. 그 호텔은 온천으로 유명하고 산속에 위치해 있습니다. 우리 방은 넓고 깨끗했으며 에어컨과 무료로 외국영화를 볼 수 있는 케이블 TV 등 모든 시설이 다 갖추어져 있었습니다. 게다가, 그 방은 온천이 보이는 전망으로 아침에 누워서 아름다운 경치를 볼 수 있었습니다. 그리고 산속에 위치했기 때문에 공기가 매우 청결하고 상쾌했습니다. 공항에서 호텔까지는 매우 멀었기 때문에 이동할 때 조금 피곤했지만, 호텔에 대해 매우 만족했고 다시 그곳을 가고 싶습니다.

단어
- □ suối nước nóng 온천
- □ trong lành (공기가) 청결하다, 맑다
- □ sảng khoái 상쾌하다
- □ hài lòng 만족하다, 마음에 들다